D1680594

ச்சீய்... பக்கங்கள்

ச்சீய்... பக்கங்கள்

சி. சரவணகார்த்திகேயன்

எழுத்து பிரசுரம்

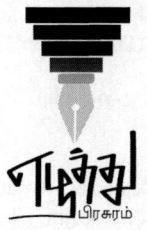

Title: Kavignan: Cheei... Pakkangal
Author's Name: C. Saravanakarthikeyan
Copyright © C. Saravanakarthikeyan
Published by Ezutthu Prachuram

All rights reserved. No part of this publication may be reproduced, stored in a retrieval system, or transmitted, in any form or by any means, electronic, mechanical, photocopying, recording, psychic, or otherwise, without the prior permission of the publishers.

Ezutthu Prachuram
(An imprint of Zero Degree Publishing)
No. 55(7), R Block, 6th Avenue,
Anna Nagar,
Chennai - 600 040

Website: www.zerodegreepublishing.com
E Mail id: zerodegreepublishing@gmail.com
Phone: 89250 61999

Ezutthu Prachuram First Edition: January 2022
ISBN: 978-93-91748-33-3
TITLE NO EP: 314

Rs. 300/-

Cover Design & Layout: Vijayan
Printed at Clictoprint, Chennai, India.

சமர்ப்பணம்

'ஆல்தோட்ட பூபதி' @thoatta ஜெகனுக்கு...

Foreplay

"The only thing that is obscene is censorship."

-Craig Bruce, Australian TV Comedian

சில்லாயிரமாண்டுகள் நெடிய பாரம்பரியம் கொண்ட நம் தேசத்தின் கலாசாரத்தில் சில விஷயங்களை மட்டும்தான் பொதுவில் பேசலாம். உணவில் மட்டுமல்ல, உரையாடலிலும் சைவம், அசைவம் என்று வகை பிரித்து வைத்திருக்கிறோம்.

ஆண்கள் நண்பர்களுக்குள்ளும், பெண்கள் தங்கள் தாய், சகோதரிகள் மற்றும் தங்கள் சிநேகிதிகளுக்குள்ளும்தான் உடல், காமம் உள்ளிட்ட so-called ஆபாச சங்கதிகள் குறித்த ரகசிய சம்பாஷணைகளை நிகழ்த்திக்கொள்ள முடிகிறது.

காலத்திற்கேற்ப இப்படி ஆபாசம் என்ற லேபிள் ஒட்டப்படும் விஷயங்கள் மற்றும் அவற்றின் வரையறை மாறிக்கொண்டே வருகிறது என்பதும் முக்கியமானது.

80களின் இறுதியில் ஜூனியர் விகடனில் சுஜாதா ஏன்? எதற்கு? எப்படி? என்ற விஞ்ஞான கேள்வி பதில் தொடர் எழுதுகையில் சுயஇன்பம் பற்றிய ஒரு கேள்விக்கு மிகுந்த பீடிகையுடனே பதில் அளித்திருக்கிறார். பிரபல்யத்தின் உச்சத்தில் உட்கார்ந்திருந்த அவருக்கே அதுதான் நிலைமை அப்போது.

ஆனால் இன்று டாக்டர் நாராயண ரெட்டி, டாக்டர் காமராஜ், டாக்டர் ஷாலினி உள்ளிட்ட பாலியல் மருத்துவர்கள் இயல்பாய் சஞ்சிகைகளில் சுயஇன்பம் தொடர்பான கேள்விகளுக்கு விரிவாய்ப் பதில் சொல்லும் சூழல் உள்ளது.

காமசூத்ராவும் கொக்கோகமும் விதவிதமாகப் பல பதிப்பகங்களில் நூல்களாக அச்சிடப்படுகின்றன. இந்த இடத்தில் நான் கவிதை, சிறுகதை, நாடகம் உள்ளிட்ட படைப்பிலக்கியங்கள் பற்றிப் பேசவில்லை. அவற்றில் சங்க காலம் தொட்டே பாலியல் உள்ளிட்ட விஷயங்கள் முன்வைக்கப்பட்டுக்கொண்டுதான் இருக்கின்றன.

நான் பேசுவது - புனைவு, கற்பனை போன்ற போர்வைகள் தாண்டி நேரடியாய் இவை குறித்தெல்லாம் பொதுவில் பேசவும் எழுதவும் கூடிய சாத்தியம் பற்றி.

சாட்டிலைட் தொலைக்காட்சிகளின் வளர்ச்சிக்குப் பிறகு நள்ளிரவில் சன் டிவியில் மனவியல் நிபுணர் டாக்டர் மாத்ருபூதம் செக்ஸ் தொடர்பான கேள்விகளுக்குப் பதில் அளித்தார். இன்று பல தொலைக்காட்சிகளிலும் பரவி விட்டாலும் இன்றும் அதே நள்ளிரவுதான். (சேலம் சிவராஜ் சித்த வைத்தியர் காலையிலேயே அருள்வாக்கு சொல்வார் எனினும் அவரை நான் இந்தப் பட்டியலில் சேர்க்க முடியவில்லை). அதாவது சில விஷயங்களைப் பேச இடம், பொருள், ஏவல் எல்லாம் இருப்பதாய் நம் சமூகம் சில துல்லியமான விழுமியங்களை ஏற்படுத்தி வைத்திருக்கிறது. அதற்கு உட்பட்டே இங்கு எதையும் பேசவும் எழுதவும் சாத்தியப்படுகிறது.

இணையத்தின் வளர்ச்சி இதை லேசாய் அசைத்துப்

பார்த்திருக்கிறது என்றுதான் சொல்ல வேண்டும். குறிப்பாய் வலைப்பதிவுகள் மற்றும் சமூக வலைதளங்களின் வருகை, நிறையத் தனி மனிதர்களுக்கு (பெண்கள் உட்பட) அந்தரங்க விஷயங்களை பற்றிப் பேசும் / கேட்கும் உந்துதலையும் சுதந்திரத்தையும் கொடுத்திருக்கிறது.

குங்குமம் இதழில் நான் எழுதிய ச்சீய் பக்கங்கள் தொடரும் இதன் நீட்சிதான்!

★

ச்சீய் பக்கங்கள் உண்மையில் ஒரு வரலாற்றுத் தொடர்தான். ஆனால், நாம் ச்சீய் என்று வெட்கப்படும் விஷயங்களின் வரலாறு. ப்ரேஸியர், பேண்டீஸ், காண்டம், சானிடரி நாப்கின் போன்ற விஷயங்கள் எங்கே எப்படித் தோன்றி இப்போதிருக்கும் வடிவை அடைந்திருக்கின்றன என்பதைத் தேடி அறிவது சுவாரஸ்யம் இல்லையா!

தவிர, ச்சீய் என்ற பதத்தில் "வேண்டாம்" என்பதை விட வெட்கப்பட்டுக் கொண்டே "வேண்டும்" என்று சொல்லும் தொனியே தெரிகிறது. மிருதுளா என்பவரின் ட்வீட் நினைவுக்கு வருகிறது - பெண் 'ச்சீய்' என்றவுடன் நிறுத்திவிடுபவன் முட்டாள்.

அதனால் முட்டாளாக இல்லாமல் புத்திசாலித்தனமாக நடந்துகொள்ள விரும்பி தொடர்ந்துவிட்டேன். அதாவது தொடர் எழுதிவிட்டேன். யாரேனும் இத்தொடரை ச்சீய் என்று சொல்லிப் படிக்காமல் தவிர்த்துக் கடந்தார்களா எனத் தெரியவில்லை!

ஆங்கிலத்தில் கூட இப்படித் தொகுப்பு முயற்சி இருக்கிறதா எனத் தெரியவில்லை. தமிழில் சுமார் பதினைந்து வருடங்கள் முன்பு கார்ட்டூனிஸ்ட் மதன் இதைப்போல் ஒரு தொடர் எழுதிய ஞாபகம். ஹிட்லர் வாயுத்தொல்லையால் அவதிப்பட்டது, ஆண்மை விருத்திக்காக குதிரைகளின் விரைகளைப் பொடி செய்து உண்டது என்றெல்லாம் வரும். ஆனால் அது மிகக்

குறுகிய காலமே வெளியானது. அதுவும் வாரம் ஒரு விஷயம் என்று எடுத்துக் கொண்டதாய்த் தெரியவில்லை. பொதுவாய் வரலாற்றிலிருந்து பேச சங்கடப்படும் விஷயங்களை எழுதியதாய் நினைவு.

ச்சீய் பக்கங்கள் தொடருக்கு முன்னோடி என்று சொன்னால் அது ஒன்றுதான்.

வடிவத்தை எடுத்துக் கொண்டால் ச்சீய் பக்கங்கள் தொடருக்கு அருகில் வருபவை என்று ஆனந்த விகடனில் வேல்ஸ் எழுதிய 'வாவ் *2000*', குங்குமத்தில் லதானந்த் எழுதிய 'எனப்படுவது' ஆகிய வாரத் தொடர்களைக் குறிப்பிட்டுச் சொல்லலாம்.

★

தமிழ் ட்விட்டர் உலகின் முதல்வனான 'ஆல்தோட்ட பூபதி' *@thoatta* ஜெகன்தான் இத்தொடருக்கான தொடக்கப்புள்ளி. அப்போது அவர் குங்குமம் இதழில் 'நயம்படப் பேசு' என்று சமகால நிகழ்வுகளை அங்கதம் செய்யும் தொடரை எழுதி வந்தார். அந்தத் தொடர்பின் அடிப்படையில் என்னிடம் குங்குமம் இதழில் ஏதாவது தொடர் எழுத முயற்சிக்கலாம் எனக் கேட்டார். அப்போது அவரிடம் நிறையப் பழக்கமில்லை. ஆனால் என் எழுத்து மீதான நம்பிக்கையில் அல்லது என் மீதான பிரியத்தில் என்னைக் கேட்டார். அப்போது கிட்டத்தட்ட பத்து தொடர்களுக்கான ஐடியாவை அவரிடம் சொன்னேன். அதில் அவரே பொறுக்கித் தேர்ந்தெடுத்து, குங்குமம் ஆசிரியருக்கு அனுப்பி வைத்த இரண்டு ஐடியாக்களுள் ஒன்றுதான் ச்சீய்.

நியாயமாய்ப் பார்த்தால் ஜெகன் இதை எனக்குச் செய்திருக்க வேண்டும் என எந்த அவசியமும் இல்லை. எழுதும் வகைமை வேறு வேறு என்றாலும், சமகாலத்தில் எழுதுகிறோம் என்பதால் ஒருவகையில் அவரும் நானும் போட்டியாளர்கள். ஆனால், அவர் அதை எல்லாம் பொருட்படுத்தாமல் எனக்கு வாய்ப்பு பெற்றுத் தர முயன்றார். அது எனக்கு நிஜமாய் பேராச்சரியம். நான் அவரிடத்திலும் அவர் என் இடத்திலும் இருந்திருந்தால்,

சி.சரவணகார்த்திகேயன்

அவருக்கு நான் இப்படி உதவி இருப்பேனா என்பது சந்தேகமே. அவருக்கு என் அன்பினை உரித்தாக்குகிறேன், அந்த நன்றியுணர்வின் நீட்சியாகவே இந்தப் புத்தகத்தை அவருக்கு சமர்ப்பணம் செய்திருக்கிறேன்.

குங்குமம் முதன்மை ஆசிரியர் தி.முருகன் நான் அனுப்பி வைத்த ச்சீய் சாம்ப்பிள் அத்தியாயங்களை வாசித்து அங்கீகரித்து, பொறுமையாய்க் காத்திருந்து குழுமத்தின் ஒப்புதல் வாங்கினார். நான் அறிந்த வரை அவர் மிகுந்த தேடல் கொண்டவர். நான் எந்த விஷயத்தையும் புதிதாக அவரிடம் சொல்லி விட முடியவில்லை. எல்லாமே அவருக்கு ஏற்கனவே தெரிந்திருந்தது. அதனால் எதைக் குறித்தும் நான் விளக்க வேண்டி இருக்கவில்லை. வாரா வாரம் தலைப்பு சொல்லி அதை எழுதலாமா என்று அவரது முடிவு கேட்க வேண்டியது மட்டுமே ஒரே வேலையாக இருந்தது.

இடையில் ச்சீய் என்று தலைப்பிட்டு தொடர் தொடங்க முடிவான வேளையில், குமுதம் இதழில் ஏ ஜோக் பகுதி ஒன்றினை அதே பெயரில் தொடங்கினார்கள். அதனால் என் தொடருக்கு ச்சீய் பக்கங்கள் என்று பெயர் மாற்றினார் தி.முருகன்.

தொடரை மங்கலகரமாய் ப்ரேஸியரில் தொடங்கினேன். மொத்தம் 25 வாரங்கள் எந்தத் தடையும் இல்லாமல் தொடர் வெளிவந்தது. வாரா வாரம் குங்குமம் வாசகர் கடிதங்கள் பகுதியில் ச்சீய் பக்கங்கள் தொடர் குறித்து ஒரு நேர்மறை கருத்தாவது வெளியாகிக்கொண்டிருந்தது. தி.முருகனிடம் பேசியபோதும் சிக்கலான விஷயங்கள் குறித்து ஆபாசம் கலக்காமல் நாசூக்காக எழுதிப்போவதாகவே பெரும்பாலான விமர்சனங்கள் வருவதாகத் தெரிவித்தார்,

வெகுஜன இதழ்களுக்கு எழுதி அனுபவமில்லா ஓர் இளம் எழுத்தாளனின் முதல் தொடருக்கு விற்பனையில் மாநில அளவில் முதல் மூன்று இடங்களில் இருக்கும் ஒரு பிரபலமான வார இதழ் ஆறு பக்கங்களை ஒதுக்கித் தருமா? தி.முருகன்

அதைச் செய்தார். இத்தருணத்தில் அவருக்கு என் நன்றியினைப் பதிகிறேன்.

அம்ருதா இலக்கிய இதழில் 2011 நொபேல் பரிசுகள் பற்றிய ஒரு தொடரை ஏற்கனவே எழுதி இருக்கிறேன் என்றாலும், ஒரு வெகுஜன இதழில் தொடர் எழுதுவது அதுதான் முதல் முறை. தவிர அது வாரா வாரம் எழுத வேண்டி இருந்தது. அதற்காக நிறையத் தகவல் திரட்ட வேண்டி இருந்தது. இன்றைய இணைய வசதி மிகுந்த சூழலில் இது எனக்கு ஓரளவுக்கு எளிமைப்பட்டது என்றாலும், அது மிகுந்த அழுத்தம் தரும் அனுபவமாகவே அமைந்தது.

இந்த வசதி எல்லாம் இல்லாத காலத்தில் இதுபோல் எழுதிய சுஜாதாவும் மதனும் எவ்வளவு உழைத்திருக்க வேண்டும் என நினைத்துக் கொண்டேன்.

தொடருக்கு லேஅவுட் செய்தவர்களுக்கு என் பிரத்யேக நன்றிகள். ஒவ்வொரு வாரமும் மிக அழகான டிஸைனும் மிகப் பொருத்தமான புகைப்படங்களும் இடம் பெற்றன. குங்குமம் இதழை வாங்கிப் புரட்டுபவர்கள் இந்த அளவு கவர்ச்சியான லேஅவுட்டைக் கண்டபின் தாண்டிச் செல்ல முடியாது. படிக்க வைத்துவிடும்.

என் இதுவரையிலான அத்தனை எழுத்துகளிலும் அதிகம் பேரால் வாசிக்கப்பட்ட படைப்பு ச்சீய் பக்கங்கள் தொடராகவே இருக்கும். குங்குமம் இதழின் பரந்துபட்ட வாசகக் கூட்டமே காரணம். என் எழுத்துப் பிரயாணத்தின் ஒரு மைல்கல் இது.

ச்சீய் பக்கங்கள் தொடர் குங்குமம் இதழில் 2012 பிற்பகுதியில் தொடங்கி 2013ன் முற்பாதி வரை வெளியானது! இந்தத் தொடர் வெளிவந்து கொண்டிருக்கும் போதே நிறைய நண்பர்கள் இது எப்போது தொகுப்பாக வெளிவரும் என்பதை விசாரித்தபடி இருந்தார்கள். சில இடங்களில் சில காரணங்களால் பதிப்பிக்கத் தயங்கி இப்போது இறுதியாக ஆர்.முத்துக்குமாரின் உதவியுடன் சிக்ஸ்த் சென்ஸ் பதிப்பகம் மூலம் இந்தத் தொடர் தொகுக்கப்பட்டு நூலாக வெளிவருகிறது.

சி.சரவணகார்த்திகேயன்

வாரா வாரம் குங்குமம் இதழுக்கு அனுப்பும் முன்பே இந்தத் தொடரின் முதல் வாசகியாக இருந்தவள் என் மனைவி. இப்படி ஒரு தொடரை அவள் கணவன் எழுதுவது தொடர்பாய் அவள் ஒருபோதும் அசூயைப்படவில்லை. மாறாக முடிந்த அளவு இந்தத் தொடரைத் தெரிந்தவர்களிடத்தில் அறிமுகப்படுத்தினாள். எங்கள் அப்பார்ட்மெண்ட்டிலேயே இதற்குத் தீவிர தொடர் வாசகிகள் உருவானார்கள்.

இதைத் தொடர்ந்து வாசித்து விமர்சிக்கவும் ஊக்குவிக்கவும் செய்த என் நண்பர்கள் அனைவருக்கும் நன்றி. தொடர் தன் வடிவத்தைக் கண்டெடுக்க அவர்கள் உதவினர்.

என் அம்மாதான் இதை எழுதுவதை எதிர்த்தார். ஆனாலும் தொடர்ந்து வாசித்தார்!

இந்தப் புத்தகத்திற்கான தலைப்பாக தொடருக்கு ஆரம்பத்தில் உத்தேசித்திருந்த தலைப்பான ச்சீய் என்பதையே வைத்து விட்டேன். Short, Sweet and Sexy!

ச்சீய் பக்கங்கள் இரண்டாம் பாகம் எழுதும் அளவு தலைப்புகள் இன்னும் மிச்சம் இருக்கின்றன. நல்ல தோதான தளமும் சூழலும் வாய்க்கும்போது எழுதுவேன்.

சி. சரவணகார்த்திகேயன்

பெங்களூரு / 25-ஃபிப்ரவரி-2014

பொருளடக்கம்

முதற்பதிப்பின் முன்னுரை Foreplay 7
1. ப்ரா 17
2. காண்டம் 25
3. சானிடரி நாப்கின் 33
4. டாய்லெட் 42
5. பேண்டீஸ் 51
6. ஃப்ரெஞ்ச் கிஸ் 60
7. எரோட்டிக்கா 69
8. போர்னோகிராஃபி 78
9. போஸ்ட்மார்ட்டம் 86
10. பிகினி 95
11. பிரசவம் 103
12. சிஸேரியன் 112
13. விபச்சாரம் 121
14. ஹோமோசெக்ஸ் 130
15. லெஸ்பியன் 139
16. அபார்ஷன் 148
17. திருநர் 158
18. கற்பழிப்பு 167
19. ப்ரெஸ்ட் இம்ப்ளான்ட் 176
20. கருத்தடை 185
21. செயற்கைக் கருத்தரிப்பு 194
22. ஆண்மைக்குறைவு 203
23. ஆண்மை நீக்கம் 212
24. பால்வினை நோய்கள் 221
25. மலட்டுத்தன்மை 230
26. கலவி 238

1. ப்ரா

"I didn't even know my bra size until I made a movie."

- Angelina Jolie, Hollywood Actress

ப்ரா என சுருக்கமாக அழைக்கப்படும் ப்ரேஸியர் என்ற உள்ளாடை பெண்களின் மார்புகளை மறைக்கவும் (சிலபல சமயங்களில் நிறைக்கவும்!) கவர்ச்சியாகவும் கம்பீரமாகவும் நிமிர்ந்து நிற்கச் செய்யும் சப்போர்ட் உபகரணமாகவும் உலகெங்கும் பயன்படுத்தப்படுகிறது. ப்ரா என்பது இன்று ஃபேஷன் மட்டுமல்ல; அத்தியாவசியம்.

ஆதிகாலந் தொட்டே மனித இனம் ஏதாவது வடிவில் ப்ராக்களைப் பயன்படுத்தி வந்திருக்கிறது. கிமு 14ம் நூற்றாண்டில் மினோயன் என்ற கிரேக்க நாகரிகத்தில் பெண் அத்லெடிக் வீரர்கள் ப்ராவுக்கும் பிகினிக்கும் இடைப்பட்ட உள்ளாடையை அணிந்திருக்கின்றனர். கிமு 2500ல் மார்புகளைத் தூக்கி நிறுத்தி நன்கு பார்வைக்குக் காட்டும்படி உள்ளாடைகளை அணிந்தனர். பண்டைய கிரேக்கத்தில் ஒரு பக்க மார்பகங்கள் மட்டும் வெளிப்படுமாறு தோன்றும் உள்ளாடைகளை அணிந்தனர்.

ச்சீய்... பக்கங்கள்

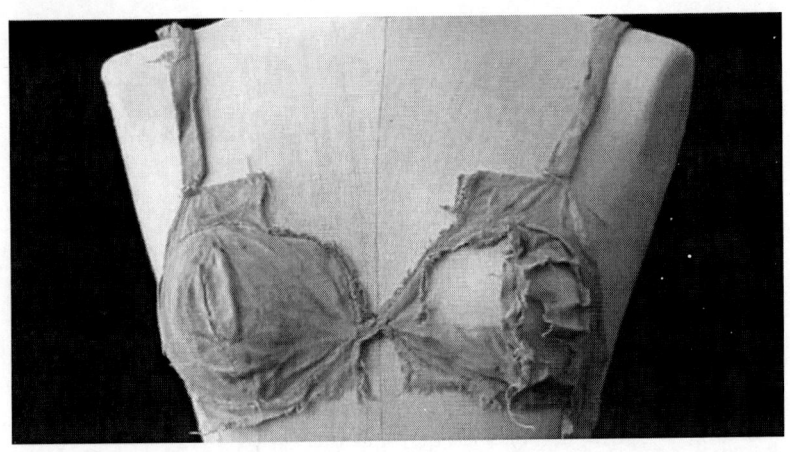

பண்டைய ரோமில் கிமு 450 முதல் கிபி 285 வரை மார்பக அளவைக் குறைத்துக் காட்ட மார்பகத்தைச் சுற்றி பேண்ட்கள் போன்ற கச்சைகளைப் பயன்படுத்தினர். பண்டைய எகிப்தில் பொதுவாய் பெண்கள் திறந்த மார்புகளோடே வலம் வந்தனர். சிலர் ஒருபுறம் தோள்பட்டை சுற்றிய ஸ்ட்ராப் வைத்த மேலாடைகள் அணிந்தனர். இந்தியாவில் ஹர்ஷ வர்த்தனரின் காலத்தில் (1ம் நூற்றாண்டு) பெண்கள் கஞ்சுகா என்ற மார்க்கச்சை அணிந்தனர். இதற்கென ஸ்பெஷல் டெய்லர்களும் இருந்தனர்!

சங்க காலத் தமிழர்கள் ப்ரா பயன்படுத்தியதாய்த் தெரியவில்லை. கண்ணகிக்கும் அவ்வைக்கும் ப்ரேஸியர் இல்லாமல்தான் சிலைகள் வைக்கப்பட்டிருக்கின்றன. பிற்பாடு மார்க்கச்சைகள் வந்தன. வைரமுத்து 'வில்லோடு வா நிலவே' நாவலில் 'வம்பு' என்ற சொல் மார்க்கச்சையைக் குறிப்பதையொட்டி romantic comedy வைத்திருப்பார்.

சீனாவில் மிங் வம்சத்தினர் ஆட்சியில் இருந்தபோது (14-17ம் நூற்றாண்டுகள்) கப்களும் ஸ்ட்ராப்களும் வைத்த, தோள்பட்டை வழியே கீழ்ப் பின்புறம் வரை ஓடும் ஓர் ஆடையைப் பணக்காரப் பெண்கள் அணிந்தனர். பிற்பாடு க்விங் அரச மரபின்போதும் (17 - 20ம் நூற்றாண்டுகள்) இதே ப்ரா ஃபேஷன் தொடர்ந்தது.

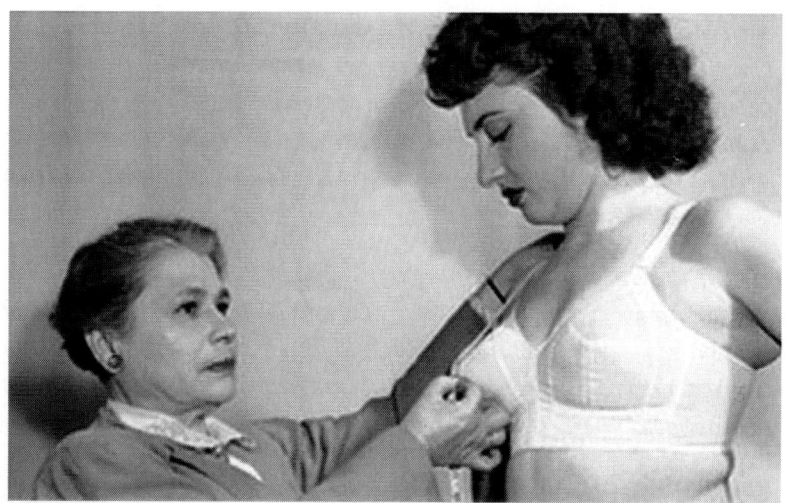

16ம் நூற்றாண்டில் ப்ரெஞ்ச் அரசர் இரண்டாம் ஹென்றியின் மனைவி கேத்ரீன், அரசவையில் பெண்கள் பருத்த இடையுடன் வரலாகாது என்ற சட்டம் கொண்டு வந்தார். இதனால் ஸ்டீலால் ஆன கார்ஸெட்கள் புழக்கத்துக்கு வந்தன. பின்னர் 20ம் நூற்றாண்டின் இறுதிவரையிலும் கார்ஸெட்களின் ஆட்சிதான்.

19ம் நூற்றாண்டில் பெண்கள் தமது உடை குறித்து சுதந்திர பிரக்ஞை கொள்ளத் துவங்கினர். 1859ல் ப்ராவுக்கான முதல் மாதிரியை ஹென்றி லெஷர் என்பவர் வடிவமைத்தார். 1863ல் லூமன் சேப்மன் என்பவரின் கார்ஸெட்களுக்கு மாற்றான ப்ராவுக்கு பேடண்ட் தரப்பட்டது. 1866ல் ப்ரிட்டனில் முதல் ப்ரா தயாரிக்கப்பட்டது.

1904ம் ஆண்டு சார்லஸ் டெபொவைஸ் என்பவர் ப்ரேஸியர் என்று பெயரிட்டார். 1907ம் ஆண்டு இச்சொல் முதன் முதலாக அமெரிக்காவின் *Vogue* பத்திரிகையில் பயன்படுத்தப்பட்டது. 1911ல் இது ஆக்ஸ்ஃபோர்ட் அகராதியில் சேர்க்கப்பட்டது.

1910ல் மேரி ஃபெல்ப்ஸ் என்ற 19 வயதுப் பெண் தன் பருத்த மார்புகள் காரணமாக அப்போது பரவலாக இருந்த

கார்ஸெட்களை அணிய சங்கடப்பட்டார். அவர் தன் பணிப்பெண்ணுடன் இணைந்து தனக்கென இரு பட்டுக் கைக்குட்டைகளை ரிப்பன் கொண்டிணைத்து ஒரு புதுவகை உள்ளாடையை உருவாக்கினார். அதுதான் நவீன ப்ராக்களின் துவக்கப்புள்ளி. 1914ல் பேடண்ட் வாங்கி வியாபாரம் தொடங்கினார்.

அவர் கணவருக்கு அவரது இந்த ப்ரா தொழிலில் விருப்பமில்லாததால் வார்னர் ப்ரதர்ஸ் நிறுவனத்துக்கு 1,500 டாலர்களுக்குத் தன் பேடண்ட் உரிமத்தை விற்றார். இன்று வார்னர் பிரதர்ஸ் மிகப் பெரிய ப்ரா உற்பத்தி நிறுவனமாகத் திகழ்கிறது.

முதலாம் உலகப் போரின்போது பெண் ராணுவ வீரர்கள் சீருடைக்குள் ப்ரா அணிய வேண்டி இருந்தது. பெண்கள் கும்பலாய் கார்ஸெட்டிலிருந்து ப்ராவுக்கு மாறினர்.

1928ல் இடா மற்றும் வில்லியம் ரோஸெந்தால் என்ற ரஷ்ய தம்பதியர் ஒவ்வொரு பெண்ணுக்கும் ஒவ்வொரு மார்பளவு இருப்பதைக் கவனித்து வேறுபட்ட அளவு கொண்ட ப்ராக்களைத் தயாரித்தார். இதைத் தொடர்ந்து 1935ல் வார்னர் நிறுவனம் கப் A, B, C, D என்ற அளவுகளில் ப்ராக்களை விற்பனை செய்யத் தொடங்கியது.

நாற்பதுகளில் இரண்டாம் உலகப் போர்க் காலத்தில் தேசப் பற்றுடன் ப்ரா பற்றும் பரவலானது. புல்லட் ப்ரா போன்ற யுத்தத் தொடர்புடைய பெயர்களில் ப்ராக்கள் விற்கப்பட்டன. ப்ரா மிக சகஜமான ஓர் ஆடையாக உருவெடுத்தது அப்போதுதான்.

1948ல் ஃப்ரெட்ரிக் மெலிங்கர் ரைசிங் ஸ்டார் என்ற முதல் புஷ் அப் ப்ராக்களை உருவாக்கினார். 1964ல் லூயி பொய்ரியர் வொண்டர் ப்ராக்களைத் தயாரித்தார். 1959ல் வார்னர் நிறுவனத்தார் முதல் எலாஸ்டிக் ப்ராக்களை அறிமுகப்படுத்தினர்.

ஆண்கள் ப்ராக்களைப் பார்த்து வாங்கும் சங்கடம் போக்க

சி.சரவணகார்த்திகேயன்

1977ல் ப்ராக்களுக்கான கேட்லாக்குகளை விக்டோரியாஸ் சீக்ரெட் என்ற நிறுவனம் தயாரித்தது. 1977ல் ஹிண்டா மில்லர் மற்றும் லிசா லிண்டல் என்ற இருவரால் முதல் ஸ்போர்ட்ஸ் ப்ரா உருவாக்கப்பட்டது. தொண்ணூறுகளில் காற்று, நீர், சிலிக்கோன் - ஏதாவது அடைக்கப்பட்ட க்ளிவேஜை எடுப்பாய்க் காட்டும் ப்ராக்கள் உருவாக்கப்பட்டன.

மேற்சொன்ன வகைகளைத் தவிர இன்று ஃபுல்கப், டெமிகப், சாஃப்ட்கப், ப்ளஞ்ச், டிஷர்ட், அண்டர்வயர், பேக்லெஸ், ஸ்ட்ராப்லெஸ், அன்லைன்ட், பேடட் ப்ரா என பலவகை ப்ராக்கள் இருக்கின்றன. குழந்தைக்குப் பாலூட்ட வசதியாக நர்சிங் ப்ரா, ஆண்களுக்கு பெரிதாக வளர்ந்த மார்புகளை மறைக்க மேல் ப்ரா இருக்கின்றன.

ப்ராக்கள் 4 சைஸ்களில் கிடைக்கின்றன. கப் A - 224 கிராம் (முட்டை கப்), கப் B - 364 கிராம் (டீ கப்), கப் C- 588 கிராம் (காஃபி கப்), கப் D - 756 கிராம் (சேலஞ்ச் கப்).

75 முதல் 85 சதவிகிதம் பெண்கள் தமக்குப் பொருந்தாத தவறான அளவு ப்ராக்களைப் பயன்படுத்துகிறார்கள். இதற்காக சான் ஃப்ரான்ஸிஸ்கோவைச் சேர்ந்த சாஃப்ட்வேர் எஞ்சினீயர்களான ஆர்த்தி ராமமூர்த்தி (பூர்வீகம் சென்னை), மிச்செல் லேம் என்ற இருவர் இணைந்து ஓர் இணையதளம் உருவாக்கி இருக்கிறார்கள். பல சர்வேக்கள் மூலம் கண்டடைந்த அல்காரிதத்தைப் பயன்படுத்திச் சில எளிய கேள்விகள்

மூலம் ஒவ்வொரு பெண்ணுக்குமான சரியான ப்ரா சைஸை அடையாளங்காட்டுகின்றனர்.

சிலருக்கு மார்பு வலி, தோல் அரிப்பு போன்றவை ப்ரா அணிவதால் வருகின்றன. *Dressed to Kill* என்ற தமது புத்தகத்தில் சிட்னி ராஸ் சிங்கர், சோமா க்ரிஸ்மேய்கர் இருவரும் ப்ரா அணிவதால் கேன்சர் கூட வரும் என்று பயமுறுத்துகிறார்கள்.

விக்டோரியாஸ் சீக்ரெட் என்ற நிறுவனம் காஸ்ட்லி ப்ராக்களை உருவாக்குவதில் புகழ் பெற்றது. பொதுவாய் இவற்றில் விலை உயர்ந்த கற்கள் பதிக்கப்பட்டிருக்கும். கின்னஸ் புத்தகத்தின்படி 2001ல் இந்நிறுவனம் தயாரித்த 12.5 மில்லியன் டாலர் மதிப்புள்ள ஹெவன்லி ஸ்டார் ப்ராதான் இன்றைய தேதியில் உலகின் விலை உயர்ந்த ப்ரா. இதில் 1,200 இலங்கை நீலக்கற்களும், 90 கேரட் மரகத வெட்டு வைரம் ஒன்றும் பதிக்கப்பட்டிருந்தது. பிற்பாடு 2005ல் அதே விலைக்கு செக்ஸி ஸ்ப்லெண்டர் ஃபேண்டஸி ப்ராவைத் தயாரித்து வெளியிட்டது இந்நிறுவனம்.

பிரபல ஹாலிவுட் நடிகைகள் தாம் பயன்படுத்திய ப்ராக்களை ஏலம் விடுகின்றனர். 2009ம் ஆண்டு லண்டனில் ஐம்பது வருடம் முன்பு இறந்த மர்லின் மன்றோவின் ப்ரா ஒன்று 5,200 டாலர்களுக்கு ஏலம் எடுக்கப்பட்டது. 2010ல் மன்றோவின் இந்தச் சாதனையை அவரே முறியடித்தார். 7,000 டாலர்களுக்கு அவரது இன்னொரு ப்ரா ஏலம் எடுக்கப்பட்டது. தற்போது நல்ல விஷயங்களுக்காக நடிகைகள் ப்ராக்களை ஏலம் விடுகின்றனர். லேடி காகா தன் கார்ஸெட்டை 5,000 டாலர்களுக்கு ஏலத்தில் விற்றார். அந்தப் பணத்தை ஹைதி பூகம்ப நிவாரணப் பணிகளுக்கு வழங்கினார்.

நியூஸிலாந்தில் ஒரு பிரபல டூரிஸ்ட் ஸ்பாட் ப்ரா வேலி. சாலையை ஒட்டி இருக்கும் ஒரு கம்பி வேலி முழுக்க ப்ராக்கள் தொங்குகின்றன. போக வரும் பெண் டூரிஸ்டுகளும் வேலிக்குத் தத்தம் பங்களிப்பை அளித்துச் செல்கின்றனர்.

பெண்களைப் பிடித்தும் ஆண்களுக்குப் பிடித்தும் உலகம்

முழுக்க மக்கள் மனதில் ப்ராக்கள் சிம்மாசனமிட்டிருந்தாலும் அவ்வப்போது எதிர்ப்புகளையும் சந்திக்கின்றன.

அறுபதுகளில் பெண்களை ஆண் இனம் போகப் பொருளாகப் பயன்படுத்துகிறது என்று பெண்ணிய அமைப்புகள் ப்ரா எதிர்ப்பு மற்றும் எரிப்புப் போராட்டங்கள் நடத்தினர். 1968ல் அட்லாண்டிக் சிட்டியில் மிஸ் அமெரிக்கா அழகிப் போட்டியின் போது நடத்தப்பட்ட ப்ரா எரிப்புப் போராட்டம் பலத்த அதிர்வுகளை உண்டாக்கியது.

2009ல் சோமாலியாவில் அல் ஷபாப் என்ற இஸ்லாமிய மத அடிப்படைவாதக் குழு ஒன்று ஷரியா சட்டங்களின்படி பெண்கள் ப்ரா அணிவது தவறு என்று சொல்லி நடுரோட்டில் போகவரும் பெண்களை துப்பாக்கிமுனையில் நிறுத்தி வைத்து, ப்ரா அணிந்திருக்கின்றனரா என்று சோதனை போட்டு ப்ராக்களைக் கிழித்து அகற்றினர்.

1969ல் ருலால்ஃப் க்ரிஸ்டியன் என்ற ஃபேஷன் வரலாற்று ஆய்வாளர் 'ப்ராவுக்கு அஞ்சலி' என்ற தலைப்பில் ப்ராக்கள் விரைவில் அழியும் என்ற அடிப்படையில் ஒரு கட்டுரை எழுதினார். பொதுவாக பிரபலங்களே அந்தந்தக் காலகட்டங்களின் ஃபேஷனை நிர்ணயிக்கிறார்கள். இப்போது ப்ரிட்னி ஸ்பியர்ஸ், பேரிஸ் ஹில்டன் போன்ற பிரபலங்கள் ப்ரா அணியாமல் உலா வருவது சகஜமாகி வருகிறது.

ஆனாலும் ப்ராக்கள் இன்றும் பெண்களின் அந்தரங்க இஷ்ட சங்கதியாக நீடித்து வருகிறது. ஆண்கள் உள்ள வரை பெண்கள் ப்ராக்களைப் பகிஷ்கரிக்க மாட்டார்கள்!

★

Stats சவீதா

- ஒரு பெண் ஒரு சமயத்தில் சராசரியாக 9 ப்ரேஸியர்கள் வைத்திருக்கிறாள்.

- மேற்கு நாடுகளில், ஆஸ்திரேலியாவில் 90% பெண்கள் ப்ரா அணிகிறார்கள்.
- உலகமெங்கும் ஒரு நாளில் 40 லட்சம் ப்ராக்கள் உற்பத்தி செய்யப்படுகின்றன.
- ஆண்டுதோறும் 1600 கோடி டாலர்கள் ப்ராக்களுக்கெனச் செலவழிக்கிறார்கள்.
- கடந்த 15 ஆண்டுகளில் சராசரி ப்ரா சைஸ் 34Bயிலிருந்து 36C ஆகிவிட்டது.

கவிஞர் கில்மா

ப்ரேஸியர்

புவியீர்ப்பு விசை
எதிர்க்கும் போரில்
விழியீர்ப்புப் பசை
பூசியபடி நிற்கும்
பருத்தி வீரன்.

2. காண்டம்

"Condoms should be marketed in 3 sizes, jumbo, colossal, and super colossal, so that men do not have to go in and ask for the small"

- Barbara Seaman,
American Author, Activist & Journalist

கர்ப்பமுறுதலையும், பாலியல் நோய்ப் பரவலையும் தடுக்கப் பயன்படும் ரப்பர் சாதனம் காண்டம். கலவியின் போது ஆண் உறுப்பில் இதை அணிவதன் மூலம் உயிரணுக்கள் பெண் உறுப்புக்குள் நுழையாமல் தடுப்பதே கதையின் ஒன்லைன். பெண்ணுறை கூட இருந்தாலும் காண்டம் என்பது பொதுவாய் ஆணுறைதான்.

பல்லாயிரம் ஆண்டுகளாக மானுட சமூகம் காண்டம்களைப் பயன்படுத்துகிறது. 12,000 15,000 வருடங்களுக்கு முந்தைய ஃப்ரான்ஸின் Grotte des Combarrelles குகை ஓவியங்களில் ஆண்கள் காண்டம் அணிந்திருக்கும் சித்திரங்கள் இருக்கின்றன.

கிமு 1305-1220ல் எகிப்தியர்கள் லைனன் உறைகளை பாலியல் வியாதிகளுக்கு எதிரான கவசமாகப் பயன்படுத்தி உள்ளனர். கிபி 150ல் வாழ்ந்த மினோஸ் என்ற கிரேக்க மன்னருக்கு அவரது உயிரணுக்களில் தேள்களும் பாம்புகளும் இருக்கும் சாபம் பெற்றிருப்பதாக நம்பப்பட்டது. அதனால் அவர் தாம் புணரும் பெண்களுக்கு ஆடுகளின் சிறுநீர்ப்பையை உறையாக்கிப் பயன்படுத்தினார். முதல் பெண்ணுறை.

2ம் நூற்றாண்டில் ரோமப் பேரரசில் காண்டம்கள் புழக்கத்தில் இருந்திருக்கின்றன. 5ம் நூற்றாண்டில் ரோம சாம்ராஜ்யத்தின் சரிவிற்குப் பின் 15ம் நூற்றாண்டு வரை ஐரோப்பிய சரித்திரப் பக்கங்களில் ஆணுறைகள் குறித்த எந்தத் தகவலும் இல்லை.

15ம் நூற்றாண்டுக்கு முன்பு ஆண்குறியின் முனையை மட்டும் மூடுவது போன்ற டிஸைனிலான காண்டம்கள் ஆசிய நாடுகளில் புழக்கத்தில் இருந்திருக்கின்றன.

சீனாவில் எண்ணெய் தடவிய பட்டுக் காகிதத்திலும், குறும்பாட்டுக் குடலிலும், ஜப்பானில் ஆமை ஓடுகளிலும், மிருகக் கொம்புகளிலும் இவை செய்யப்பட்டன.

1494ல் ஃப்ரெஞ்சுத் துருப்புக்களிடம் பரவிய சிஃபிலிஸ் என்ற பாலியல் நோய் 16ம் நூற்றாண்டில் ஐரோப்பா முழுக்கப் பரவியது. கேப்ரியல் ஃபெல்லோப்பியஸ் என்ற விஞ்ஞானி லைனன் உறைகளை உருவாக்கி ஆண்களை அணியச் செய்தார். 16ம் நூற்றாண்டின் பிற்பகுதியில், சில ரசாயனக் கலவையில் உறைகளை முக்கி, காய வைத்துப் பயன்படுத்தினர். இவை தாம் முதல் உயிரணுக்கொல்லி காண்டம்கள்.

இங்கிலாந்தில் டட்லி கேஸில் என்ற இடத்தில் 1640ம் ஆண்டு பயன்பாட்டில் இருந்த விலங்குக் குடலில் செய்த காண்டம் கிடைத்திருக்கிறது. இதுதான் இதுவரையில் நமக்குக் கிடைத்திருப்பனவற்றில் மிகப் பழமையான காண்டம்.

காண்டம் என்ற பெயர் 17ம் நூற்றாண்டில்தான் வந்தது. 1660களில் இங்கிலாந்தின் இரண்டாம் சார்லஸ் மன்னனுக்கு

செம்மறியாட்டுக் குடலில் எண்ணெய் தடவி ஆணுறையாகப் பயன்படுத்தச் செய்தார் டாக்டர் காண்டம் என்பவர். அவரது பெயரே அதற்கும் பெயரானது என்கிறார்கள். தவிர, ‘காண்டஸ்’ என்ற லத்தீன் சொல்லுக்கு பாத்திரம் எனப் பொருள். அதிலிருந்தும் வந்திருக்கலாம். ஜான் ஹாமில்டன் 1706ல் எழுதிய கவிதையில் காண்டம் என்ற சொல் முதன் முதலில் அச்சில் வந்தது.

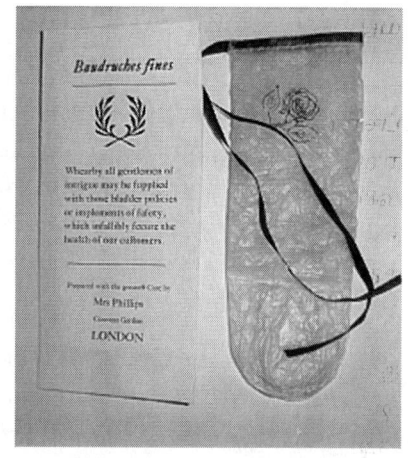

18ம் நூற்றாண்டில் மிருகக் குடல்களில் செய்யப்பட்ட ஆணுறைகள் பரவலாகப் புழக்கத்துக்கு வந்தன. ஆனால் இவை விலை அதிகம் என்பதால், சுத்தம் செய்து மறுபடி மறுபடி பயன்படுத்தினார்கள். அக்காலத்தின் மிகப் பிரபல உமனைஸரான கேஸனோவா கூட இவ்வகை காண்டம்களைப் பயன்படுத்தினார். இந்நூற்றாண்டின் பிற்பகுதியில் கையால் செய்யப்பட்ட ஆணுறைகள் லண்டனில் அறிமுகம் ஆனது. கடைகளில் விளம்பரங்கள் ஒட்டப்பட்டு, துண்டுப் பிரசுரங்களும் விநியோகித்தனர். 1844ல் ஃபிலடெல்ஃபியாவில் விலங்குகளின் உறுப்புகளைப் பயன்படுத்தி அவரவர் வீடுகளிலேயே காண்டம் தயாரிப்பதற்கான கையேடு ஒன்று வெளியிடப்பட்டது.

19ம் நூற்றாண்டில் அறிமுகம் ஆன வல்கனைஸிங் ரப்பர், காண்டம் தயாரிப்பில் ஒரு புரட்சியை உருவாக்கியது. 1843ல் குட்இயர் மற்றும் ஹேன்காக் இருவரும் இந்த ரப்பரைப் பயன்படுத்தி விலை மலிவான காண்டம்களைத் தயாரித்தனர்.

1861ல் ந்யூயார்க் டைம்ஸ் நாளிதழில் முதல் காண்டம் விளம்பரம் வெளியானது. 1873ல் அமலுக்கு வந்த காம்ஸ்டாக் சட்டம்

காண்டம் உள்ளிட்ட கருத்தடை விளம்பரங்களுக்கும், தபாலில் காண்டம்கள் அனுப்புவதற்கும் தடை விதித்தது.

20ம் நூற்றாண்டின் ஆரம்பத்தில் சமூக ஆர்வலர்கள் ஒழுக்கத்தைக் காரணம் காட்டி காண்டம் பயன்பாட்டை எதிர்த்தனர். இதன் காரணமாக. முதலாம் உலகப் போரில் ஈடுபட்ட அமெரிக்கப் படையினரில் 70%க்கும் மேலானோர் பாலியல் நோய்களைப் பெற்றனர். பின் மக்கள் மனநிலை மெல்ல மாறத் தொடங்கியது.

1906ல் காண்டம் தொடர்பான முதல் பேடண்ட் 'பௌச்' பதியப்பட்டது. 1919ல் ஓஹியோவில் ஃப்ரெட்ரிக் கில்லியன் என்பவர் இயற்கை ரப்பரிலிருந்து செய்த முதல் லேடக்ஸ் காண்டம்களை அறிமுகப்படுத்தினார். ஒருமுறை பயன்படுத்தித் தூக்கி எறியும் டிஸ்போஸிபள் வகையிலானவை இவை. இதனால் காண்டம்களின் உற்பத்தி பல்கிப் பெருகியது. 1930களின் மத்தியில் அமெரிக்காவில் ஒரு நாளைக்கு ஒன்றரை மில்லியன் காண்டம்கள் உற்பத்தி செய்யுமளவு உயர்ந்தது. இரண்டாம் உலகப் போரில் நாடுகள் தம் படைகளுக்கு லேடக்ஸ் காண்டம் விநியோகித்தன.

1928ல் ஜெர்மனியிலிருந்த ஃபார்ம்ஸ் என்ற நிறுவனம் காசு போட்டால் காண்டம் துப்பும் காண்டம் வெண்டிங் மெஷின்களை முதன் முதலில் அறிமுகப்படுத்தியது. கடையில் போய் காண்டம் கேட்டு நிற்கும் அவஸ்தைகளை இது போக்கியது.

1950களில் மெல்லிசான, இறுக்கமான காண்டம்களைத் தயாரிக்க ஆரம்பித்தார்கள். காண்டம் முனையில் சிறுதேக்கி ஒன்று கொண்டு வந்தனர். வெளியேற்றப்படும் உயிரணுக்களைக் கசியாமல் சேகரித்து வைக்க இது உதவியது. இங்கிலாந்தில் 1957ல் லூப்ரிகேடட் காண்டம்களை ட்யூரெக்ஸ் கம்பெனி அறிமுகப்படுத்தியது.

1960களின் தொடக்கத்தில் கருத்தடை மாத்திரைகளின் வரவால் காண்டம்களின் விற்பனை சரிந்தது. 1960களின்

இறுதியில் ஹிப்பிக்கள் முன்வைத்த கட்டற்ற பாலியல் சுதந்திரத்தின் பகுதியாக இளைஞர்கள் காண்டம்களை நிராகரித்தனர்.

பின் 1980களில் எயிட்ஸ் மற்றும் ஹெச்ஐவி நோய்க் கிருமி கண்டுபிடிக்கப்பட்ட பின்தான் காண்டம்களுக்கு மறுமலர்ச்சி ஏற்பட்டது. பார், பப் முதல் மளிகைக் கடை, சூப்பர் மார்க்கெட் வரை எல்லா இடங்களிலும் காண்டம்கள் விற்றார்கள்.

1990களில் கலர் காண்டம், வாசனை காண்டம், சுவை காண்டம், இருளில் ஒளிரும் காண்டம், வரிகளிட்ட காண்டம், புள்ளியிட்ட காண்டம், ராட்சச காண்டம் ஆகியன விற்பனைக்கு வந்தன. 1992ல் பெண்களுக்கான காண்டம் அறிமுகப்படுத்தப்பட்டது.

1993ல் உலக எய்ட்ஸ் தினத்தையொட்டி பொதுமக்கள் விழிப்புணர்வுக்காக 72 அடி நீளமுடைய உலகின் மிகப் பெரிய காண்டம் பாரிஸில் காட்சிக்கு வைக்கப்பட்டது. 1994ல் லேடக்ஸ் காண்டம்களுக்கு மாற்றாய் பாலியூரித்தேன் காண்டம்கள் அறிமுகப்படுத்தப்பட்டன. பெண் காண்டம்கள் ஆரம்பத்தில் பாலியூரித்தேனில் செய்யப்பட்டு வந்தது. இப்போது நைட்ரைல் என்ற வஸ்துவில் செய்கிறார்கள்.

2000ங்களின் தொடக்கத்தில் மிக மெல்லிய காண்டம்களை உருவாக்கும் நுட்பத்தை உருவாக்கினார்கள். இன்று 0.04 மிமி மெல்லிய காண்டம்கள் கூட கிடைக்கின்றன. ஒரே காண்டம் அளவு எல்லோருக்கும் பொருந்தாது என்பதுணர்ந்து வெவ்வேறு

நீளங்களில், அகலங்களில், வடிவங்களில் காண்டம்கள் விற்பனைக்கு வந்தன.

2006ல் காண்டம்களில் உயிரணுக்கொல்லி பயன்படுத்துவது ஹெச்ஐவி பரவுவதை அதிகரிக்கும் எனக் கண்டுபிடித்தனர். அதனால் அம்முறையைத் தடைசெய்தனர். 2008ல் பாலிஈஸோப்ரீன் காண்டம்கள் அறிமுகப்படுத்தப்பட்டன. ஸ்விச்சர்லாந்தில் 2010ல் பதின்பருவப் பெண்கள் கர்ப்பமுறுவது அதிகரித்து வருவதைத் தடுக்கும் வகையில் டீன்ஏஜ் காண்டம்கள் அறிமுகப்படுத்தப்பட்டன. இது பொதுவான காண்டம் அளவுகளைக் காட்டிலும் சற்றே சிறிய அளவில் அமைந்திருக்கும்.

காண்டம் ஆராய்ச்சி தொடர்ந்து நடைபெற்றுவருகிறது. ஸ்ப்ரே ஆன் காண்டம், இன்விஸிபிள் காண்டம் போன்றவை பரிசோதனை நிலையில் இருக்கின்றன.

நாம் நன்கறிந்த பிரதான பயன்பாடுகள் போக வேறு விஷயங்களுக்கும் காண்டம் பயன்படுகிறது. ஆன்ட்டிரேப் காண்டம் இருக்கிறது. இதைப் பெண்கள் அணிந்து கொண்டால் கலவியின் போது ஆணுக்குக் கடுமையான வலி உண்டாகும். அதனால் பாலியல் வல்லுறவிலிருந்து பெண்ணுக்குப் பாதுகாப்பு தருகிறது. மேற்கு நாடுகளில் பரிசோதனைக்கு விந்து சாம்பிள் சேகரிக்கவென கலெக்ஷன் காண்டம் இருக்கிறது.

கொக்கைன், ஹெராயின் போன்ற போதைப் பொருட்களைக் கடத்த காண்டம்கள் பயன்படுத்தப்படுகின்றன. சோவியத் யூனியன் காலத்தில் சிறைச்சாலைகளுக்குள் கைதிகளுக்கு ரகசியமாய்ச் சாராயம் எடுத்துச் செல்ல காண்டம் பயன்பட்டிருக்கிறது (ஒரு சராசரி சைஸ் காண்டமில் 3.79 லிட்டர் அளவு திரவமூற்றி நிரப்ப முடியும்).

இந்தியாவில் அரசாங்கத் தயாரிப்பான நிரோத் 1990கள் வரையிலும் புழக்கத்தில் இருந்தது. பின் காமசூத்ரா போன்ற தனியார் சரக்குகள் சந்தையை ஆக்கிரமித்தன.

கத்தோலிக்க மதம் காண்டம் பயன்பாட்டைப் பாவமாகவே சொல்லி வந்திருக்கிறது. ஒழுக்கமும் கட்டுப்பாடுமே பாலியல் வியாதிகளைத் தடுக்க வேண்டும், காண்டம் பயன்படுத்தலாகாது, அது இயற்கைக்கு எதிரானது என்பதை வலியுறுத்தி வந்தது வாட்டிகன் நிர்வாகமும். 2007ல் ஒரு பேட்டியில் தற்போதைய போப் பதினாறாம் பெனடிக்ட் இதையே சொல்லி இருந்தார். ஆனால் இதற்கான எதிர்ப்பும் இருந்தே வந்தது. 2010ல் ஹெச்ஐவி பரவலைத் தடுப்பது போன்ற சில தவிர்க்க இயலாத சூழல்களில் மட்டும் காண்டம் பயன்படுத்தலாம் என்று பேட்டி அளித்தார் போப்.

ஆணுறை அணியும் 'தில்லுதுர'கள் உள்ளவரை 'புள்ளிராஜா'வுக்கு எய்ட்ஸ் வராது!

★

Stats சவீதா

- உலகம் முழுக்க ஓராண்டில் 900 கோடி காண்டம்கள் பயன்படுத்தப்படுகின்றன.

- *80% புதிதாய் மணமான ஜப்பான் பெண்கள் காண்டம் பயன்படுத்துகின்றனர்.*
- *65% அமெரிக்க டீன்ஏஜினரிடையிலான கலவியில் காண்டம் பயன்படுகிறது.*
- *2% பெண்கள் காண்டம் பயன்படுத்தியதையும் தாண்டி கர்ப்பமுறுகிறார்கள்.*
- *காண்டம் உடைந்து கசிய 0.4% - 2.3%, ஸ்லிப் ஆக 0.6% - 1.3% வாய்ப்புண்டு.*

கவிஞர் கில்மா

காண்டம்

நோய்மையைக் கொன்று கிள்ளி
தாய்மையதை வென்று தள்ளும்
இரப்பர் திரையிட்ட சர்வசுதந்திர
உயிருடல்களின் உறையாடலில்
உயிரணுக்களும் உரையாடுமோ!

★★★

3. சானிடரி நாப்கின்

"So what would happen if men could menstruate? Clearly, menstruation would become an enviable, worthy, masculine event: Sanitary supplies would be federally funded and free. Of course, some men would still pay for the prestige of commercial brands"

- Gloria Steinem, American Journalist

சானிடரி நாப்கின் என்பது பெண்களின் மாதவிலக்கின் போதான ரத்தப் போக்கை உறிஞ்சி சுகாதாரத்தையும், சௌகர்யத்தையும் தரும் பஞ்சுப் பொருள். இது தவிர யோனியில் அறுவை சிகிச்சை, பிரசவத்துக்குப் பிந்தைய நாட்கள், கருக்கலைப்பு என பெண் பிறப்புறுப்பில் ரத்தப்போக்கு நிகழ வாய்ப்புள்ள எல்லா சூழல்களிலும் அதைக் கையாளப் பயன்படுகிறது. சானிடரி டவல், சானிடரி பேட் என்று வேறு பெயர்கள் இதற்கு உண்டு - அல்லது பேட் என்று சுருக்கமாய். நம்மூரில் பிரபல ப்ராண்டின் பெயரால் பொதுவாய் இதை விஸ்பர் என்று அழைப்பவரும் உண்டு.

சானிடரி நாப்கின் என்பது உடலுக்கு வெளியே, உள்ளாடையுடன் ஒட்டி வைத்துப் பயன்படுத்துவது. இன்னொரு வகையான

டாம்பன் என்பது உடலுக்கு உள்ளே உறுப்புக்குள் வைத்துப் பயன்படுத்துவது. அடுத்து மென்ஸ்டுரல் கப் என்பது உடலின் உள்ளே வைத்து ரத்தப் போக்கை சேகரித்து வெளியூற்றும் கிண்ணம்.

ஏவாள் வாழ்க்கை மரத்தின் (*Tree of Life*) கனிகளை உண்ட பின் தன் முதல் மாதவிலக்கை அடைந்ததாகச் சொல்கிறார்கள். நிர்வாண ஏவாள் இதை எப்படி எதிர்கொண்டாள்? ஒருவேளை இலை தழைகளைப் பயன்படுத்தி இருக்கலாம்.

பைபிள் பழைய ஏற்பாட்டின் ஆதியாகமம் அதிகாரம் 31ல் (வாசகம் 35) "அவள் தன் தகப்பனை நோக்கி: என் ஆண்டவனாகிய உமக்கு முன்பாக நான் எழுந்திராததைக் குறித்துக் கோபங்கொள்ள வேண்டாம்; ஸ்திரீகளுக்குள்ள வழிபாடு எனக்கு உண்டாயிருக்கிறது என்றாள்" என வருகிறது. ராகேல் தன் தந்தை வரும்போது மாதவிலக்கின் காரணமாக எழவில்லை. எனில் அந்தக் காலத்துப் பெண்கள் அந்நாட்களின் போது சானிடரி நாப்கின் போன்ற எதுவும் அணியாது, எங்கும் வெளியே செல்லாது ஒரே இடத்தில் அமர்ந்து பொழுதைக் கழித்திருக்கின்றனர்.

மகாபாரதத்தில் துகிலுரிக்க முனையும் துச்சாதனனைப் பார்த்து "அச்சா, கேள். மாதவிலக் காதலா லோராடை தன்னி லிருக்கின்றேன். தார்வேந்தர் பொற்சபை முன் என்னை அழைத்த லியல்பில்லை" என்று திரௌபதி சொல்வதாக பாஞ்சாலி சபதத்தில் பாரதி எழுதுகிறார். துவாபர யுகத்திலேயே பரத கண்டத்தில் பெண்கள் மாதவிலக்கின் போது தனி ஆடை தரித்தனர் என்பதாக இதை எடுக்கலாம்.

பண்டைய எகிப்தில் பெண்கள் பேப்பிரஸ் என்ற அடர்த்தியான பேப்பர் சங்கதியை மென்மைப்படுத்தி டாம்பன் ஆகப் பயன்படுத்தி இருக்கின்றனர். கிரேக்கத்தில் சிறு மரத்துண்டுகளைப் பருத்திநார் சுற்றி டாம்பன் ஆகப் பயன்படுத்தினர். பைசன்டைன் என்ற ரோம சாம்ராஜ்யத்தில் வெண்கம்பளியை மென்மையாக்கி டாம்பன் ஆகப் பயன்படுத்தினர். பண்டைய

ஜப்பானில் பேப்பரால் ஆன டாம்பன்களை பேண்டேஜ் சுற்றிப் பயன்படுத்தினர். ஹவாயில் பெண்கள் ஃபெர்ன் என்ற செடியின் நாரை டாம்பன் ஆகப் பயன்படுத்தினர். இன்றும் சில ஆப்ரிக்க மற்றும் ஆசிய தேசப் பெண்கள் புல் மற்றும் செடிகளை மாதவிலக்கின் போது பயன்படுத்துகின்றனர்.

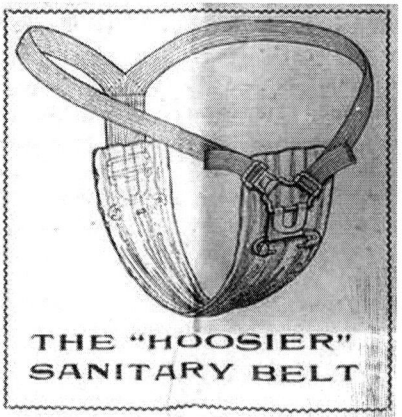

சானிடரி நாப்கின் பற்றிய குறிப்பு சூடா என்ற 10ம் நூற்றாண்டின் ரோமானிய என்சைக்ளோபீடியாவில் வருகிறது. 4ம் நூற்றாண்டைச் சேர்ந்த ஹைபாஷியா என்ற பெண் தத்துவஞானி, தன் பின்னால் சுற்றும் ஒருவனை விரட்டத் தான் பயன்படுத்திய சானிடரி நாப்கினை அவன் மீது வீசி எறிந்ததாக அது சொல்கிறது.

17ம் நூற்றாண்டில் ஐரோப்பியப் பெண்கள் திணிப்புப் பஞ்சு மற்றும் கடற்பஞ்சை நாப்கினாகப் பயன்படுத்தினர். 19ம் நூற்றாண்டின் முற்பகுதியில் ஜெர்மனி மற்றும் இங்கிலாந்தில் பெண்கள் வீடுகளில் தாமே நாப்கின்கள் செய்து பயன்படுத்தினர்.

1867ல் இண்ட்ரபிட் இன்வென்டார்ஸ் நிறுவனம் மென்ஸ்டுரல் கப்புக்கான முதல் பேடண்டைப் பதிவு செய்தனர். 1870களில் தொங்கவிடும் சஸ்பெண்டார்களுடன் கூடிய நாப்கின்கள் ஐரோப்பாவிலும் அமெரிக்காவிலும் விற்பனைக்கு வந்தன.

1890களில் சஸ்பெண்டர் மாடலுக்குப் பதில் பெல்ட் வைத்த நாப்கின்கள் வந்தன.

பெஞ்சமின் ஃப்ராங்க்ளின் போர்வீரர்களின் துப்பாக்கிக் காயங்களுக்கெனச் செய்த கண்டுபிடிப்பே டிஸ்போஸிபிள் நாப்கின்களுக்கு ஆரம்பப் புள்ளி. டிஸ்போஸிபிள் நாப்கின்

என்பது ஒரு முறை பயன்படுத்திவிட்டுத் தூக்கி எறிந்துவிடுவது. ஆம். அதுவரை பெண்கள் நாப்கின்களைத் துவைத்து மறுபடி பயன்படுத்தி வந்தார்கள்.

1880களில் ஜெர்மனியில் டிஸ்போஸிபிள் நாப்கின்கள் சந்தைக்கு வரத் துவங்கின. அமெரிக்காவில் காம்ஸ்டாக் சட்டத்தின் (1873) காரணமாக பாலியல் பொருட்களின் விளம்பரங்கள் தடை செய்யப்பட்டிருந்ததால் அங்கு அதிகம் பிரபலமாகவில்லை. 1896ல் ஜான்சன் & ஜான்சன் நிறுவனம் லிஸ்டர்ஸ் டவல்ஸ் என்ற பெயரில் அமெரிக்காவின் முதல் டிஸ்போஸிபிள் நாப்கினை அறிமுகப்படுத்தியது. 1890களில் அமெரிக்கா மற்றும் ப்ரிட்டனில் இது பரவலாகக் கிடைத்தது.

20ம் நூற்றாண்டின் தொடக்கத்தில் அமெரிக்கப் பெண்கள் ‘பறவையின் கண்கள்’ என்று அழைக்கப்பட்ட, குழந்தைகளின் டயப்பர் செய்யப் பயன்பட்ட காட்டன் வஸ்துவைக் கொண்டு வீட்டிலேயே செய்த நாப்கின்களை உள்ளாடைகளுடன் குத்திப் பயன்படுத்தினர். முதலாம் உலகப் போரின் போது பெண்கள் அதிகமாய் ராணுவத்தில் சேர்ந்ததால் சானிடரி நாப்கின்கள் மிக அதிக அளவில் சந்தைப்படுத்தப்பட்டு பிரபலமானது. அக்காலத்தில் ஃப்ரான்ஸில் நர்ஸ்களாகப் பணிபுரிந்தவர்கள் நோயாளிகளுக்குப் பயன்பட்ட செல்லுலோஸ் பேண்டேஜ்களின் ரத்தம் உறிஞ்சும் திறன் கண்டு அதை சானிடரி நாப்கின்களாகப் பயன்படுத்தினர்.

இதன் தொடர்ச்சியாக, 1920ல் புகழ்பெற்ற கோடெக்ஸ் செல்லுகாட்டன், செல்லுநாப் போன்ற தயாரிப்புகளை அறிமுகப்படுத்தியது. 1921ல் முதல் சானிடரி நாப்கின் விளம்பரத்தை கோடெக்ஸ் வெளியிட்டது. ஆனால் 1926ல் மான்ட்கோமரி வார்ட் சூப்பர் மார்க்கெட்டின் கேட்லாக்களில் இடம்பெறும்வரை இது புகழ்பெறவில்லை.

அக்காலத்தில் பொதுவாய் பெண்கள் கடைகளில் நாப்கின்களைக் கேட்டு வாங்க சங்கோஜப்பட்டனர். கிம்பர்லி க்ளார்க் நிறுவனத்தார் கோடெக்ஸ் விற்பனையை அதிகரிக்க ஒரு

யுக்தியைக் கையாண்டனர். கடைகளில் பணம் போட ஒரு தனிப் பெட்டி வைக்கப் பட்டிருக்கும். அதில் பணத்தைப் போட்டு விட்டு நாப்கின்களை எடுத்துச் செல்லலாம். கடைக்காரர்களிடம் எதுவும் பேச வேண்டியது இல்லை.

1927ல் மாடெஸ் ப்ராண்டை கோடெக்ஸுக்குப் போட்டியாக இறக்கியது ஜான்சன் & ஜான்சன். அக்காலத்தில் பேண்டேஜ் விற்பனையில் ஈடுபட்டிருந்த நிறுவனங்களில் கணிசமானவை சானிடரி பேட் வியாபாரத்திலும் குதித்திருப்பதைக் கவனியுங்கள்!

1929ல் டாக்டர் ஏர்லி ஹாஸ் என்பவர் முதல் நவீன டாம்பனை உருவாக்கினார். தன் மனைவி மற்றும் பெண் நோயாளிகள் தடிமனான நாப்கின்களைப் பயன்படுத்தும் சங்கடத்தைப் போக்க இதை உருவாக்கி பேடண்ட் வாங்கினார். 1931ல் இவை அமெரிக்காவில் சந்தைக்கு வந்தன. 1933ல் கெர்ட்ரூட் டென்ரிச் இந்தப் பேடண்ட்டை 32,000 டாலருக்கு வாங்கி டாம்பெக்ஸ் நிறுவனத்தைத் தொடங்கினார்.

டாம்பன்கள் வந்த புதிதில் அதுபற்றிய சரியான புரிதல் இல்லாமல் இருந்தது. டாம்பன்களை உடலுக்குள் வைப்பதால் அது பாலியல் உணர்வுகளைத் தூண்டும், கன்னித்தன்மையை இழக்கச் செய்யும் எனப் பரவலாகப் பேசினார்கள். டாக்டர் ராபர்ட் டிக்கின்ஸன் நாப்கின்களை விட டாம்பன்கள் பயன்படுத்துவதே சிறந்தது என்று ஒரு கட்டுரை எழுதினார். 1945ல் அமெரிக்கன் மெடிக்கல் அசோஸியேஷன் சான்றளித்த பின்புதான் பெண்கள் இதை நம்பிப் பயன்படுத்தத் தொடங்கினார்கள்.

1940களில் அச்சு ஊடகங்களில் செய்யப்பட்ட மாடஸ் ப்ராண்டின் விளம்பரங்கள், சானிடரி நாப்கின்களை ஒரு கவர்ச்சிகரமான ஃபேஷன் ஐட்டமாக ஏற்றிவைத்தது. 1950களில் அப்ளிக்கேட்டர் இல்லாத, வழுவழு முனை கொண்ட, பர்செட்ஸ் என்ற டாம்பன்கள் விற்பனைக்கு வந்தன. பெண்கள் டாம்பன் போட்டு தம் பர்ஸ்களில் மறைத்துக்கொள்ள ஏதுவாய் டாம்பன் பெட்டிகளும் விலைக்குக் கிடைத்தன.

1937ல் லெனோவா சால்மெர்ஸ் என்பவர் முதல் மறு பயன்பாடு மென்ஸ்டுரல் கப்புக்கான பேடண்ட்டைப் பதிவு செய்தார். ஆனால், டிஸ்போஸிபள் நாப்கின்கள் வந்து விட்ட காலத்தில் அதைப் பெண்கள் பெரிதாய்க் கண்டுகொள்ளவில்லை. 1959ல் மென்ஸ்டுரல் கப்களை பிரம்மாண்ட விளம்பரத்துடன் டாஸெட் நிறுவனம் மறுஅறிமுகம் செய்தது. இம்முறையும் பெண்கள் அதைக் கண்டுகொள்ளவில்லை.

1969ல் ஸ்டேஃப்ரீ மினிபேட்கள் விற்பனைக்கு வந்தன. ஒட்டக்கூடிய ஸ்ட்ரிப்கள் வைத்த முதல் நாப்கின் இது. பெல்ட், க்ளிப், பின் பயன்படுத்திய நாப்கின்களுக்கு இது வலுவான சாவு மணி அடித்தது. 1970களில் ஹிப்பி கலாசாரம் காரணமாக சூழலியல் பார்வையுடன் துவைத்துப் பயன்படுத்தும் நாப்கின்கள் மறுபடி வந்தன.

1972ல் கிம்பர்லி க்ளார்க்காரர்களும் ந்யூ ஃப்ரீடம் பேட்களின் மூலம் பெல்ட் இல்லா நாப்கின் டிசைனுள் நுழைந்தனர். அதே ஆண்டில் தேசிய ஒளிபரப்புக் கூட்டமைப்பு டிவிக்களில் நாப்கின் விளம்பரங்களை ஒளிபரப்ப இருந்த தடையை விலக்கியது.

1975ல் ப்ராக்டர் & கேம்பிள் "நாங்கள் கவலைகளைக் கூட உறிஞ்சுவோம்" என்ற விளம்பரத்துடன் ரிலே டாம்பன்களை அறிமுகப்படுத்தியது. 70களின் பிற்பகுதியில் டாம்பன் பயன்படுத்துவதால் டாக்ஸிக் ஷாக் ஸின்ட்ரோம் என்ற நோய்த்தொற்று வருவதாகச் சொல்லப்பட்டதால், 1980ல் ரிலே டாம்பன் விலக்கிக்கொள்ளப்பட்டது.

1987ல் கீப்பர் என்ற மென்ஸ்டுரல் கப் விற்பனைக்கு வந்தது. இது ஓரளவு வெற்றி பெற்று இப்போது வரையிலும் சந்தையில் இருந்து வருகிறது. 1990களில் ஃப்ரெஷ் & ஃபிட் பேடட்ஸ் என்ற மிகச்சிறிய நாப்கின்கள் அறிமுகம் ஆனது. ஆரம்பத்தில் பெண்களை ஈர்த்ததாகச் சொல்லப்பட்டாலும் பின் காணாமல் போய்விட்டது.

வாஷிங்டன் புறநகர்ப் பகுதியில் மாதவிலக்கு அருங்காட்சியகம் ஒன்று இருக்கிறது. காலந்தோறும் மாதவிலக்குக் காலத்தில் பெண்கள் பயன்படுத்தி வந்த பல்வேறு விதமான சானிடரி நாப்கின், டாம்பன், மென்ஸ்டுரல் கப்களை இங்கே காணலாம்.

இந்தியாவில் கேர்ஃப்ரி, விஸ்பர், ஸ்டேஃப்ரீ, கோடெக்ஸ் ஆகியன பிரபலமான நாப்கின் பிராண்டுகள். டாம்பன் அறிமுகம் இந்தியாவிலும் தோல்வியே கண்டது.

மாதவிலக்கின்போது சுகாதாரமான முறையில் சானிடரி பேட் பயன்படுத்துவதன் மூலம் கர்ப்பப்பை புற்றுநோயைத் தவிர்க்கலாம் என 64% மகப்பேறு மருத்துவர்கள் கருத்து தெரிவித்திருக்கின்றனர். ஆனால் சில மூன்றாம் உலகநாடுகளில் இன்றும் மண்ணையும், சேற்றையும் மாதவிலக்கு உறிஞ்சிகளாகப்

பயன்படுத்தும் ஏழைப் பெண்கள் இருக்கிறார்கள். அவர்கள் கையிலிருக்கும் காசுக்கு சுகாதாரம் என்பது எட்டாக்கனி. இதனால் அப்பெண்கள் பல தொற்று நோய்களில் உழல்கிறார்கள்.

கோவையைச் சேர்ந்த ஏ.முருகானந்தம் என்பவர், மூன்றில் ஒரு பங்கு செலவில் நாப்கின் தயாரிக்கும் இயந்திரம் ஒன்றை வடிவமைத்து பேடண்ட் வாங்கியுள்ளார். இந்திய அரசின் சுகாதார மற்றும் குடும்பநல அமைச்சகமும் சலுகை விலையில் கிராமப்புற இளம் பெண்களுக்கு நாப்கின் வழங்கும் திட்டத்துக்கு ஆண்டுக்கு 150 கோடி ரூபாய் ஒதுக்கியுள்ளது. கடந்த 2011 தமிழகச் சட்டசபைத் தேர்தலில் பிஜேபி, பெண்களுக்கு இலவச நாப்கின் என்பதை தேர்தல் வாக்குறுதியாகக் குறிப்பிட்டது.

மாதவிலக்கு பெண்மையின் கம்பீரம். சானிடரி நாப்கின்கள் அதன் அடையாளம்.

Stats சவீதா

- இந்தியாவில் 35.5 கோடி பெண்கள் மாதவிலக்கு சுழற்சியில் உள்ளனர்.

- இவர்களில் 12% பேர் மட்டுமே சானிடரி நாப்கின் பயன்படுத்துகின்றனர்.

- 68% இந்தியப் பெண்கள் சானிடரி நாப்கின் வாங்கும் வசதியுடன் இல்லை.

- 70% இனப்பெருக்க வழி நோய்கள் சுத்தமற்ற மாதவிலக்கினால் வருகிறது.

- 23% இந்தியப் பெண்கள் பூப்படைந்தவுடன் படிப்பை நிறுத்திவிடுகின்றனர்.

சானிடரி நாப்கின்

திங்கள்தீர்ந்த கருமுட்டை
பொங்கிப் பிரவாகித்திடும்
குருதிப்புனலைக் குடித்து
ஆண்டில் அரைக்காலம்
மணலாகும் காவிரியாய்
கம்பீரப் பெண்மைப்பஞ்சு.

- கவிஞர் கில்மா

4. டாய்லெட்

"It's better to have someone who cheats than some-one who doesn't flush the toilet."

- Uma Thurman, American Actress & Model

டாய்லெட் எனப்படுவது மனிதர்கள் வெளியேற்றும் மலம், சிறுநீர் ஆகியவற்றைச் சேகரிக்க குளியலறை, கழிவறையில் நிரந்தரமாய்ப் பொருத்தப்பட்டிருக்கும் ஒரு துப்புரவு சாதனம். இது தேவைக்கும், வசதிக்குமேற்ப பல்வேறு வடிவமைப்புகளில் செய்யப்படுகிறது. நம் ஊரில் சுவரை, சாலையை அசுத்தம் செய்வது தவிர பிரபல வடிவங்கள் - ஸ்க்வாட் டாய்லெட் என்றழைக்கப்படும் இந்தியக் கழிவறை, ஃப்ளஷ் டாய்லெட் என்று சொல்லப்படும் மேற்கத்தியக் கழிவறை மற்றும் ஆண்கள் யூரினல்.

டாய்லெட் என்ற சொல் *toile* என்ற ஃப்ரெஞ்ச் வார்த்தையிலிருந்து வந்தது. அதற்குச் சிறிய துணி என்றர்த்தம். ஆம், டாய்லெட்டில் சிறிய ஆடைதானே சௌகர்யம்!

ஆதிமனிதன் வெட்டவெளியைக் கழிப்பறையாக்கிக் கொண்டிருந்தான் என்றாலும் கற்காலத்திலேயே டாய்லட்கள் இருந்திருக்கின்றன. கிமு 3000ல் ஸ்காட்லாந்தின் ஸ்காரா ப்ரே

என்ற இடத்தில் கற்குடிசைகளில் வடிகால்களுடன் கூடிய குறுவறை டாய்லெட்டாகப் பயன்பட்டது. கிமு 2600ல் வடமேற்கு இந்தியா, பாகிஸ்தானில் சிந்து சமவெளி நாகரிகத்தில் பல வீடுகளில் ஃப்ளஷ் டாய்லெட்கள் பயன்படுத்தினர் அக்கழிவுகளை சேகரிக்க கழிவுநீர்க்குழாய்களின் அபார பின்னலமைப்பு இருந்தது.

கிமு 1700ல் மினோயன் நாகரிகத்தில் க்ரேடே தீவின் நோசஸ் அரண்மனையில் கழிவுநீர் வடிகால் அமைப்பு இருந்திருக்கிறது. பெரிய மண்கலயங்களுக்கு டெரா கோட்டா பைப்களில் நீர் இணைப்பு கொடுத்து ஃப்ளஷ் டாய்லெட் பயன்படுத்தினர்.

கிமு 1200ல் எகிப்தில் பணக்காரர்கள் தம் வீடுகளில் சுண்ணாம்புக் கல்லால் ஆன சீட் கொண்ட டாய்லெட்களை வைத்திருந்தார்கள். ஏழ்மையில் இருந்தவர்கள் துளையிட்ட மர ஸ்டூலின் கீழ் பாத்திரம் வைத்து டாய்லெட்டாகப் பயன்படுத்தினர். கிமு 206 - கிபி 24 காலகட்டத்தில் மேற்கு ஹான் ராஜ்யத்தை ஆண்ட ஒரு சீன அரசனின் கல்லறையோடு இணைந்த ஒரு டாய்லெட் கண்டுபிடிக்கப்பட்டிருக்கிறது.

கிபி 100ல் ரோமானியர்கள் தம் வீடுகளில் கழிவறைகள் அமைத்தார்கள். அவற்றின் கீழே நீரோடும் அமைப்பு ஒன்று வடிகாலாய் இருந்து கழிவுகளை டைபர் நதியில் சேர்த்தது. இது போக பொதுக் கழிவறைகளையும் ரோமானியர்கள் அமைத்தனர். கல்லால் ஆன சீட் கொண்ட, அருகருகே வரிசையாக அமைக்கப்பட்ட ப்ரைவஸி அற்ற டாய்லெட்கள். ஒரு கட்டத்தில் ரோமில் 144 பொதுக் கழிவறைகள் இருந்தன. ஸ்பாஞ்ச் வைத்த குச்சி கொண்டு தம் பின்புறங்களைச் சுத்தம் செய்து கொண்டனர்.

5ம் நூற்றாண்டில் ரோம சாம்ராஜ்யம் வீழ்ந்த பிறகு நூற்றாண்டுகளுக்கு டாய்லெட் தொழில்நுட்பத்தில் எந்த முன்னேற்றமும் ஐரோப்பாவில் ஏற்படவில்லை. 10ம் நூற்றாண்டில் சாக்ஸன் காலத்தில் நிலத்தில் குழிபறித்து அதன் மேல் மர சீட் வைத்து டாய்லெட்டாகப் பயன்படுத்தினர். பல நூற்றாண்டுகளுக்கு இது நீடித்தது.

12ம் நூற்றாண்டில் துறவிகள் ஆறுகளின் மேல் துளையிட்ட மரப்பலகை வைத்து டாய்லெட் உருவாக்கினர். உதாரணமாக போட்செஸ்டர் கோட்டையில் துளையிட்டக் கற்பலகையை கடலின் மீது வைத்து டாய்லெட்டாகப் பயன்படுத்தினர். கடலலைகள் பலகையில் மோதி கழிவுகளை சுத்தப்படுத்தி விடும். இயற்கை ஃப்ளஷ் டாய்லெட்!

13ம் நூற்றாண்டின் இங்கிலாந்தில் அரண்மனைகளில் செங்குத்தான அகலக்குழல், அதன் மீது ஒரு கல் இருக்கை - இதுதான் டாய்லெட். இதன் பெயர் கார்டரோப். அந்தக் குழல்களிலிருந்து கழிவுகள் அகழியில் விழுமாறு அமைக்கப் பட்டிருந்தது.

மத்திய காலத்தில் சீனா, ஜப்பானில் கால்நடைகளின் எண்ணிக்கை குறைவு என்பதால் மனிதக் கழிவுகள் சேகரிக்கப்பட்டு இயற்கை உரமாகப் பயன்படுத்தப்பட்டது. லண்டனில் ஒவ்வொரு இரவும் கழிவுகள் சேகரிக்கப்பட்டு, அவற்றை நைட்ரைட்டுடன் சேர்த்து, துப்பாக்கி ரவைகள் செய்ய

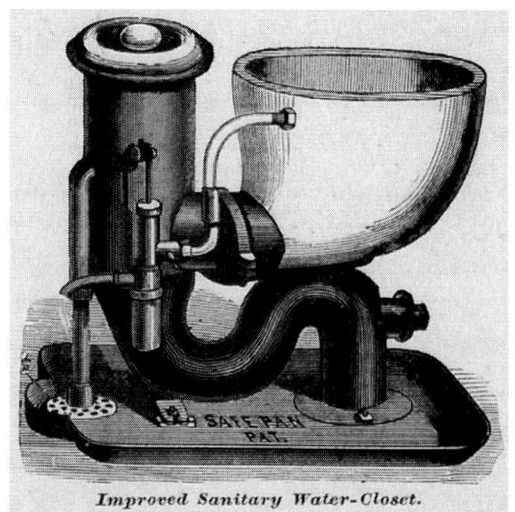

Improved Sanitary Water-Closet.

கன் பௌடர் தயாரித்தனர் (தோட்டாவின் நாற்றத்திலேயே எதிரியை வீழ்த்தும் திட்டம் இருந்திருக்கலாம்).

ஃப்ரெஞ்சு மன்னன் பதினொன்றாம் லூயிதான் முதன் முதலில் டாய்லெட்டைத் திரைச்சீலையிட்டு மறைத்தார். மூலிகைகளைக் கொண்டு தன் கழிப்பறையை வாசனை ஏற்றினார். இங்கிலாந்து ராணி முதலாம் எலிஸபெத் டாய்லெட்டை வெல்வெட் துணியில் நாடா இட்டுக் கட்டி மறைத்தார். ராயல் ப்ரைவஸி!

சேம்பர்பாட் என்பது உலோகம் / பீங்கானால் ஆன பாத்திரத்தை டாய்லெட்டாகப் பயன்படுத்துவது. அதைச் சுற்றித் துளையிட்ட ஒரு மரப்பெட்டி இருக்கும். அதைப் பயன்படுத்திய பின் சேகரமான கழிவை ஜன்னல் வழி வெளியே வீசி எறிந்தனர்.

16ம் நூற்றாண்டில் பணக்காரர்கள் கந்தைத் துணியால் பின்புறத்தைச் சுத்தம் செய்து கொண்டனர். சாதாரணர்கள் முல்லின் என்ற ஒருவகைச் செடியைப் பயன்படுத்தினர். அக்கால டாய்லெட் ஜேக் எனப்பட்டது; அதை சுத்தப்படுத்துபவர்கள் காங் ஃபார்மர். அக்காலத்திலேயே பொதுக் கழிப்பிடங்கள் இருந்தன. லண்டனின் ரிவர் ஃப்ளீட் ஆற்றின்மேல் ஒன்று

இருந்திருக்கிறது. எனினும் மக்கள் எங்கெல்லாம் முடியுமோ அங்கெல்லாம் கழிப்பிடமாக்கிக் கொண்டனர். இதனாலேயே 1547ல் பொதுமக்கள் அரச குடும்பத்தினர் வசிக்கும் பகுதிகளில் நுழையத் தடை அமல்படுத்தப்பட்டது.

1596ல் சர் ஜான் ஹாரிங்டன் என்பவர், *Metamorphosis of Ajax* புத்தகத்தை எழுதினார். அதில் நீர்த்தொட்டியுடன் கூடிய ஃப்ளஷ் டாய்லெட்டை அறிமுகப்படுத்தி இருந்தார். அந்த நீர்த்தொட்டியில் ஒரு வால்வு வைத்து நீர் நிரப்பவும் வெளியேற்றவும் படும்.

1775ல் அலெக்ஸாண்டர் கம்மிங் ஃப்ளஷ் டாய்லெட்டுக்கான முதல் பேடண்ட்டைப் பதிவு செய்தார். அதில் டாய்லெட் பேஸினுக்குக் கீழே ஒரு S வடிவ பைப்பை இணைத்திருந்தார். அதில் எப்போதும் நீர் தேங்கி இருக்கும். இதன் காரணமாக கீழே சேகரிக்கப்படும் கழிவுகளிலிருந்து துர்நாற்றம் கிளம்புவது தடுக்கப்பட்டது. 1778ல் ஜோசப் ப்ரம்மா என்பவர், இதன் வடிவமைப்பை மேம்படுத்தினார்.

1829ல் போஸ்டன் ட்ரெமண்ட் ஹோட்டலில் இசையா ரோஜர்ஸ் 8 கழிவறைகள் கட்டினார். 1840கள் வரை பிரபல ஹோட்டல்களிலும், பணக்காரர் வீடுகளிலுமே கழிவறைகள் இருந்தன. 1852ல் முதல் நவீனப் பொதுக் கழிப்பிடம் திறக்கப்பட்டது.

அக்கால டாய்லெட்கள் குவளைகள் பீங்கானில் செய்யப்பட்டன. அதில் அழகான அலங்காரங்கள் மற்றும் கலர் பெயிண்டிங்ஸ் இடம் பெற்றிருந்தன. மரத்தாலான சீட் கொண்டவை. நீர்த்தொட்டிகள் சங்கிலியை இழுப்பதன் மூலம் நீர் இறைத்தன.

1850களில் வந்தது எர்த் க்ளோஸட் என்ற டாய்லெட். துளையிட்ட பெட்டிக்குள் ஒரு சட்டி வைக்கப்பட்டிருக்கும். பெட்டியின் இன்னொரு அறையில் களிமண் துகள் நிரப்பப்பட்டிருக்கும். பெட்டியுடன் இணைக்கப்பட்டிருக்கும் நெம்புகோலை இழுத்தால் களிமண் துகள்கள் வந்து சட்டியிலிருக்கும் கழிவுகளை மூடிவிடும். 1873ல் ஹென்றி மௌல் எர்த் க்ளோஸட்டுக்கான பேடண்ட்டைப் பதிவுசெய்தார்.

1880களில் தாமஸ் க்ராப்பர் என்ற புகழ்பெற்ற ப்ளம்பரைக் கொண்டு இங்கிலாந்தின் எட்வர்ட் இளவரசர் அரண்மனைகளில் டாய்லெட் கட்டினார். க்ராப்பர் அக்காலத்தே பல டாய்லெட் பேடண்ட்களைப் பதிவுசெய்தார். மற்றபடி வரலாறுகளில் பரவலாகச் சொல்லப்படுவது போல் க்ராப்பர் ஃப்ளஷ் டாய்லெட்டைக் கண்டுபிடித்தவர் அல்லர். ஆனால், டாய்லெட்களை முதலில் ஷோரூம்களில் காட்சிக்கு வைத்தது இவர்தான்.

19ம் நூற்றாண்டின் இறுதியிலும் பாட்டாளி வர்க்கம் பொதுக் கழிப்பிடங்களையே நம்பி இருந்தது. 1900களில்தான் ஏழை வீடுகளில் டாய்லெட் காலடி வைத்தது.

1910ல் உயர்மட்டத்தில் நீர்த்தொட்டி வைக்கும் அமைப்பிற்குப் பதில் குவளைக்குச் சற்று மேலே மூடிய நீர்த்தொட்டி கொண்ட நவீன ஃப்ளஷ் டாய்லெட்கள் வந்தன.

நவீன டாய்லெட்களில் பின்புறத்தைச் சுத்தம் செய்துகொள்ள

டாய்லெட் பேப்பர்கள் பயன்படுத்தப்படுகின்றன. 1857ல் ஜோசப் கெயிட்டி என்பவர் அமெரிக்காவில் முதன் முதலாக டாய்லெட் பேப்பரை விற்பனைக்குக் கொண்டு வந்தார். அப்போது அவை ரோல்களாக அல்லாமல் ஷீட்களாக இருந்தன. 1880ல் பிரிட்டிஷ் பெர்ஃபோரேட்டட் பேப்பர் கம்பெனி சிறிய பெட்டிகளில் அடைக்கப்பட்ட சிறு சதுர வடிவ டாய்லெட் பேப்பர்களை அறிமுகப்படுத்தியது. 1879ல் ஸ்காட் பேப்பர் கம்பெனி முதன்முதலாக டாய்லெட் பேப்பர் ரோல்களை அறிமுகப்படுத்தியது. 1942ல் இரு லேயர் மெல்லிய டாய்லெட் பேப்பர்களை செயிண்ட் ஆண்ட்ரூஸ் பேப்பர் மில் அறிமுகப்படுத்தியது.

20ம் நூற்றாண்டின் தொடக்கத்தில் டாய்லெட் பேப்பரை வசதியுள்ளவர் மட்டுமே பயன்படுத்தினர். சாதாரணர்களுக்கு செய்தித்தாளே டாய்லெட் பேப்பர். (“சுடச்சுட ந்யூஸ் வந்த பேப்பர் சுட்ற போகுது” என கனாக்கண்டேன்-ல் விவேக் சொல்வாரே)

1930களில் ஆடிஸ் ப்ரஷ் கம்பெனி முதல் டாய்லெட் ப்ரஷ்களை உருவாக்கியது.

1992ல் அமெரிக்க காங்கரஸில் நிறைவேற்றப்பட்ட எனர்ஜி பாலிஸி ஆக்ட் நீர் வீணாவதைத் தடுக்க ஃப்ளஷ் டாய்லெட்களில் 6 லிட்டர் தண்ணீர்தான் பயன்படுத்த வேண்டும் என்றது. டாய்லெட்கள் இதற்கேற்ப மாற்றியமைக்கப்பட்டன.

வாஷ்லெட் எனப்படும் ஜப்பானிய டாய்லெட்கள் மற்ற நாடுகளின் டாய்லெட்களை விட நவீனமானவை. இது கழிவுகளை மட்டுமின்றி கழித்தவரின் உறுப்புகளையும் சுத்தம் செய்து விடுகிறது. எல்லாமே எலக்ட்ரானிக் சகித தானியங்கிச் செயல்பாடு.

சுஜாதாவின் விக்ரம் நாவலில், “ஆம்பிளைங்க செய்யற அத்தனை காரியமும் பொம்பளைங்க செய்ய முடியும்” எனச் சொல்லும் ப்ரீத்தியிடம் விக்ரம் கேட்பான், “சுவத்தில ஒண்ணுக்கு

சி.சரவணகார்த்திகேயன்

அடிப்பியா?" என. நிஜத்தில் பெண்கள் நின்றுகொண்டே சிறுநீர் கழிக்க உதவும் டாய்லெட் கருவிகள் 1918ம் ஆண்டு முதலே இருக்கின்றன. இவற்றுக்கு *Female Urination Device* என்று பெயர். *FUD* பயன்படுத்துபவர்களுக்கென பெண் யூரினல் ஆங்காங்கே இருக்கின்றன, முக்கியமாய் கலாசார நிகழ்வுகளில்.

இந்திய ரயில் பெட்டிகளின் திறந்த டிஸைன் டாய்லெட் இருப்புப் பாதையிலேயே கழிவுகளை வீசிச் செல்வதால் உலகின் நீளமான கழிவறை என இந்திய ரயில்வே தண்டவாளங்கள் கிண்டலாக வர்ணிக்கப்படுகின்றன. இன்னமும் இந்தியா உள்ளிட்ட பல நாடுகளில் மனிதக் கழிவுகளை மனிதர்களே அகற்றும் அவலம் நடக்கிறது.

இந்தியாவில் ஒரு நாளில் 90 கோடி லிட்டர் சிறுநீர், 13.5 கோடி கிலோ மலம் கழிக்கப்படுகிறது. புதுதில்லியில் அமைந்திருக்கும் சுலப் சர்வதேச டாய்லெட் அருங்காட்சியகம் 4500 ஆண்டு டாய்லெட் வரலாற்றைப் பேசுகிறது. இந்தியா முழுக்க சுலப் கட்டணக் கழிப்பிடங்கள் அமைத்திருப்பவர்கள் இவர்கள்தாம்.

மலையாள எழுத்தாளர் தகழி சிவசங்கர பிள்ளையின் தோட்டியின் மகன் நாவல் 20ம் நூற்றாண்டின் தொடக்கத்தில் கேரள எடுப்புக் கழிப்பறையில் பணியாற்றிய துப்புரவுத் தொழிலாளர்களின் வாழ்க்கையைக் காட்டுகிறது. தமிழில் பெருமாள் முருகனின் பீக்கதைகள் சிறுகதைத் தொகுப்பு ஒரு குறிப்பிடத்தகுந்த பதிவு.

கழிவறை வசதியுடன் கூடிய கேரவன்களை இன்று இந்திய சினிமா நடிகர்கள் பரவலாய்ப் பயன்படுத்துகின்றனர். டாய்லெட் சீன் வராத கமல் படமும் உண்டோ!

2001ம் ஆண்டு உலக டாய்லெட் நிறுவனம் தொடங்கப்பட்டது. உலகின் 40% மக்கள் (260 கோடி பேர்) சரியான கழிப்பிட வசதியின்றி நோயினால் அவதியுறுகின்றனர். மருத்துவமனைப் படுக்கையில் இருக்கும் 50% சுகாதார வசதிகளின்றி நோயுற்றவர். அவர்களிடையே விழிப்புணர்வு ஏற்படுத்தும் நோக்கில் இது

செயல்பட்டு வருகிறது. ஆண்டுதோறும் நவம்பர் 19 உலக டாய்லெட் தினமாகக் கொண்டாட(?!)ப்படுகிறது.

கழிவுகளைத் தூய்மைப்படுத்தும் டாய்லெட்களும் ஒருவகையில் ஆலயங்களே!

★

Stats சவீதா

- ஒரு மனிதன் தன் ஆயுளில் 3 வருடங்களை டாய்லெட்டில் கழிக்கிறான்.
- 12% அமெரிக்கப் பெண்கள் கழிப்பிடம் போய்வந்தபின் கை கழுவுவதில்லை.
- ஒரு அமெரிக்கன் ஒரு நாளில் பயன்படுத்தும் டாய்லெட் பேப்பர்கள் 57.
- இந்தியாவில் 60 கோடி பேருக்கும் மேல் திறந்தவெளியில் கழிக்கிறார்கள்.
- பொதுக் கழிப்பிட ஹேண்டிலில் சதுர இன்ச்சில் 40,000 கிருமிகள் இருக்கும்.

டாய்லெட்

குந்த வைத்தமர்ந்து
சிந்தனை தியானித்து
காலைக் கடனடைத்து
காலைக் கழுவியே நீ
சுதந்திர மூச்செறியும்
(நர)கல் மண்டபமோ!

— கவிஞர் கில்மா

5. பேண்டீஸ்

> "My friends told me my panty line was visible, so I went without."
>
> –Helena Christensen, Danish Fashion Model

பேண்டீஸ் என்பது இடுப்பின் கீழ்ப்பகுதியில் பெண்கள் அணியும் ஓர் உள்ளாடை. சுருக்கமாக பெண்களின் ஜட்டி! பொதுவாக சமூக நாசூக்கு பேணும் நோக்கிற்காக, நாகரிக அடையாளமாக, சுகாதாரத்திற்காக பெண்கள் பேண்டீஸ் அணிகிறார்கள்.

லிங்கரி என்ற சொல் ப்ரேஸியர், பேண்டீஸ், ஸ்டாக்கிங் உள்ளிட்ட பெண்களின் உள்ளாடைகளைக் கூட்டாகக் குறிக்கிறது. ஸ்டாக்கிங் என்பது உடலை ஒட்டி தொடை முதல் பாதம் வரை நீளும் சாக்ஸ் உள்ளாடை (எனக்கு 20 உனக்கு 18 படத்தின் சந்திப்போமா பாடலில் த்ரிஷா ஸ்டாக்கிங் அணியும் காட்சி உண்டு).

ஆடை என்ன என்பதைப் பொறுத்தே உள்ளாடை தீர்மானிக்கப்படுகிறது. ஸ்கர்ட் என்றால் ஸ்டாக்கிங் உடன் பேண்டீஸ்; புடைவை, பாவாடை தாவணி, நைட்டிக்கு

உள்பாவாடை சேர்த்து பேண்டீஸ்; சுடிதார், லெக்கிங்ஸ், ஜீன்ஸ் பேண்ட் எனில் பேண்டீஸ் மட்டும். ஸ்டாக்கிங் மேற்கு நாடுகளில் சகஜம் - தற்போது இங்கேயும்.

பேண்டீஸின் பல்வேறு வடிவங்களை ஆதிகாலந்தொட்டே பெண்கள் பயன்படுத்தி வருகிறார்கள். பண்டைய எகிப்திய பெண்கள் லாயின்க்ளாத் என்ற வஸ்துவை உள்ளாடையாக அணிந்தார்கள். ஒரு முக்கோண வடிவ லைனன் துணி. அதை முக்கோண அடிப்பாகம் மேலிருப்பது போல் இடுப்பின் பின்புறம் வைத்து இரு முனைகளையும் முன்னால் கொண்டு வந்து சேர்த்துக் கட்டுவார்கள். மூன்றாவது முனையைக் கால்களிடை இழுத்து முன்பக்கத்துடன் சேர்த்து முடிச்சிடுவார்கள். கௌபீனம் என்றழைக்கப்படும் நம்மூர் கோவணத்தின் ரிவர்ஸ் வெர்ஷன் இது!

கி.பி. 100ல் ரோமானியப் பெண்கள் ஸப்லிகாகுளம் என்ற உள்ளாடை அணிந்தனர். கி.பி. 400ம் ஆண்டைச் சேர்ந்த ஒரு பிரபல ரோமானிய மொஸைக்கில் இருக்கும் பெண்கள் பிகினி அல்லது ஜட்டி போன்ற உள்ளாடைகள் அணிந்திருக்கிறார்கள்.

1474ல் பதிப்பிக்கப்பட்ட கியோவன்னி பொக்காஸியோ என்பவரின் புத்தகமான On Famous Womenல் அஸ்ஸிரியர்களின் ராணி செமிராமிஸ் அண்டர்பேண்ட் உள்ளாடை அணிந்த சேடியர் இருவருடன் அமர்ந்திருக்கும் ஓவியம் இடம் பெற்றிருக்கிறது.

1591 முதல் 1595 வரை ஐரோப்பாவில் சுற்றித் திரிந்த ஆங்கிலேயரான ஃபைனஸ் மாரிஸன் இத்தாலியப் பெண்களைப் பற்றி இப்படி எழுதுகிறார்: "கன்னிப் பெண்கள், உயர்குடியினர் கவுனுக்குள் பட்டு, லைனன் உள்ளாடைகள் அணிந்திருந்தனர்".

1603ல் முதலாம் எலிசபெத் ராணியின் இறுதிச் சடங்கின் போது வரையப்பட்ட ஓவியத்தில் ராணி உள்ளாடை அணிந்திருக்கிறார். "ராணியை ட்ராயருடன் ஓவியமாய் வரைய" ஜான் கோல்ட்டுக்கு 10 பவுண்ட்கள் பணம் தரப்பட்டதாக

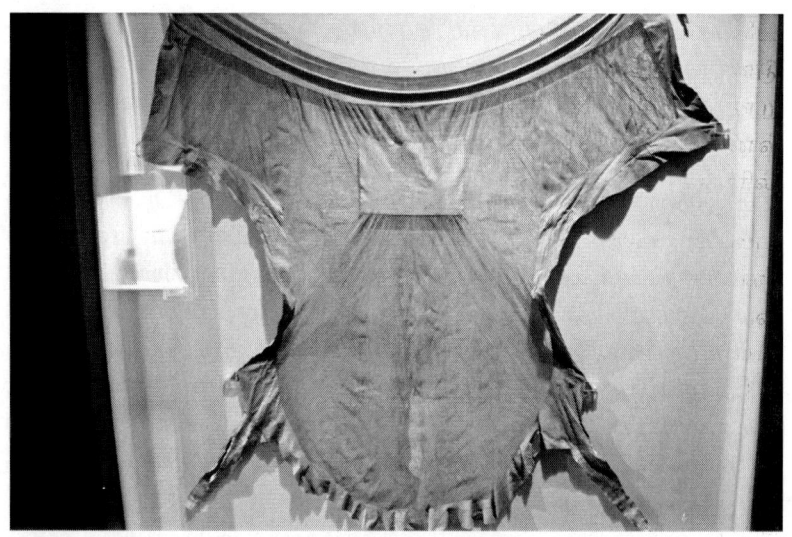

அரசாங்கக் கணக்குகள் பதியப்படும் *'Accounts of the Great Wardrobe'* சொல்கிறது.

டச்சு தேச உயர்குடிப் பெண்ணான எலனர் ஆஃப் டொல்டொ ஒரு ட்ராயரும் ஃப்ரான்ஸ் அரசியான மரியா டி மெடிஸி பல ட்ராயர்களும் வைத்திருந்தார்கள். பியட்ரோ பெர்டெல்லி 1594ல் பதிப்பித்த *Costumes of Different Nations* புத்தகத்தில் வெனீஸ் அரசகுடிப் பெண்கள் ட்ராயர் அணிந்திருந்தது பதிவாகி இருக்கிறது.

17ம் நூற்றாண்டில் கம்பிச் சட்டகம், திமிங்கலப்பற்களில் செய்த ஃபார்த்திங்கேல் என்ற உள்ளாடையை அணிந்தனர். இதன் மலிவுப் பதிப்பு பம் ரோல். இவற்றை இடுப்பைச் சுற்றி அணிந்தனர். பணக்காரப் பெண்கள் பட்டு ஸ்டாக்கிங் அணிந்தனர்.

18ம் நூற்றாண்டில் ஃப்ரான்ஸ் அரசி கேத்ரீன் டி மெடிஸி தம் காலைத் தூக்கிக் குதிரையேறும்போது கௌரவம் குலையாமல் இருக்க பேண்ட்களால் ஆன உள்ளாடை அணிந்தார். அது தான் முதல் நவீன பேண்டீஸ் முயற்சி. கிட்டத்தட்ட இதே

காலகட்டத்தில் பாரீஸ் காவல்துறையில் மேடையேறும் பெண்கள் ஷார்ட்ஸ் அணிய வேண்டும் என்ற சட்டம் இருந்தது. அந்நூற்றாண்டின் இறுதியில் ஃப்ரெஞ்சுப் புரட்சியின்போது பேண்டீஸின் பயன்பாடு பரவலானது.

19ம் நூற்றாண்டின் தொடக்கத்தில் கொஞ்சம் நைட்டி கொஞ்சம் சிம்மீஸ் கலந்த மேல் உள்ளாடையுடன் ட்ராயர் என்ற கீழ் உள்ளாடையும் புழக்கத்தில் இருந்தது. பெண்கள் ஸ்கர்ட்டுக்குள் ஒரு ஜோடி தொளதொள பேண்ட்கள் முட்டியின் கீழ் வரை நீண்டிருக்கும். ஆச்சரியம் என்னவெனில் இரு பேண்ட்களும் தனித்தனியானவை; இணைப்பு எதுவும் கிடையாது. இரண்டையும் ஒவ்வொன்றாக அணிய வேண்டும். நல்ல காற்றோட்டமாய் இருக்க வேண்டும் என்பதற்காக அப்படி விட்டிருந்தார்கள்.

இப்போதும் ஒற்றை உள்ளாடையை பேண்டீஸ் என்று பன்மையில் அழைக்க இதுதான் காரணம். அதாவது உள்ளாடை என்பது இரு பேண்ட்கள். அதனால் பேண்டீஸ்!

19ம் நூற்றாண்டில் ஃப்ரில்ஸ் வைத்த நீண்ட உள்ளாடைகள் பயன்படுத்தினார்கள். அதன் பெயர் பேண்டலெட்ஸ். மெடிஸி பயன்படுத்திய உள்ளாடையின் நீட்சியே இது. ஃப்ரான்ஸில் அறிமுகமாகிப் பின் ப்ரிட்டன், அமெரிக்காவிலும் பரவியது. பேண்டலெட்ஸில் இரண்டு பேண்ட்களை பட்டன் அல்லது கயிறு கொண்டு இணைத்தார்கள். 1830களில் இளம் பெண்கள் மட்டும் இதைப் பயன்படுத்தினார்கள்.

எலிசபெத் மில்லர் பெண்களுக்கான லூஸான ட்ரௌஸர்களை உருவாக்கினார். 1849ல் அமேலியா ப்ளூமர் என்பவர் இதைப் பிரபலப்படுத்தினார். பின்னர் இவை அவர் பெயரிலேயே ப்ளூமர்ஸ் என அழைக்கப்படலாயிற்று. இக்கால பேகி பேண்ட்கள் போன்றவை இவை. நிக்கர் மற்றும் நிக்கர்பாக்கர் என்றும் இவற்றை அழைத்தனர். விக்டோரியன் காலத்தில் விளையாட்டு நிகழ்வுகளின்போது பெண்கள் இவற்றை அணிந்தனர். *'Seven Brides for Seven Brothers'* என்ற ஹாலிவுட்

படத்தில் வரும் ஏழு மணமகள்களும் ப்ளூமர்ஸ் அணிந்தபடி நடனமாடும் காட்சி இடம்பெற்றிருக்கிறது.

1860களில் பெண்கள் பல வண்ண ட்ராயர்கள் அணிந்தனர். ஆனாலும் வெள்ளைதான் பிரபலம். இப்போதும் மிகப் பிரபலமான பேண்டீஸ் நிறம் வெள்ளைதான். இரண்டாவது தந்த நிறம். 'தடையறத் தாக்க' திரைப்படத்தில் நாயகன் அருண் விஜய் தன் காதலியான மம்தா மோகன்தாஸுக்கு வாரம் முழுக்க தினம் ஒன்று வீதம் பயன்படுத்த பட்டாம்பூச்சி டிஸைன் போட்ட ஏழு வண்ண பேண்டீஸ் செட் பரிசளித்து அவ்வப்போது "இன்று என்ன கலர் பட்டர்ஃப்ளை?" என விசாரிப்பார்.

19ம் நூற்றாண்டின் இறுதியில் ட்ராயர்களில் லேஸ், பேண்ட் எல்லாம் வைத்து அலங்காரங்கள் செய்தனர். குளிர் காலத்தில் கம்பளி நிக்கர் அணிந்தனர். 1900ல் சில ஏழைப்பெண்கள் மாவு வைக்கும் சாக்குகளை நிக்கர்களாகப் பயன்படுத்தினர். 1910ல் நிக்கர் முதன் முதலாக செயற்கைப் பட்டு என்றழைக்கப்படும் ரேயானில் செய்யப்பட்டது. 1912ல் அமெரிக்காவில் லிண்ட்ஸே

போட்ரியாக்ஸ் என்ற பெண் லேனியூ என்ற கம்பெனியைத் துவக்கினார். முதல் உள்ளாடை டிசைனர் இவர்!

பாரீஸில் கான்கன் என்ற நடனத்தை ஆடும் பெண்கள் தம் தொழில் நிமித்தம் (கால்களைத் தூக்கி ஆடுவதால்) ட்ராயர்களில் தனித்தனியாய் இருந்த இரண்டு பேண்ட்களையும் ஒன்றாக இணைத்துத் தைத்துப் பயன்படுத்தினர். அதோடு அவற்றின் நீளத்தையும் கணிசமாகக் குறைத்தனர். 1920களில் ஃப்ளேப்பர் என்றழைக்கப்பட்ட நவநாகரிக இளம் பெண்கள் முட்டி தொடும் ஸ்கர்ட்கள் அணிகையில் இதுபோன்ற குட்டை ட்ராயர்களை மிக விரும்பி அணிந்தனர்.

ஸ்கர்ட்கள் கணுக்காலிலிருந்து முட்டிக்கு உயர, முட்டியிலிருந்து தொடைக்கு உயர்ந்தன பேண்டீஸ். தரமும், பயன்பாடும் பின்னுக்குத் தள்ளப்பட்டு ஃபேஷனும் சொகுசும் முக்கியத்துவம் பெற்றன. முதலாம் உலகப் போருக்குப் பிந்தைய வியாபாரமும் விளம்பரமும் உச்சத்தில் இருந்தது இதற்கு முக்கியக் காரணம்!

1930ல் ஆப்ரம் நாதனியல் ஸ்பேனல் இண்டர்நேஷனல் டேலக்ஸ் கம்பெனியைத் (தற்போதைய ப்ளேடெக்ஸ்) துவக்கி லேடக்ஸ் பேண்டீஸ்களைத் தயாரித்து 5 டாலர்களுக்கு விற்றார். அப்போது பலருக்கு ஒரு நாள் சம்பாத்தியமே அதுதான். 1939ல் முதன் முறையாக பேண்டீஸ் விளம்பரம் நியூயார்க்கில் வைக்கப்பட்டது. 1939ல் நைலான் ஸ்டாக்கிங் அறிமுகமானது. 1940களில் பாராசூட் பட்டிலிருந்து நிக்கர் தயாரித்தனர். இரண்டாம் உலகப் போரில் இங்கிலாந்தில் கட்டுப்பாடான உடைகளே வழங்கப்பட்டன. ஃபேஷனுக்கும் ரேஷனுக்குமான போட்டி அது!

1950களில் எலாஸ்டிக் பேண்டீஸ் அறிமுகமானது. 1959ல் க்ளென் ரேவன் மில்ஸ் என்பவர் பேண்டிஹோஸை (டைட்ஸ்) அறிமுகப்படுத்தினார். நைலானால் ஆன மிக இறுக்கமான உள்ளாடையான இது இடுப்பில் தொடங்கி பாதம் வரை நீண்டது. இதனை அமெரிக்காவில் ஸ்டாக்கிங்குக்கு மாற்றாகப் பயன்படுத்தினர். ஆடையாகவும் உள்ளாடையாகவும்

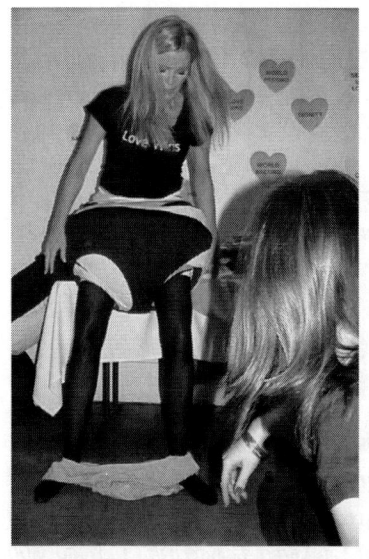

பயன்பட்டது. உடற்பயிற்சி செய்யும் பெண்கள் அணிந்தனர்.

1960களில் காட்டன் பேண்டீஸ் இளம் பெண்கள் மத்தியில் பிரபல்யம் அடைந்தது. பென்சில் ஸ்கர்ட்களைத் தாண்டி ஜீன்ஸ் பேண்ட் அணியத் துவங்கிய, அம்மாக்கள் அணிந்த பழைய ரக பேண்டீஸ்களை வெறுத்த தலைமுறை அது. பட்டு, ரேயான், நைலானில் ஏற்பட்ட தோல் பிரச்சினைகள் காரணமாக பருத்தி மறுபடி நுழைந்தது. இயற்கையோடு இயைந்து வாழ விரும்பிய ஹிப்பிக்களும் பருத்தியை விரும்பினர்.

1970களில் பேண்டீஸ் இன்னமும் சன்னமாக இறுக்கமாக செக்ஸியாக மாறியது. 1980களில் பெண்கள் ஜிம், ஏரோபிக்ஸ் என உடம்பைக் கொழுப்பின்றிக் கச்சிதமாக வைத்துக்கொள்ள முயன்றனர். பேண்டீஸ்கள் இன்னும் சிறிய அளவினதாயிற்று.

1939ல் நியூயார்க் நகர மேயர் ஃபியரெல்லோ லாகார்டியா நடன நங்கைகள் முழு நிர்வாணம் கொள்வதற்குத் தடைவிதித்தார். அவர்களுக்காக உருவானதுதான் தாங். முன்புறம் ஒரு சிறிய முக்கோணம்; பின்புறம் ஒரு கயிறு. அவ்வளவுதான் தாங். 1974ல் ரூடி கெர்ன்ரீச் நவீன தாங் உருவாக்கினார். 1970 களில் ப்ரேஸிலில் தாங் புகழ்பெற்றது. 1990களில் ஐரோப்பிய நாடுகளில் தாங் பரவியது. விக்டோரியாஸ் சீக்ரேட் நிறுவனம் 2002ல் 2 கோடி தாங் உள்ளாடைகளை விற்றது. அமெரிக்காவில் பள்ளிப் பெண்கள் மத்தியில் இன்னமும் செல்வாக்கான உள்ளாடை தாங்தான்.

தாங்கின் ஒன்றுவிட்ட சகோதரன் ஜிஸ்ட்ரிங். சாரு நிவேதிதாவின் எக்ஸைல் நாவலில் ஜிஸ்ட்ரிங் குறித்து நாயகன் உதயா காதலி

அஞ்சலியிடம் பேசுவதாய் வரும். ஃபாரா கான் நடித்த *Shirin Farhad Ki Toh Nikal Padi* படத்தில் நாயகன் பொமன் இரானி ஓர் உள்ளாடை சேல்ஸ்மேன். படம் முழுக்க பேண்டீஸ் மயம்தான்.

மர்லின் மன்றோ போன்ற பிரபலங்களின் பேண்டீஸ்கள் நற்காரியங்களுக்காக அவ்வப்போது ஏலம் விடப்படுகின்றன. 2012 பிப்ரவரியில் சியாட்டிலைச் சேர்ந்த ஜேனைன் கெப்லிஷ் என்ற பெண் ஒரே நேரத்தில் 252 பேண்டீஸ்களை ஒன்றின் மேல் ஒன்றாக அணிந்துகொண்டு நின்று கின்னஸ் சாதனை படைத்திருக்கிறார்.

சில வருடங்கள் முன் லண்டன் ஸ்டான்ஸ்டெட் விமான நிலையத்தில், லக்கேஜ் கையாளும் வேலை செய்த 29 வயது ஆசாமி பேண்டீஸ் திருடிய குற்றத்திற்காகக் கைது செய்யப்பட்டான். அவன் வீட்டைச் சோதனையிட்டதில் 300 பேண்டீஸ்கள் கைப்பற்றப்பட்டன. பேண்டீஸ் திருடுவதில் வினோத திருப்தி போல் அவனுக்கு.

பெண்களின் மனதினைத் திருடி ஒளித்து வைத்திருப்பதென்னவோ பேண்டீஸ்களே!

Stats சவீதா

- *விற்பனையாகும் ஒட்டுமொத்த உள்ளாடைகளில் 32% பேண்டீஸ்கள்.*

- *65% பேண்டீஸ்கள் வட அமெரிக்காவிலும் ஐரோப்பாவிலும் விற்பனையாகின்றன.*

- *சராசரியாக 8 வயதில் பெண்கள் தம் முதல் பேண்டீஸை அணிகிறார்கள்.*

- *7% பெண்கள் பேண்டீஸ் உள்ளிட்ட எந்த உள்ளாடையையும் அணிவதில்லை.*

- 82% பெண்கள் ஆண் ஜட்டிகளை முயல விரும்புகிறார்கள்.
  - ஒரு சர்வே

பேண்டீஸ்

ஒற்றைக்காலூன்றி
ஒருதவமுனி போல்
கீழ் இடை சூடிடும் பூ
கால் இடை கவர்ந்து
நூல் சிறை காக்கும்
மகளிர் நிறை காப்பு.

- கவிஞர் கில்மா

6. ஃப்ரெஞ்ச் கிஸ்

"I thought it was my job to give all the boys their first kiss."

- Jessica Alba, Hollywood Actress

ஃப்ரெஞ்ச் கிஸ் என்பது பொதுவாய் ஆணும் பெண்ணும் காதலின் / காமத்தின் நிமித்தம் உதட்டோடு உதடு வைத்துப் பரிமாறிக்கொள்ளும் ஒரு வகை முத்தம். லிப் லாக், மௌத் கிஸ் எனப் பலவாறாக இது அழைக்கப்படுகிறது. உதடுகள் கலப்பது என்பதைத் தாண்டி நாக்குகள் பரஸ்பரம் துழாவிக் கொள்வதும் அதன் நீட்சியாய் எச்சில் பரிமாற்றமும் நிகழும். நெற்றி, கன்னம், புறங்கை பகுதிகளில் முத்தமிடுவதை விட அந்தரங்கமானதாக ஆனந்தரகமானதாகக் கருதப்படுவது இது!

செசர் லம்ப்ரோஸோ காதலர்களிடையேயான உதட்டு முத்தம் ஆதிகாலத்தில் தாய்க்கும் சேய்க்கும் இடையேயான வாய்வழி உணவு ஊட்டும் பழக்கத்திலிருந்து உருவானதாகச் சொன்னார். 'எர்னெஸ்ட் க்ராலி,' பறவைகள் அலகுகளில் கொஞ்சிக் கொள்வதும், பூச்சிகள் உணர்கொம்புகளில் முட்டி விளையாடுவதும் கூட உதட்டு முத்தத்தின் பரிமாணமே,

என்றார். மனிதக் குரங்குகளில் உதட்டு முத்தம் சகஜம் - சிம்பன்ஸிகள் திறந்த வாயுடனும், போனோபோக்கள் நாக்கு தொடுமளவும்.

பொதுவாய் முத்தம் என்பதே பிரத்யேகத் தொடுகை. அதிலும் உதட்டு முத்தம் இன்னமும் ஸ்பெஷல்! காரணம் விரலின் நுனிகளைக் காட்டிலும் நூறு மடங்கு அதிக உணர்ச்சிகரமானவை உதட்டின் இதழ்கள். பாலியல் உறுப்புகளுக்குக் கூட அவ்வளவு துல்லிய உணர்ச்சி கிடையாது. முத்தமிடும்போது 34 முகத்தசைகள் ஒருங்கிணைந்து செயல்பட வேண்டி இருக்கிறது - குறிப்பாய் உதட்டிலிருக்கும் ஆர்பிக்யூலரிஸ் ஓரிஸ் தசை. இதை முத்தமிடும் தசை என்று சொல்கிறார்கள்.

பெயர் ஃப்ரெஞ்ச் முத்தம் என்றாலும் இதன் ஆரம்பம் நம் இந்தியாவில்தான். வேதங்களில் (கிமு 1500) உதட்டு முத்தம் பற்றிச் சொல்லப்படுகிறது. பின் கி.மு. 1000ம் ஆண்டு வாக்கில் உண்டாக்கப்பட்ட கஜுராஹோ சித்ரகுப்தா கோயிலில்

ஆணும் பெண்ணும் உதட்டில் முத்தமிட்டுக் கொள்ளும் சிற்பம் இருக்கிறது. பிற்பாடு கிமு 326ல் அலெக்ஸாண்டர் இந்தியா மீது படையெடுத்தபோது, கிரேக்கர்கள் நம்மிடமிருந்து உதட்டு முத்தம் பற்றிக் கற்றுக்கொண்டார்கள்.

பல நூற்றாண்டுகளாக நம் தேசம் முழுக்க வாய்மொழிக் கதையாக இருந்து கிபி350ல் எழுத்து வடிவம் பெற்ற மகாபாரதத்தில் உதட்டு முத்தம் காதலின் அடையாளமாகச் சொல்லப்பட்டிருக்கிறது. பின் 6ம் நூற்றாண்டைச் சேர்ந்த வாத்ஸ்யாயனரின் காமசூத்ரா 30 வகை உதட்டு முத்தங்களை விவரிக்கிறது

கிமு 200ம் ஆண்டில் லத்தீன் கவிஞர் ப்ளாடஸ் எழுதிய ஒரு படைப்பில் அடிமை ஒரு பெண்ணிடம் "என்னை ஒரு சர்ப்பமாக மாற்றிவிடு, இரண்டு நாக்குகளையும் கொடு" என்று சொல்வதாக வருகிறது. அதுதான் இந்தியா அல்லாத அந்நிய தேசத்திலிருந்து உதட்டு முத்தம் பற்றி வரும் முதல் குறிப்பு.

ஆயிரத்தொரு அரேபிய இரவுகள் கதைகளில், கொட்டாவி விடும் காதலனை ஒரு பெண் தன் உதடுகள் கொண்டமூத்தி நாக்கை ஆழச் செலுத்தி நடனமாடி வாயைத் துழாவுவதாக கதைசொல்லியான சேஹெரஸாட் ஓரிடத்தில் குறிப்பிடுகிறார்.

ரோமானிய சாம்ராஜ்யத்தில் மூவகை முத்தம் மிகப் பிரபலமாக இருந்திருக்கிறது. முதல் வகை ஆஸ்குலம் - சாதாரணமாக கன்னத்தில் முத்தமிடுவது. இரண்டாம் வகை பேஸியம் - உதட்டில் ஒரு முறை ஒற்றி எடுப்பது. மூன்றாவது வகையான சேவோலியம்தான் நாக்கு வரை நீளும் நீடிக்கும் அசல் ஃப்ரெஞ்ச் முத்தமாகும். இந்த மூன்றாம் வகை முத்தத்தை உற்றார் உறவினர் நண்பர்கள் முன்னிலையில் கொடுத்துத் தான் ஆணும் பெண்ணும் திருமணம் செய்ததை அறிவிப்பது வழக்கம்.

கிபி 300ல் ரோமில் கணவர்கள் வேலை முடிந்து மாலை வீடு திரும்பிய பின் மனைவியரை உதட்டில் முத்தமிடுவதைப் பழக்கமாக வைத்திருந்தனர். அது காதலின் பொருட்டன்று;

மது அருந்தியிருக்கின்றனரா என அறியும் நோக்கில்.

1590களில் ஷேக்ஸ்பியரின் ரோமியோ - ஜூலியட் நாடகம் மேடையேற்றப்பட்ட போது ரோமியோ, உதட்டு முத்தத்துடன் இறந்துபோவதாக இருந்த காட்சி நிகழ்த்தப்பட்டது. 1763ல் முத்தத்தை XOXO என்று எழுதும் முறை அறிமுகமானது.

1784ல் இங்கிலாந்தில் நடந்த தேர்தல்களில் ஜார்ஜியானா என்ற அரசகுடிப் பெண் தேர்தலில் போட்டியிட்ட நண்பருக்கு ஆதர'வாய்ப்' பிரச்சாரம் போய் ஆட்களுக்கு லஞ்ச உதட்டு முத்தம் தந்ததாகக் குற்றம் சாட்டப்பட்டது - "kisses for votes" scandal!

உதட்டு முத்தத்திற்கு ஏன் ஃப்ரெஞ்ச் முத்தம் என்று பெயர் வந்தது? ஃப்ரான்ஸுடன் காலனியாதிக்கப் போட்டி உச்சத்தில் இருந்த சமயத்தில் இங்கிலாந்து நாட்டினர் அவர்களை அவமானப்படுத்தும் நோக்கில் இந்தச் சொல்லை உருவாக்கினார்கள். ஆங்கிலேயர்களைப் பொறுத்தவரை

உதட்டில் முத்தம் தருவது இங்கிதமற்ற செயல். அதனால் அதனைத் தங்கள் வைரிகளின் பெயரால் கிண்டலாக ஃப்ரெஞ்ச் கிஸ் என்று சொன்னார்கள். 1923ல் இச்சொல் பரவலாய்ப் புழங்கத் தொடங்கியது.

முதல் உலகப் போரில் ஈடுபட்டு ஊர் திரும்பிய பிரிட்டிஷ் சிப்பாய்கள் தம் காதலியர், மனைவியரிடம் ஃப்ரெஞ்ச் முத்தத்தைப் பிரபலமாக்கிவிட்டனர்.

1889ல் ஃப்ரெஞ்சுக்காரரான அகஸ்டி ரோடின் ஓர் ஆண் ஒரு பெண்ணை மடியில் இருத்தி உதட்டில் முத்தமிடுவதாய் அமைந்த புகழ்பெற்ற *The Kiss* சிற்பத்தை வடிவமைத்தார். இன்றும் அதன் மினியேச்சர்கள் உலகெங்கும் விற்கப்படுகின்றன.

1896ம் ஆண்டு *The Kiss* என்ற படத்தில் ஜான் ரைஸ் - மே இர்வின் இருவரிடையே முதல் முத்தக்காட்சி இடம் பெற்றது. நம் கமல்ஹாசனுக்கெல்லாம் தாத்தா இவர். 1918 ஆம் ஆண்டு பதிப்பிக்கப்பட்ட *'Private Lindner's Letters: Censored and uncensored'* என்ற புத்தகத்தில் ஃப்ரெஞ்ச் கிஸ் என்ற சொல் முதன் முதலாகப் பயன்படுத்தப்பட்டது.

1937ல் புகழ்பெற்ற ஸ்னோ வைட் என்ற டிஸ்னி கார்ட்டூன் கதையில் முடிவில்லாமல் உறங்கும் இளவரசியை உதட்டில் முத்தமிட்டு இளவரசன் உயிர்த்தெழச் செய்யும் காட்சி பிரபலமானது. 1945 லைஃப் இதழில் ஒரு மாலுமி ஒரு செவிலியைத் தெருவில் முத்தமிடும் அட்டைப்படம் இடம்பெற்றது. தலைமுறைகள் தாண்டி இன்றும் ஓர் அபாரமான ரொமான்டிக் சித்திரமாக மக்கள் மனதில் அப்படம் உறைந்திருக்கிறது.

1946ல் ஆல்ஃப்டெட் ஹிட்ச்காக்கின் *Notorious* படத்தில் இன்க்ரிட் பெர்க்மன், கேரி க்ராண்ட் இடையேயான முத்தம் படங்களில் ஆக செக்ஸியானதாகச் சொல்வர்!

Don Juan (1926) படத்தில் ஜான் பேரிமோர், மேரி ஆஸ்டர் இடையே 127 முத்தங்கள் இடம்பெற்றன. 1961ன் *Splendor*

in the Grass திரைப்படத்தில் நடாலி வுட், வாரன் பீட்டி முத்தம் ஹாலிவுட்டின் முதல் ஃப்ரெஞ்ச் கிஸ். 1963ல் ஆண்டி வார்ஹோலின் Kiss படத்தில் மிக நீளமான முத்தக்காட்சி 54 நிமிடங்களுக்கு இடம்பெற்றது.

2002ல் வெளியான ஸ்பைடர்மேன் திரைப்படத்தில் போபே மாகுய்ர், க்ரிஸ்டென் டன்ஸ்ட்க்குத் தரும் மிகப் புகழ்பெற்ற தலைகீழ் உதட்டு முத்தம் இடம்பெற்றது.

2003ல் நடந்த எம்டிவி ம்யூசிக் அவார்ட்ஸ் நிகழ்வில் பிரபல பாப் பாடகிகளான மடோனாவும் ப்ரிட்னி ஸ்பியர்ஸும் மேடையிலேயே முத்தமிட்டுக்கொண்டனர். அவர்கள் வாயடைத்துக்கொண்டதை உலகமே வாயடைத்துப் பார்த்தது!

2003ல் நடந்த ஒரு நிகழ்வில் ஹாலிவுட் நடிகை ஷாரன் ஸ்டோன் முத்தத்தை ஏலம் விட்டார். ஜானி ரிம் என்ற அமெரிக்கர் 50,000 டாலர்களுக்கு அந்த ஒற்றை முத்தத்தை ஏலம் எடுத்துப் பெற்றார். அந்தப் பணம் எய்ட்ஸ் நோயாளிகளுக்கு உணவு வசதி ஏற்பாடு செய்ய ஒரு தொண்டு நிறுவனத்திற்குத் தரப்பட்டது.

எம்டிவி மூவி அவார்ட்ஸில் ஆண்டுதோறும் திரைப்படங்களில் இடம்பெற்ற சிறந்த முத்தத்திற்கு விருது வழங்கி வருகிறார்கள். 2009லிருந்து கடந்த நான்கு ஆண்டுகளாக Twilight சீரிஸில் தவறாது இடம்பெறும் கிரிஸ்டென் ஸ்டீவர்ட் - ராபர்ட் பேட்டின்ஸன் முத்தக்காட்சிகள் இவ்விருதினைப் பெற்று வருகின்றன.

1990ல் மின்னெஸோட்டா மறுமலர்ச்சி திருவிழாவில் ஆல்ஃப்ரெட் வுல்ஃப்ரம் 8001 பேரை எட்டு மணி நேரத்தில் முத்தமிட்டு சாதனை படைத்தார் - நிமிடத்திற்கு 16 உதடுகளுக்கு மேல்! 2012ல் காதலர் தினத்தின் போது தொடர்ந்து 50 மணி நேரம் 25நிமிடம் 1 வினாடி தாய்லாந்தைச் சேர்ந்த நொந்தவாட் சரோன்கேஸொர்ன்ஸின் மற்றும் தனகோர்ன் சித்தியம்தாங் என்ற ஜோடி முத்தமிட்டு சாதனை படைத்தது.

முத்தமிடுவதால் மன அழுத்தம் குறைந்து ஆண் பெண் உறவுகளில் திருப்தியும் நிம்மதியும் கிடைப்பதாக ஆய்வுகள் தெரிவிக்கின்றன. உடம்பின் கொலஸ்ட்ரால் குறைவதாகவும் கண்டுபிடித்திருக்கிறார்கள். முத்தமிடும்போது அதீத அட்ரினலின் சுரப்பால் இதயம் வேகமாகத் துடிக்கிறது (நிமிடத்திற்கு 100 வரை). உடற்பயிற்சிக்கு சமானமாய் இது உடம்புக்கு நன்மை பயக்கிறது. அலெக்ஸாண்டர் டீவீஸ் என்பவர் முத்தமிடுவதால் நிமிடத்திற்கு 2 முதல் 3 கலோரி வரை எரிக்கலாம் என்கிறார்.

உதட்டு முத்தத்தால் மோனோந்யூக்ளியோசிஸ், ஹெர்ப்ஸ் சிம்ப்ளெக்ஸ் போன்ற எச்சிலின் வழி பரவும் வியாதிகள் ஏற்படுகின்றன. மிக அரிதாய் எயிட்ஸ் கூடப் பரவும்! 1997ல் அப்படிப்பட்ட ஒரு கேஸ் கண்டுபிடிக்கப்பட்டது. சம்பந்தப்பட்ட ஆண் பெண் இருவரும் ஓர் ஈறு நோயினால் பாதிக்கப்பட்டிருக்க, உதட்டு முத்தத்தின்போது ரத்தத்தின் சேர்க்கை காரணமாய் ஹெச்ஐவி தொற்றிவிட்டது.

உதட்டு முத்தமிடுகையில் மூன்றில் இரண்டு பங்கினர் தம் தலையை வலது பக்கம் திருப்புவதாக ஒனக் குண்டூர்கம் என்ற ஜெர்மனிய சைக்காலஜிஸ்ட் கண்டுபிடித்திருக்கிறார். இந்தக்

குணம் கருவில் ஆறு மாதக் குழந்தையாக இருக்கும்போதே நிர்ணயிக்கப்பட்டுவிடுவதாகவும் சொல்கிறார் இவர்.

முத்தம் தொடர்பாய் மருத்துவ ஆராய்ச்சிகள் புரிந்த மார்ட்டின் மூரியர் என்பவர் உலக ஜனத்தொகையில் பாதிப்பேர் ஃப்ரெஞ்ச் முத்தம் இடுவதாகக் குறிப்பிடுகிறார்.

சில ஆப்ரிக்கப் பழங்குடியினர் உயிர்மூச்சு பரிமாறப்பட்டு விடும் என்ற பயத்தின் காரணமாக உதட்டு முத்தமிட்டுக் கொள்வதில்லை. மொஸாம்பிக்கைச் சேர்ந்த பிக்மிக்கள், தொங்காக்கள் உதட்டு முத்தம் சுகாதாரமானதல்ல என்றெண்ணுவதால் அதைத் தவிர்க்கின்றனர். மாஞ்சா என்ற ஆப்ரிக்கப் பழங்குடியினப் பெண்கள் மேல் உதட்டில் துளையிட்டு ஒரு மரவட்டும் இரு கொக்கிகளும் அணிவது வழக்கம். அவர்களுடன் உதட்டு முத்தம் முயற்சிக்கும் ஆண் வாய் கொத்து பரோட்டாவாகிவிடும் சாத்தியம் அதிகமுண்டு என்பதால் அவர்களும் அதை முயற்சிப்பதில்லை.

சீனர்கள் ஃப்ரெஞ்ச் முத்தம் ஆபாசமானது என எண்ணுகின்றனர். பொதுவிடத்தில் அதை நிகழ்த்துவது பெரும் அசிங்கமாகக் கருதப்படுகிறது. பாப்பா நியூ கினியா மக்கள் யாராவது உதட்டு முத்தமிடுவதைப் பார்த்து விட்டால் பெரும் சிரிப்புடன் குலவையிடுகின்றனர். பாலித்தீவு மக்கள் உதட்டு முத்தம் இட்டுக்கொள்வதில்லை; பதிலாக ஆணும் பெண்ணும் தம் முகங்களை நெருக்கமாக வைத்துக்கொண்டு முகர்ந்து பார்த்து, தேக வெம்மையை உணர்வதோடு நிறுத்திக் கொள்கின்றனர். தகித்தியர்கள் ஆண் பெண் மூக்கில் மூக்கு வைத்துத் தேய்த்துக் கொள்கின்றனர். எஸ்கிமோக்கள் மூக்கை உறிஞ்சிப் பார்த்து நாவுகளை ஒட்டிக்கொள்கின்றனர்.

உலகம் உள்ளளவும் உதட்டு முத்தம் ஏதேனும் வடிவில் இருந்து கொண்டிருக்கும்.

★

Stats சவீதா

- *ஒரு மனிதன் தன் ஆயுளில் 2 வாரங்களை முத்தமிடுவதில் கழிக்கிறான்.*
- *உதட்டு முத்தத்தின்போது 100 கோடி பேக்டீரியாக்கள் பரிமாறப்படுகின்றன.*
- *70% பேர் தம் முதல் முத்தத்தை 15 வயதில் அனுபவித்ததாக சொல்கின்றனர்.*
- *அமெரிக்கப் பெண் ஒருவர், 79 ஆண்களைத் திருமணத்திற்குமுன் முத்தமிடுகிறாள்.*
- *39% பெண்கள் மிலிட்டரி உடை ஆண்களை முத்தமிட விரும்புகின்றனர்*

ஃப்ரெஞ்ச் கிஸ்

நேசச் சரசங்களில்
நாசிகளுரசப் பேசி
நா காக்காதுதிர்த்த
இதழியல் ரகசியம்;
ஆன்மா உறிஞ்சிக்
கூடு பெயர்த்திடும்
65ம் எச்சில்கலை.

- கவிஞர் கில்மா

★★★

7. எரோட்டிக்கா

"Erotica is pornography I am willing to publicly admit I like."

- Spider Robinson, Canadian Writer

எரோட்டிக்கா என்பது ஆண் / பெண் நிர்வாணம் அல்லது கலவியைக் காட்சியாக / கதையாக பாலியல் உணர்ச்சியையும், கலாபூர்வ உணர்வையும் தூண்டும் விதம் உருவாக்கப்படும் ஓவியம், சிற்பம், புத்தகம், பத்திரிகை, நிழற்படம், நிகழ்படம், திரைப்படம், ஒலிப்பதிவு, அனிமேஷன், வீடியோ கேம் ஆகியவற்றைக் குறிக்கும்.

போர்னோக்ராஃபி என்பதும் கிட்டத்தட்ட இதேதான். ஆனால் அதில் கலாபூர்வம் மிஸ்ஸிங்! "The difference between pornography and erotica is time" எனச் சொல்லப்படுவது போல நேற்றைய ஆபாசம் என்பது இன்றைய சாதாரணம், நாளைய இலக்கியம்.

கற்காலத்திலிருந்தே குகை ஓவியங்கள் மற்றும் செதுக்கல்கள் வழி எரோட்டிக்கா இருந்து வந்திருக்கிறது. விலங்குகள், வேட்டையாடல் போன்ற காட்சிகளுடன் மனிதர்களின் அந்தரங்க உறுப்புகளையும் காட்சிப்படுத்தி இருக்கிறார்கள்.

ஆனால் இவை மதச்சடங்கிற்காகவா பாலியல் தேவைக்காகவா என்பது தெளிவில்லை.

தெற்கு ஃப்ரான்ஸில் அப்ரி கேஸ்டானெட் என்ற இடத்திலிருக்கும் 37,000 வருடப் பழமையான குகை செதுக்கலில் ஒரு பெண் பிறப்புறுப்பு காணப்படுகிறது. இதேபோல் 12,000 வருடங்கள் பழமையான இங்கிலாந்தின் கார்ஸ்வெல் க்ராக்ஸ் குகையிலும் பெண்ணின் பிறப்புறுப்பைச் செதுக்கியிருக்கிறார்கள். ஜெர்மனியின் 7,200 ஆண்டுகள் பழமையான ஒரு குகையில் ஒரு பெண் பின்புறம் ஓர் ஆண் சாய்ந்து நின்று கலவியில் ஈடுபடுவது போன்ற காட்சி இடம் பெற்றிருக்கிறது.

பண்டைய எகிப்தில் (கிமு 1292 - 1075) பேப்பிரஸில் வரையப்பட்ட ஓவியங்கள் கொண்ட ட்யூரின் என்ற படைப்பில் கலவிக்காட்சிகள் இடம் பெற்றிருக்கின்றன. அக்கால ஆண்கள் பத்திரிகை! பண்டைய கிரேக்கர்கள் சுடுமண் பொருட்களில் காமக்காட்சிகளை வரைந்தனர். டெலோசின் டையோனிசஸ் கோயிலில் ஆண்குறிகளைச் செதுக்கியிருந்தனர். முதல் லெஸ்பியன் பதிவு கிரேக்கர்களுடையதே!

பண்டைய ரோமானியர்கள் பெரிய ஆண்குறியை சங்கடமாக, கேலிப்பொருளாக பாவித்தனர். பொம்பெய் மற்றும் ஹெர்குலனியம் ஆகிய இடங்களில் கிடைக்கப் பெற்ற இடிபாடுகளில் பல பாலியல் ஓவியங்கள் காணப்படுகின்றன. மர்மங்களின் மாளிகை என்று அழைக்கப்படும் கோயிலில் இவை மதநோக்கங்களுக்காகப் பயன்பட்டிருக்கின்றன. பொம்பெயில் இவை விபச்சார விடுதிகளின் வெளிச்சுவர்களிலும் அவற்றுக்கு வழிகாட்டும் கைகாட்டிகளிலும் விளம்பரத்துக்காக வைக்கப்பட்டிருந்தன.

ரோமானியக் கவிஞர் ஓவிட் எழுதிய Ars amatoria நூல் காதல் கலைக் கையேடு.

பெருவிலிருந்த மோஷே நாகரிகத்தில் மண்பானைகளில் பாலியல் காட்சிகளை வரைந்து வைத்தனர். அவர்கள் மரணித்தவர்களின்

உலகம் நம் உலகத்திலிருந்து முற்றிலும் எதிரானது என நம்பினர். அதனால் இறப்புச் சடங்குகளில் பயன்பட்ட பாத்திரங்களில் சுயஇன்பம், வாய்புணர்ச்சி, குதப்புணர்ச்சி போன்ற குழந்தைப்பேறினை உண்டாக்காத கலவி முறை களை வரைந்து வைத்தார்கள். அதனால் இறந்தவர் உலகில் நேர்மாறாக குழந்தைப்பேறு உண்டாக்கும் என நம்பினார்.

பண்டைய இந்தியா, ஜப்பான், சைனா, பெர்ஷியா நாடுகளிலும் ஆண் - பெண் கலவி மற்றும் ஓரினச் சேர்க்கை பதிவு செய்யப்பட்டுள்ளது. வாத்ஸ்யாயனரின் காமசூத்ரா கிபி ஆரம்ப நூற்றாண்டுகளில் எழுதப்பட்ட மிக விரிவான கலவிக் கையேடு. கஜுராஹோ சிற்பங்கள் இந்திய எரோட்டிகாவின் முக்கிய மைல்கல். 15ம் நூற்றாண்டைச் சேர்ந்த முகமது அல் நஃப்ஸாவி எழுதிய *The Perfumed Garden of Sensual Delight* என்ற அரேபிய நூலும் மானுட பாலியலை ஆவணப்படுத்துகிறது.

13ம் நூற்றாண்டில் ஜப்பானில் மரப்பலகைகளில் பாலியல் கலைப்படைப்புகளைப் பதிந்தனர். இதற்கு ஷுங்கா என்று பெயர். சுஸுகி ஹருனோபு மற்றும் உடமாரோ போன்றவர்கள் இதில் குறிப்பிடத்தக்க ஆக்கங்களை உருவாக்கினர். போஷுகுபான் என்ற ஷுங்காவை 1722ல் டோகுகாவா ஷோகனேட் சர்வாதிகார அரசு தடைசெய்தது. அதை மீறி ஷுங்காக்கள் பரவின. புதுமணத் தம்பதிக்குத் தரப்படும் மகுரா-ஈ தலையணையில் பாலியல் விஷயங்கள் தொடர்பான டிப்ஸ்கள் எம்ப்ராய்டரி செய்யப்பட்டிருந்தன.

சீன எரோட்டிக்கா வரலாறு யுவன் வம்சத்திலிருந்து (1271

1368) தொடங்குகிறது. பிறகு மிங் வம்சத்தினர் காலத்தில் (1368 1644) இது உச்சம் எய்தியது. நாவல் என்ற இலக்கிய வடிவம் உருவாக எரோட்டிக்கா மிகப்பெரும் உந்துதலாக சீனா ஜப்பான் இரு நாடுகளிலுமே இருந்தது. உலகின் முதல் நாவலாகக் கருதப்படும் 11ம் நூற்றாண்டைச் சேர்ந்த The Tale of Genji என்ற படைப்பு ஜப்பானிய உயர்குடிப் பெண்களின் கள்ளத் தொடர்புகளை நாகரிகமான பாலியல் மொழியில் சொன்னது. 16ம் நூற்றாண்டைச் சேர்ந்த The Plum in the Golden Vase நாவல் வெளிப்படையான மொழியைக் கையாண்டது. இது சீனாவின் நான்கு செவ்விலக்கியங்களுள் ஒன்று.

மத்திய கால ஐரோப்பாவில் புழக்கத்தில் இருந்த "ஒளிவீசும் கைப்பிரதி" நூல்களில் பாலியல் காட்சிகள் இடம் பெற்றிருந்தன. இவை கைப்பட எழுதப்பட்டதால் விலை அதிகம் என்பதால் பணக்காரர்களிடம் மட்டுமே இருந்தன. இதில் பிரபலமானது Books of hours என்ற பக்திப் புத்தகம். அதன் மார்ஜின்களில் பாலியல் ஓவியங்கள் இடம்பெற்றன. அக்காலப் பொருளாதாரத்தில் ஓர் ஆசாமி ஒரு நூல்தான் வாங்க முடியும் என்பதால் மதம், காமம் இரண்டையும் திருப்திப் படுத்தின இந்நூல்கள். சில நூல்களில் மதகுருக்கள், அரசு அதிகாரிகள் கலவியில் ஈடுபடுவது போன்ற ஓவியங்கள் சமூக மற்றும் அரசியல் விழிப்புணர்வூட்டும் நோக்கில் பதியப்பட்டன.

14ம் நூற்றாண்டில் இத்தாலியக் கவிஞர் கியோவன்னி பொக்காஸியோ எழுதிய Decameron என்ற 100 கதைத்தொகுதியில் சில பாலியல் வகையைச் சேர்ந்தவை.

15ம் நூற்றாண்டில் ஜோகன்னஸ் கூட்டன்பெர்க் அச்சு இயந்திரத்தைக் கண்டுபிடித்த பின் மேற்கத்திய உலகில் பாலியல் ஓவிய விநியோகம் பரவலடைந்தது. அதற்கு முன் இவை உயர்குடி ஆண்களுக்கு மட்டும் கிடைக்கக்கூடிய விலையிலிருந்தன.

ஜூபிடர் போன்ற புராணக் கடவுள்களின் காதல் வாழ்க்கையை ரீமிக்ஸ் செய்து பாலியல் கதைகளாக அச்சிட்டார்கள். Leda *and the Swan* கதையில் கடவுள் ஜீயஸ் அன்னப் பறவையாக வந்து லேடா என்ற பெண்ணைக் கலப்பதைப் பாலியல் கதையாகச் சித்தரித்தனர். மைக்கேல் ஏஞ்சலோ இதை பிரம்மாண்ட ஓவியமாக வரைந்தார். 1499ஐச் சேர்ந்த *Hypnerotomachia Poliphili* என்ற ஓவியத் தொகுப்பு நூலில் லேடாவும் அன்னமும் குதிரை வண்டியில் கலவி செய்யும் ஓவியம் இருந்தது.

1524ல் இத்தாலிய ஓவியர் மர்கன்டோனியோ ராய்மொண்டி பதிப்பித்த *I Modi* என்ற நூலில் 16 கலவி நிலைகள் ஓவியங்களாக வரையப்பட்டிருந்தன. போப் ஏழாம் க்ளெமெண்ட்டின் உத்தரவின் பேரில் ராய்மொண்டி கைது செய்யப்பட்டார். அவரது நூல்களும் அழிக்கப்பட்டன. ஏரெடினோ என்ற கவிஞர் இந்த ஓவியங்களுக்குத் துணையாய் 16 சானட் வகைக் கவிதைகள் எழுதினார். ராய்மொண்டி சிறை மீண்ட பின் 1527ல் இக்கவிதைகளும் ஓவியங்களும் சேர்த்து மறுபிரசுரம் செய்யப்பட்டன. இம்முறையும் அத்தனை நூல்களும் கைப்பற்றப்பட்டு சுத்தமாக அழிக்கப்பட்டன.

பிரபல இத்தாலிய ஓவியரான ராஃபெலிடம் எடுபிடியாகப் பணி செய்த ஜூலியோ ரோமனோவுக்கு ஏதோ காரணத்தால் போப் ஏழாம் க்ளெமெண்ட் உடன் சண்டை வர, அதற்குப் பழிவாங்கும் முகமாக வாட்டிகனில் ஒரு ஹால் சுவர் முழுக்க கலவி ஓவியங்களை வரைந்து வைத்தார் ரோமனோ. இவற்றை அழிக்கும் முன் சில ஓவியர்கள் பிரதியெடுத்துவிட்டனர். ஐரோப்பா முழுக்க இவை பரவின.

மார்க்கரைட் டெ நாவேர் என்ற அரசியின் இறப்புக்குப் பின்

*1558*ல் பதிப்பிக்கப்பட்ட அவரது நூலான *Heptameron* பாலியல் கதைகளைப் பேசுவதாய் அமைந்திருக்கிறது.

*1655*ல் வெளியான *L'Ecole des Filles* நூல் ஃப்ரான்ஸில் எரோட்டிக்காவின் ஆரம்பம். இதில் ஒரு *16* வயதுப் பெண்ணிற்கும் அவளது உறவினப் பெண்ணுக்கும் இடையே நிகழும் உரையாடல் ஓவியங்களுடன் இடம்பெற்றது. ஆசிரியர் தெரியவில்லை. புகழ்பெற்ற சாம்யூவல் பெப்பிஸின் டைரிக் குறிப்பில் இந்நூலைப் படித்து விட்டு தன் மனைவிக்குத் தெரியக்கூடாதென அதை எரித்துவிட்டதாகக் குறிப்பிடுகிறார்.

பின் அறிவொளிக்காலம் என்று வர்ணிக்கப்படும் *18*ம் நூற்றாண்டில் ஃப்ரான்ஸின் சுதந்திரச் சிந்தனையாளர்கள் எரோட்டிக்காவை நையாண்டியாய் சமூக விமர்சனம் செய்யப் பயன்படுத்தினர். கத்தோலிக்க தேவாலயங்களின் பாதிரியார்கள் மற்றும் கன்னியாஸ்திரிகளின் அத்துமீறிய பாலியல் நடவடிக்கைகளை எடுத்துக் காட்டி மதத்தை விமர்சித்தன. மத்திய வர்க்கத்தில் இப்படைப்புகள் பிரபலமடைந்தன.

ஃப்ரெஞ்சுப் புரட்சியின் போதும் எரோட்டிக்கா படைப்புகள் அரசியல் விமர்சனக் கருத்துகளை முன்வைக்கும் ஆயுதமாகப் பயன்பட்டது. *16*ம் லூயி மன்னரின் பாலியல் இயலாமை மற்றும் அரசி மேரி ஆன்டோனியின் அதீத இச்சைகள், ஓரினச் சேர்க்கை போன்ற வதந்திகளை மையமிட்டு இப்படைப்புகள் இயங்கின. *1791*ல் வெளியான மார்க்யூஸ் டெ சாடின் *Justine* மற்றும் பல படைப்புகளில் பாலியல் காட்சிகளுடன் நீண்ட தத்துவ விவாதங்களும் இடம் பெற்றிருந்தன.

*1748*ல் ஆங்கிலத்தில் ஜான் க்ளேலேண்ட் என்பவர் எழுதிய *Memoirs of a Woman of Pleasure* என்ற நூல் வெளியிடப்பட்டது. பிற்பாடு இது சுருக்கப்பட்டு *Fanny Hill* என்ற பெயரிலும் வெளியானது. நேரடிச் சொற்கள் அல்லாது கலவி நடவடிக்கை மற்றும் பாலியல் உறுப்புகளின் மறைமுகக் குறியீடுகள் நூல் முழுக்கப் பயன்பட்டிருந்தன. ஆண்குறியைக் குறிக்க மட்டும் *50* வித மாற்றுச் சொற்கள் உபயோகித்திருந்தார்.

க்ளேலேண்டைக் சிறிதுகாலம் சிறை வைத்திருந்தனர். புத்தகம் தொடர்ந்து பிரசுரம் ஆனது. ஆங்கிலத்தில் அதிக மறுபதிப்புகள் கண்ட நூல்களில் ஒன்றாகும் இது.

FANNY WHIPS Mr. BARVILLE

1839ல் லூயி டாகியர் புகைப் படக் கலையின் புதிய முறையை உருவாக்கினார். அவரது டாகியரோடைப்கள் அதிக துல்லியமான, எளிதில் மங்காத படங்கள் தந்தது. உடனடியாக இத்தொழில்நுட்பம் பெண்களை எரோட்டிக் படமெடுக்கப் பயன்பட ஆரம்பித்தது. நிர்வாண ஓவியம் வரையும் கலைஞர்கள் பயன்படுத்தும் மாதிரி ஓவியத்திற்குப் பதிலாகப் புகைப்படங்களைப் பயன்படுத்த ஆரம்பித்தனர்.

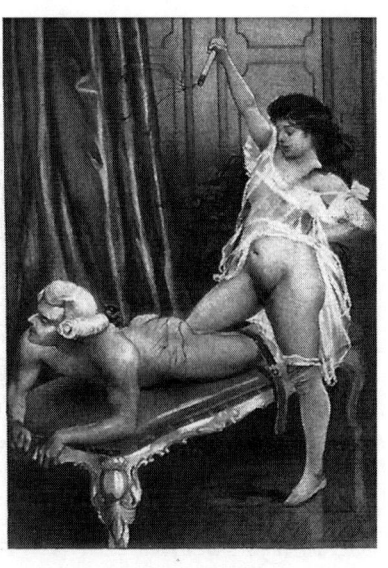

டாகியரோடைப்பில் முக்கியப் பிரச்சினை அதில் பிரதியெடுக்க முடியாது. தவிர புகைப்படம் எடுக்க மாடல்கள் 15 நிமிடங்கள் வரை போஸ் கொடுக்க வேண்டி இருந்தது. இதனால் கலவிக் காட்சிகளை விட ஆண் பெண் நிர்வாணக் காட்சிகளே அதிகம் புகைப்படம் எடுக்கப்பட்டன. 1840களில் ஒரு புகைப்படத்தை வாங்க ஓர் ஆசாமி ஒரு வார சம்பளத்தைத் தர வேண்டி இருந்தது. இதை வாங்குவதைக் காட்டிலும் பாலியல் தொழிலாளியின் சேவை பெறுவது சல்லிசாக இருந்தது. அதனால் பணக்காரர்கள் மட்டுமே இந்தப் புகைப்படங்களை வைத்திருந்தனர்.

1838ல் ஸ்டீரியோடைப் கண்டுபிடிக்கப்பட்ட பின் எரோட்டிக் புகைப்படங்களுக்கும் அவற்றைப் பயன்படுத்தத் தொடங்கினார்கள். இது 3D புகைப்படங்களை அளித்தது.

*1841*ல் வில்லியம் ஃபாக்ஸ் கேலோ டைப் புகைப்படங்களை அறிமுகப்படுத்தினார். இதில் நெகடிவ் கொண்டு ஒரு புகைப்படத்தைப் பல பிரதிகள் எடுக்க முடிந்தது. படத்திற்கு போஸ் கொடுக்கும் நேரமும் குறைவாக இருந்தது. இக்காரணங்களால் உடனடியாக இதை எரோட்டிக்கா படங்களுக்குப் பயன்படுத்தத் தொடங்கினார்கள்.

பாரிஸ் எரோட்டிக் புகைப்படங்களின் பிரதான மையம் ஆனது. சாதாரண மக்கள் காசு கொடுத்து இப்படங்களை வாங்க முடிந்தது. ரயில் நிலையங்களில், வீதிகளில் சேல்ஸ்மேன்கள் தம் ஆடைகளுக்குள் படங்களை மறைத்து வைத்து விற்றார்கள். இங்கிலாந்து, அமெரிக்கா போன்ற நாடுகளுக்கு இவை ஏற்றுமதி செய்யப்பட்டன.

ஃப்ரெஞ்ச் போஸ்ட்கார்ட் என்றழைக்கப்பட்ட எரோட்டிக் ஓவியங்கள் பரவலாயின.

இங்கிலாந்தில் விக்டோரியன் காலத்தில் எரோட்டிக்கா புகைப்படங்களை அதிக அளவில் உற்பத்தி செய்ய பார்ன் டீலர்கள் உருவானார்கள். தபால் வசதியைப் பயன்படுத்தி சந்தாதாரர்களுக்கு படங்கள் அனுப்பிவைக்கப்பட்டன. ஆங்கிலேயர் மனித உடற்கூறுகளை, அவற்றின் இயக்கங்களை மையப்படுத்தி இப்படங்களை உருவாக்கினார்கள். *Eadweard Muybridge* நூலில் இதுபற்றிச் சொல்லப்பட்டிருக்கிறது.

*1880*ல் வெளியான *The Pearl* பத்திரிகையில் பாலியல் தொடர்கள், சிறுகதைகள், கவிதைகள், துணுக்குகள் ஓவியங்களுடன் இடம்பெற்றன. *1890*ல் எழுதப்பட்ட *My Secret Life*ல் ஆங்கிலக் கனவானின் பாலியல் வேட்கைகள் சொல்லப்பட்டிருந்தன. இன்று கொண்டாடப்படும் ஃப்ளாபெர்ட், ஸோலா, பாடெலைர், ஜாய்ஸ், மில்லர், நபோகோவ் ஆபாசமாக எழுதினர் என நீதிமன்றங்களில் அபராதம் கட்டியவர்களே.

பிற்பாடு பத்திரிகை, சினிமா, வீடியோ, இன்டர்நெட் என்று

விரிவடைந்தபோது எரோட்டிக்கா தன் கலைத்தன்மையை இழந்து போர்னோக்ராஃபியாக உருமாறியது.

அதுபற்றி அடுத்த இதழில்.

★

Stats சவீதா

- *50 – 1837ல் லண்டனின் ஹோலிவெல் தெருவிலிருந்த பாலியல் கடைகள்.*
- *400 – 1860ல் பாரிஸில் இருந்த புகைப்பட ஸ்டூடியோக்களின் எண்ணிக்கை.*
- *400 வருடங்களுக்குப் பின் பிரபல I Modi நூலின் பிரதியின் பிரதி கிடைத்தது.*
- *800 டாகியரோடைப் எரோட்டிக்கா புகைப்படங்கள் இன்று மிஞ்சியுள்ளன.*
- *10,000 பவுண்டு – டாகியரோடைப் பாலியல் படத்தின் அன்றைய விலை.*

எரோட்டிக்கா

பிருஷ்ட முலைகள்
படமெடுக்கும் நாகம்
ஆபாசப்பல் பிடுங்கி
ஆலகாலம் உமிழாது
ஆசாபாசம் கொட்டும்
இஷ்டக்கலை ரூபம்.

– கவிஞர் கில்மா

★★★

8. போர்னோகிராஃபி

"Pornography is literature designed to be read with one hand."

- Angela Lambert, British journalist

போர்னோகிராஃபி என்பது கலைத்தன்மை குறித்துக் கவலைப்படாது வாசிப்பவரின், பார்ப்பவரின் பாலியல் இச்சையை மலினமாகத் தூண்டுவதை மட்டும் நோக்கமாகக் கொண்ட படைப்பு. சுருக்கமாக போர்னோ! தூய தமிழில் இழிபொருள் இலக்கியம்.

Porn என்ற வார்த்தை ஆபாசப் படங்கள் அல்லது வேசிகளின் காட்சி - இவற்றைக் குறிக்கும் கிரேக்கச் சொல்லிலிருந்து உருவானது. Pornography என்ற சொல்லின் ஆதி அர்த்தம் மாறி அதன் தற்போதைய அர்த்தத்தைப் பெற்றது விக்டோரியன் காலத்தில்தான். 1857ல் ஆபாச வெளியீடுகள் சட்டம் இங்கிலாந்தில் அமலானது. தடைசெய்யப்பட்ட நூல்களை வைத்திருந்தால் க்ரிமினல் குற்றமாகக் கருதப்பட்டது.

1860களில் நடந்த பொம்பெய் அகழ்வாராய்ச்சியில் பண்டைய ரோமானியர்களின் எரோட்டிக் படைப்புகள் வெளிவந்தன.

ரோமானிய சாம்ராஜ்யத்தின் அறிவுஜீவி வாரிசுகளாக தம்மைக் கருதிக்கொண்ட விக்டோரியன் ஆசாமிகளுக்கு இது பேரதிர்ச்சியாகவும் பெருஞ்சங்கடமாகவும் இருந்தது. மேல்தட்டு படிப்பாளிகள் தவிர மற்றவர்களிடமிருந்து இதை அப்படியே மறைத்துவிட எத்தனித்தனர். பெண்கள், குழந்தைகள் மற்றும் பாட்டாளி வர்க்கத்தின் “மனம் கெடாமலிருக்க” நேப்பில்ஸ் ரகசிய அருங்காட்சியகத்தில் வைத்து இவை யாவும் பூட்டப்பட்டன.

1880ல் ஹாஃப்டோன் ப்ரிண்டிங் முறை புகைப்படங்களைப் பலநூறாக அச்சிட முதன் முறையாகப் பயன்படுத்தப்பட்டது. ஃப்ரான்ஸில் அறிமுகப்படுத்தப்பட்ட பாலியல் பத்திரிகைகளில் நிர்வாண, அரை நிர்வாணப்படங்கள் அட்டையிலும் உள்ளேயும் இடம்பெற்றன. அது பலத்த அதிர்வுகளை உண்டாக்கியது. இவை கலை இதழ்கள் என்றும் இயற்கையியல் வெளியீடுகள் என்றும் அழைக்கப்பட்டன. Photo Bits, Body in Art, Figure Photography, Nude Living, Modern Art for Men ஆகியன அப்போதைய பிரபல இதழ்கள். 1900ன் Health and Efficiency இங்கிலாந்தின் முதல் இயற்கையியல் இதழ்.

1920களில் அமெரிக்காவில் பாலியல் காமிக்ஸ்கள் - Tijuana Bibles - வெளியாயின. இரண்டாம் உலகப்போரில் அமெரிக்கத் துருப்புகள் பத்திரிகை, கேலண்டரில் வெளியான போர்னோ படங்களைச் சுவரில் ஒட்டி வைத்தனர். இதையொட்டி 1940களில் பின்-அப் என்ற வார்த்தை பிரபலமடைந்தது. பெட்டி க்ரேபில், மர்லின் மன்றோ பிரபல பின்-அப் மாடல்களாகத் திகழ்ந்தனர். 1940களில் கால்களில் மையம் கொண்டிருந்த போர்னோ, 1950களில் மார்புகளுக்கு மாற்றம் கண்டது.

1953ல் ஹ்யூக் ஹெஃப்னர் ப்ளேபாய் இதழைத் தொடங்கினார். இதழ் நடுப்பக்கத்தில் மர்லின் மன்றோ படத்தைப் பளபள தாளில் அச்சிட்டார். இதுதான் முதல் முயற்சி.

1950களின் Modern Man இதழ் 20ம் நூற்றாண்டின் மறுபாதி முழுக்கக் கோலோச்சியது. 1951ல் பாப் மிஸர் தொடங்கிய

Physique Pictorial முதல் ஆண் ஓரினச்சேர்க்கை இதழ். ஆரம்பத்தில் ஆண் மாடலிங் சேவைகளை விற்பனை செய்ய கறுப்பு - வெள்ளையில் வெளியான இவ்விதழில் கௌபாய்கள், மாலுமிகள், போர்வீரர்கள் இடம்பெற்றனர்.

இரண்டாம் உலகப் போருக்குப் பிந்தைய இங்கிலாந்து இதழ்களான *Beautiful Britons, Spick, Span, Kamera* ஆகியவற்றில் பெண்கள் அந்தரங்க ரோமமின்றி இடம்பெற்றனர். 1965ல் பாப் க்யூஸியோன் என்பவர் பெண்ட்ஹவுஸ் இதழைத் தொடங்கினார். பெண்கள் நேரடியாகக் கேமரா பார்க்காமல் வேறெங்கோ பார்த்தபடி இருக்கும் படங்கள் அதில் இடம்பெற்றன. முன்பக்கப் பெண் நிர்வாணத்தையும், அந்தரங்க ரோமங்களையும் காட்டும் படங்களை முதலில் வெளியிட்டது பெண்ட்ஹவுஸ்.

1960கள் இதழ்களில் பிருஷ்டம் மையக் கவர்ச்சியாய் இருந்தது. 1970களில் பெண் பிறப்புறுப்பின் பால் கவனம் திரும்பியது. 1980, 1990களில் கலவி, ஓரினச்சேர்க்கை, கூட்டுக் கலவி போன்றவற்றைக் காட்சிப்படுத்தும் புகைப்படங்கள் *Hustler* போன்ற இதழ்களில் இடம்பெற்றன. மிகக்குறைந்த உற்பத்தி செலவு காரணமாக ஒவ்வொரு ரசனைக்கும் வக்கிரத்துக்கும் தீர்வாய்த் தனித்தனி இதழ்கள் வரத் தொடங்கின.

அடுத்தது போர்னோ படங்கள். வில்லியம் கென்னடி டிக்சன் ம்யூட்டோஸ்கோப் என்ற திரைப்பட ஆதிவடிவத்தை உருவாக்கிய போது கடல்புறத்தில் பெண்கள் உடைகளைக் களையும் காட்சிகள்தான் இவற்றில் காட்டப்பட்டன. இங்கிலாந்தில் இவை *"What the butler saw"* machine என்றழைக்கப்பட்டன. பட்லர் எதைக் கண்டானோ!

1895ல் நவீனத் திரைப்படம் கண்டுபிடிக்கப்பட்ட ஒரே வருடத்தில் முதல் போர்னோ படம் வெளியானது 1896ல் வந்த *Le Coucher de la Marie* என்ற படம்தான் அது. அதில் லூயி வில்லி ஆடைகளைக் களையும் காட்சி இடம்பெற்றது. அல்பர்ட் கிர்ச்னரின் *Léar* திரைப்படத்தில் பெண்கள் துகில் உரிக்கும் காட்சிகள் ப்ரெஞ்சுப் பாணியில் இடம்பெற்றன. அதன்

பெருத்த லாபம் படமெடுப்பவர்களை போர்னோகிராஃபியின் பக்கம் திருப்பியது. ப்யூனஸ் ஏரிஸ் உள்ளிட்ட தென்னமெரிக்க நகர பாலியல் விடுதிகளில் போர்னோ துறை முளைவிட்டது. பின் சில வருடங்களில் மத்திய ஐரோப்பாவுக்குப் பரவியது. 20ம் நூற்றாண்டு போர்னோ மயக்கத்தில் விடிந்தது!

1908ல் தயாரிக்கப்பட்ட *A L'Ecu d'Or ou la bonne auberge* என்ற போர்னோ படத்தில் ஒரு போர்வீரன் ஹோட்டலில் பணிபுரியும் ஒரு வேலைக்காரப் பெண்ணின் மேல் கொள்ளும் காமம் காட்டப்பட்டது. அர்ஜெண்டினா படமான *Argentinian El Satario 1907 -1912*க்கும் இடையில் தயாரிக்கப்பட்டிருக்க வேண்டும். 1910ல் வெளியான *Am Abend* என்ற பத்து நிமிட ஜெர்மன் படத்தில் பெண் சுயஇன்பத்தில் ஈடுபடுவதாகவும் பின் ஒரு ஆடவனுடன் கலவியில் ஈடுபடுவதாகவும் காட்டப்பட்டது. ஆஸ்திரியாவில் ஜோஹன் ஸ்வார்ஸர் என்பவர் சாடர்ன் திரைப்படத் தயாரிப்புக் கம்பெனியை நிறுவி 1906ல் தொடங்கி மொத்தம் 52 போர்னோ படங்களை எடுத்தார். பின் 1911ல் கடுமையான சென்சார் விதிகளின் காரணமாக இந்நிறுவனம் இழுத்து மூடப்பட்டது.

1940களில் சட்டத்துக்குப் புறம்பான போர்னோ படங்களை ரகசியமாக அமெச்சூர் சினிமாக்காரர்கள் எடுத்தனர். இவை நீலப்படங்கள் என்றழைக்கப்பட்டன. ஃபிலிம் சுருள்களை ப்ராசஸ் செய்ய நிறைய நேரமும் வசதியும் தேவைப்பட்டன. வீட்டுக் குளியலறைகளின் பாத் டப்களில் ரகசியமாக ப்ராசஸ் செய்தனர். சேல்ஸ்மேன்கள் மூலம் இவை விற்கப்பட்டன. பிடிபட்டால் யாவரும் கம்பி எண்ணும் ரிஸ்க்.

இரண்டாம் உலகப் போருக்குப் பின் அறிமுகமான 8எம்எம் மற்றும் சூப்பர்8 ஃபிலிம் சுருள் அமெச்சூர் போர்னோகிராஃபியில் புதுப்பாய்ச்சலை நிகழ்த்தியது. ஹாரிசன் மார்க்ஸ் நிறுவனம் 1950களில் சாஃப்ட்கோர் போர்னோ படங்களை உருவாக்கியது. லாஸி ப்ரவுன் நிறுவனம் கலர் போர்னோ படங்களை எடுத்து வெளியிட்டது.

1969ல் போர்னோகிராஃபியை முதன்முதலில் சட்டபூர்வமாக்கியது டென்மார்க். தொடர்ந்து நெதர்லாந்தில் அதே ஆண்டிலும், ஸ்வீடனில் 1971லும் போர்னோ சட்டபூர்வமானது. தொடர்ந்த இரண்டு தசாப்தங்களுக்கு கலர் க்ளைமேக்ஸ் கார்ப்பரேஷன் என்ற நிறுவனம் போர்னோ படங்கள் தயாரிப்பதில் முடிசூடா மன்னனாக விளங்கியது. ஐரோப்பாவின் போர்னோ அங்கீகரிக்கப்படாத பிற பகுதிகளுக்கு இப்படங்கள் கடத்தப்பட்டு ரகசியமாகத் திரையிடப்பட்டன.

முதல் கதை சார்ந்த போர்னோ படம் பில் ஓஸ்கோ மற்றும் ஹோவார்ட் ஸீம் இருவரால் எடுக்கப்பட்டு 1970ம் ஆண்டு வெளியான 59 நிமிட Mona the Virgin Nymph. இவர்கள் Flesh Gordon என்ற பிரம்மாண்ட பட்ஜெட் போர்னோ படமும் எடுத்தனர்.

1971ம் ஆண்டு முதல் ஆண் ஓரினச்சேர்க்கை போர்னோ படமான Boys in the Sand வெளியானது. முதன் முதலில் படத்தில் பங்குபெற்ற நடிகர் நடிகைகள் மற்றும் தொழில்நுட்பக் கலைஞர்கள் பெயர் போட்டு வந்த போர்னோ படமும் இது தான். ந்யூயார்க் டைம்ஸில் விமர்சனம் வெளிவந்த முதல் போர்னோ படமும் இதுவே.

1972ல் கெரார்ட் டாமியனோ The Deep Throat படத்தைத் தயாரித்து வெளியிட்டார். ஒரு பெண் தன் பாலியல் வாழ்வு திருப்திகரமானதாக இல்லை என்று டாக்டரிடம் சொல்ல அவர் பரிசோதித்து அவளது உணர்ச்சிபீடம் தொண்டையில் இருப்பதாகச் சொல்கிறார். இதைத் தொடர்ந்து 15 வாய் புணர்ச்சிக் காட்சிகள் இடம்பெறுகின்றன. 6 நாட்களில் பலர் குறைந்த சம்பளத்திற்கு நடித்த படம் பெருவெற்றி பெற்றது.

1972ல் வெளியான Behind the Green Door படமும் பெரிய வெற்றி பெற்றது. 1973ல் வெளியான Miss Jones The Devil இன்னமும் அப்பட்டமான பாலியல் படமாகும்.

ஹிப்பிக்களின் பலத்த அங்கீகாரத்தின் காரணமாக 1970களை

சி.சரவணகார்த்திகேயன்

போர்னோ படங்களின் பொற்காலம் எனலாம். அவை பாலியல் கல்வியின், வெளிப்பாட்டுச் சுதந்திரத்தின் ஒரு பகுதியாகப் பார்க்கப்பட்டது. போர்னோ படங்கள் ஒரு சமூக சங்கதி ஆயின. சில நடிக நடிகைகள் நூற்றுக்கணக்கான போர்னோ படங்களில் நடித்துப் பிரபலமாகி இருந்தனர். 1980களின் மத்தியில் போர்னோ படப் பொற்காலம் முடிவுக்கு வந்தது.

1982ல் வீடியோ டேப்களில் போர்னோ படங்களை வெளியிடத் தொடங்கினார்கள். இது போர்னோ படங்களைத் திரையரங்கை விட்டு அவரவர் வீட்டு வரவேற்பறைக்கு நகர்த்தியது. பெரிய பட்ஜெட் போர்னோ படங்களுக்குப் பதிலாகக் குறைந்த செலவில் பல்வகையான ஆசைகளைத் தீர்க்கும் படங்கள் தயாரித்து வெளியிடப்பட்டன.

1980களின் முடிவிலும் 1990களின் துவக்கத்திலும் அறிமுகப்படுத்தப்பட்ட வீடியோ சிடிக்கள் வீடியோ டேப்களின் இடத்தை எடுத்துக்கொண்டன. பின் இணையத்தின் அறிமுகமும் போர்னோ படங்களுக்கு போஷாக்கு அளித்தது. இது ப்ரைவஸியை அளித்ததுடன் முகமறியா மனிதரோடு எல்லையற்ற சுதந்திரத்தையும் கொடுத்தது.

டிஜிட்டல் கேமராவில் படங்களை விருப்பத்துக்கேற்ப எளிதாகத் திரித்துக் காட்ட முடிந்தது. ஹை டெஃபனெஷன் வீடியோ பளிங்குத்துல்லியத்தில் அபார போர்னோ படங்கள் உருவாக வழிசெய்தது. டிவிடி, ப்ளூரே டிஸ்க் என சேமிக்கும் நுட்பமும் வளர்ந்தது. நடிப்பவர்கள் நல்ல உடற்கட்டுடன் இருக்கவேண்டியதாயிற்று. இதனால் சில போர்னோ நட்சத்திரங்கள் ப்ளாஸ்டிக் சர்ஜரி செய்துகொண்டனர். படங்களின் லைட்டிங், கேமரா ஆங்கிள் (உதா: க்ளோஸ்-அப்) ஆகியவற்றில் மாற்றம் வந்தது.

இன்று முஸ்லிம் நாடுகள், லத்தீன் அமெரிக்காவின் கத்தோலிக்க நாடுகள், சீனா, ரஷ்யா, இந்தியா தவிர எல்லா நாடுகளிலும் போர்னோகிராஃபி சட்டப்பூர்வமாக ஏற்றுக் கொள்ளப்பட்டிருக்கிறது. 15 வருடங்களாக அடல்ட்ஸ் வீடியோ

ந்யூஸ் சிறந்த போர்னோ கலைஞர்களுக்கு விருது வழங்கி வருகிறது. போர்னோ ஆஸ்கர்!

இந்திய ரயில்வேயின் இரண்டாம் வகுப்பு டாய்லெட்களிலும், இணையத்திலும் இந்திய போர்னோகிராஃபி வாழ்கிறது. 1996ல் மீரா நாயர் இயக்கத்தில் வெளிவந்த Kama Sutra: A Tale of Love முதல் மெயின்ஸ்ட்ரீம் சாஃப்ட் போர்னோ படம் ஆகும். சில வருடங்கள் முன் சவிதா பாபி என்ற காம காமிக்ஸ் கதைகள் இணையத்தில் சக்கைபோடு போட்ட பின் அரசாங்கம் தடைசெய்தது. பழுப்புத் தாள் சரோஜா தேவி கதைகளும், மலையாளம் சாஃப்ட் போர்ன் படங்களும் தமிழில் பிரபலம்.

ரகசியக் கேமராக்களில் அப்பாவிகளின் ஆபாசம் உள்ளிட்ட பல்வகை படங்கள் இன்று இணையத்தில் கொட்டிக் கிடக்கின்றன. இவற்றைக் கடுமையாக முறைப் படுத்தும், தடைசெய்யும் சைபர் சட்டங்களை அரசுகள் அமல்படுத்தியிருக்கின்றன.

ஆசைகளும் வக்கிரமும் மனிதனுள் உள்ளளவும் போர்னோ நின்று விளையாடும்.

Stats சவீதா

- ஒவ்வொரு விநாடியும் 28,258 பேர் இணையத்தில் போர்னோ பார்க்கின்றனர்.

- 39 நிமிடங்களுக்கு ஒரு போர்னோ படம் அமெரிக்காவில் தயாராகிறது.

- 2006ல் உலகம் முழுக்க போர்னோ வசூல் தொகை 9,70,600 கோடி டாலர்கள்.

- ஒரு குழந்தை முதல் போர்னோ படம் பார்க்க வாய்க்கும் சராசரி வயது 11

- ஈமெயில்களில் 8%, வலைதளங்களில் 12%, சர்ச் எஞ்சின்

தேடல்களில் 25%, டவுன்லோட்களில் 35% போர்னோராஃபி விஷயங்கள் தொடர்புடையவை.

போர்னோகிராஃபி

அசையும் தசைபிசையும்
காட்சியின் கசையடியும்
விசையாய்ப் பசையிடும்
உடல்திரவம் உருகிடும்
உடன்மனமும் திணறிடும்
கலையலைந்திடக் காசும்
மலையாய்க் குவிந்திடும்.

- கவிஞர் கில்மா

9. போஸ்ட்மார்ட்டம்

"I'll bet my autopsy reveals my mouth is too big."

- Bill Watterson, American Cartoonist

போஸ்ட்மார்ட்டம் என்பது இறந்தவர் உடலை அறுவைசெய்து ஆராய்ந்து வியாதி, காயம் என மரணத்துக்கான காரணத்தைத் தீர்மானிப்பது. *Autopsy, Necropsy, Obduction* என வேறு பெயர்களும் இதற்கு உண்டு. இதைச் செய்யும் மருத்துவர் *Pathologist.*

சட்ட மற்றும் மருத்துவ காரணங்களுக்காக போஸ்ட்மார்ட்டம் செய்யப்படுகிறது. *Forensic Autopsy* என்பது சந்தேகத்துக்குரிய முறையில் மரணமுற்றவரை ஆராய்ந்து அது நிகழ்ந்திருக்கும் விதத்தைச் சொல்வது. *Clinical Autopsy* என்பது நோய்வாய்ப்பட்டு இறந்தவரை ஆராய்ந்து மரணத்திற்கான சரியான காரணத்தைக் கண்டுபிடிப்பது. போஸ்ட்மார்ட்டம் செய்ய இறந்தவரின் நெருங்கிய உறவினரிடம் எழுத்துபூர்வ ஒப்புதல் பெறுவர். முடிந்தபின் உடலை தைத்துத் திருப்பி ஒப்படைத்துவிடுவர்.

முதலில் போஸ்ட்மார்ட்டம் செய்தவர்கள் கற்கால வேட்டைக் காரார்கள், இறைச்சி வெட்டுபவர்கள், சமையல்காரார்கள்தாம். இவர்கள் மிருக உடல்களில் எந்த உறுப்புகள் உண்பதற்கு

ஏற்றவை எனக் கண்டறிய போஸ்ட்மார்ட்டம் செய்தனர்.

பண்டைய பாபிலோனில் (கிமு 3,500) விலங்குகளின் உடல்கள் அறுக்கப்பட்டது ஒரு விசித்திரக் காரணத்துக்காக. அவற்றின் குடல் மற்றும் ஈரல் பகுதிகளில் புனித ஆவிகள் சொல்ல விரும்பும் செய்திகள் எழுதப்பட்டிருப்பதாகவும் அதன் மூலம் எதிர்காலத்தை அறிந்துகொள்ள முடியும் எனவும் அவர்கள் நம்பினர்.

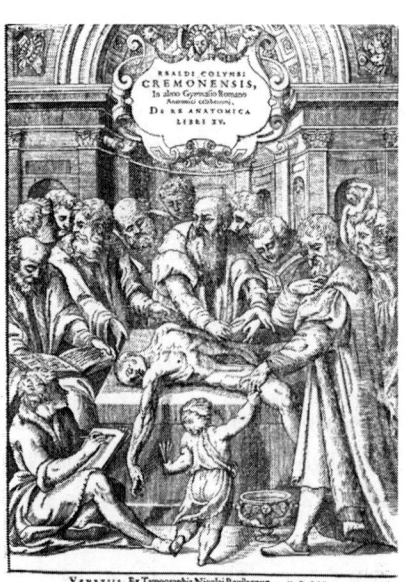

கிமு 4ம் நூற்றாண்டில் கிரேக்கத் தத்துவ ஞானி அரிஸ்டாட்டில் நரம்புகளையும், தசைநார்களையும், ரத்தக்குழாய்களையும் படங்களாக வரைந்தார். கிமு 300ல் கிரேக்க மருத்துவர்களான ஹெரோஃபிலஸ், எராசிஸ்ட்ரடஸ் இருவரும் இறந்த உடல்களை அறுத்து உறுப்புகளையும், நரம்புகளையும் படங்களாக வரைந்தனர்.

2ம் நூற்றாண்டில் ஹிப்போக்ரேடஸின் சிஷ்யரான கிரேக்க மருத்துவர் காலென் மிருகங்களையும் மனிதர்களையும் அறுத்து நோய்க்கூறுகளை ஆராய்ந்தார். அவர் தன் செல்வாக்கைப் பயன்படுத்தி மரணித்த க்ளேடியேட்டர்களின் உடல்களைப் பெற்று ஆராய்ச்சி செய்தார். அப்போது மனித உடலை அறுப்பது தடைசெய்யப்பட்டிருந்ததால் அவர் பெரும்பாலும் மிருகங்களையே ஆராயப் பயன்படுத்தினார்.

பிரம்மாண்ட ஜனத்திரள் முன் இதை ஒரு கலை நிகழ்ச்சி போல் செய்தார், காலென் ஒரு பன்றியின் தண்டுவட இயக்கத்தை விளக்க அதைக் கொஞ்சம் கொஞ்சமாய் வெட்டுவார். முதலில்

அதன் கால்கள் செயலிழக்கும், பின்னர் மேல்பகுதியின் முன்பக்கம், கடைசியாய் உயிர் மொத்தமும் துடித்தடங்கும்.

காலென் மனித உடல் குறித்து 434 பாகங்கள் கொண்ட ஒரு பிரம்மாண்ட நூலை எழுதினார். அடுத்த 1300 ஆண்டுகளுக்கு ஐரோப்பாவில் அதுவே உடற்கூறியலில் பைபிளாக இருந்தது. காலென் முன்னோடியாய் இருந்தாலும் பொதுவாய் அவரது கண்டுபிடிப்புகளில் நிறையக் குறைகளும் பிழைகளும் இருந்தன. உதாரணமாய் உடலில் ஆன்மா எங்கே இருக்கிறதெனக் கண்டுபிடித்துவிட்டதாக அறிவித்தார்!

பண்டைய எகிப்தியர்கள் சடலங்களிலிருந்து சில உறுப்புகளை மட்டும் அகற்றி அவற்றைப் பாதுகாத்தார்கள். பண்டைய கிரேக்கர்களும் இந்தியர்களும் பிணங்களை ஏதும் செய்யாமல் அப்படியே எரியூட்டினர். பண்டைய ரோமானியர்கள், சீனர்கள், இஸ்லாமியர்கள் ஆகியோருக்கு மரித்த உடலை அறுக்க மதத்தடை இருந்தது. பண்டைய பாகன் கிறிஸ்துவம் போல் அல்லாது மத்திய ஐரோப்பிய கிறிஸ்துவம் மனித உடலை அறுவை செய்வதை அவ்வளவு தீவிரமாகத் தடை செய்யவில்லை.

12ம் நூற்றாண்டில் அரேபிய மருத்துவர்கள் இபன் ஷுஹ்ர், இபன் ஜுமய், எகிப்து மருத்துவர் அப்துல் லத்தீஃப், 13ம் நூற்றாண்டில் சிரியா மருத்துவர் இபன் அல் நஃபீஸ் ஆகியோர் இறந்த உடல்களை அறுவை செய்திருப்பார்கள் என்கிறார்கள்.

13ம் நூற்றாண்டில் இரண்டாம் ஃப்ரெட்ரிக் இரண்டாண்டுகளுக்கு ஒருமுறை இரு மரண தண்டனை பெற்ற க்ரிமினல்களின் உடல்கள் மருத்துவக் கல்லூரிகளுக்கு வழங்கப்பட வேண்டும் என சட்டம் பிறப்பித்தார். அந்தப் பிரேதப் பரிசோதனையை அனைத்து மருத்துவர்களும் கட்டாயம் பார்க்க வேண்டும் என்று உத்தரவிட்டார்.

1302ல் பொளங்கா பல்கலைக்கழகத்தில் மாஜிஸ்ட்ரேட் உத்தரவுப்படி முதல்முறை ஃபாரன்ஸிக் போஸ்ட்மார்ட்டம்

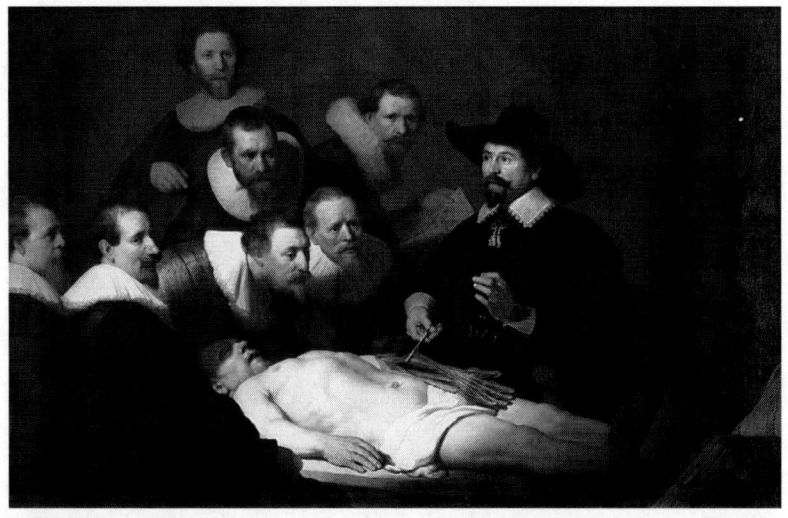

நடத்தப்பட்டது. 1315ல் மான்டினோ டி லியூஸ்ஸி முதல்முறை பொதுமக்கள் முன்னிலையில் போஸ்ட்மார்ட்டம் நிகழ்த்தினார்.

14ம் நூற்றாண்டின் ஆரம்பத்தில் பிணமறுப்பது குற்றமெனக் கருதப்பட்டதால் மருத்துவ மாணவர்கள் பிணங்களைத் திருடினர். சிலர் மாட்டிக்கொண்டனர் (வசூல்ராஜா எம்பிபிஎஸ் படத்தில் மருத்துவக்கல்லூரி பிண ஆய்வுக்காக ஒரு ஜப்பானிய டூரிஸ்டைக் கடத்தி வரும் நகைச்சுவைக் காட்சி நினைவிருக்கிறதா!)

15ம் நூற்றாண்டில் இத்தாலிய மருத்துவரான ஆன்டானியோ பெனிவியனி 15 போஸ்ட்மார்ட்டம்கள் செய்து இறப்பிற்கான காரணங்களை அவர்களின் நோய் அறிகுறிகளுடன் தொடர்புபடுத்தினார். அந்நூற்றாண்டின் இறுதியில் பொளங்கா, படுவா ஆகிய இடங்களில் உலகின் முதல் மருத்துவக் கல்லூரிகள் துவங்கப்பட்டதையொட்டி போப் ஏழாம் சிக்ஸ்டஸ் மருத்துவ மாணவர்கள் உடல்களை அறுப்பதை அங்கீகரித்து உத்தரவிட்டார். இதைத் தொடர்ந்து கத்தோலிக்க தேவாலயங்களும் தூக்கிலிடப்பட்டவர்களை அறுக்க அனுமதி அளித்தன.

16ம் நூற்றாண்டில் பெல்ஜிய மருத்துவர் ஆன்ட்ரியாஸ் வெசாலியஸ் பிரேதத்தை அடுக்கடுக்காக உரித்து மனித உடலமைப்பை ஆவணப்படுத்தினார். காலெனின் கண்டுபிடிப்புகளுக்கு எதிராகப் புறப்பட்ட முதல் குரல் இது. இதனால் இவர் சக மருத்துவர்களிடமிருந்து பலத்த எதிர்ப்பைச் சந்திக்க வேண்டி இருந்தது. இவர் தமது பிரேதப் பரிசோதனைக் கண்டுபிடிப்புகளை வரைந்து தொகுத்து *De Fabrica Corpora Humani* என்ற நூலாக்கினார். காலெனைப் போல் இவரும் பொதுமக்களுக்கு போஸ்ட்மார்ட்டம்களை ஒரு கண்காட்சியாக நிகழ்த்தினார். இறந்த உடலுக்குள் கைகளைச் செலுத்தி இருதயத்தை வெளியே எடுத்துக்காட்டி ஆச்சரியப்படுத்தினார்.

1533ல் ஹிஸ்பேனொலா கத்தோலிக்க தேவாலயம் ஒட்டிப்பிறந்த இரட்டையர்கள் (மாற்றான்!) ஜோவனா, மெல்ஷியோரா - இறந்த பின் இருவருக்கும் ஒரே பொது ஆன்மா இருந்ததா என போஸ்ட்மார்ட்டம் செய்து கண்டுபிடிக்க ஆணையிட்டது. அறுத்துப்பார்த்ததில் இரண்டு தனித்தனி இதயங்கள் இருக்கவே இரு ஆன்மாக்கள் இருந்ததாக முடிவு கட்டினர் (பண்டைய கிரேக்கத் தத்துவ ஞானி எம்பெடாக்கிள்ஸ் கருத்துப்படி ஆன்மா என்பது அவரவர் இதயத்தில்தான் குடிகொண்டுள்ளது).

லியோனார்டா டாவின்சி 30 உடல்களை அறுத்துப் பரிசோதித்து அதனடிப்படையில் அசாதாரண உடற்கூறியல் குறித்து எழுதினார். ஓவியர் மைக்கேலேஞ்சலோவும் பல பிரேதப் பரிசோதனைகளை நிகழ்த்தியுள்ளார். தியோஃபைல் போனெட் 3,000 போஸ்ட்மார்ட்டங்களிலிருந்து ஆய்வு முடிவுகளை நூலாகத் தொகுத்துள்ளார்.

16ம் நூற்றாண்டு வரை இங்கிலாந்தில் ஆட்டோப்ஸி தடை செய்யப்பட்டிருந்தது. பின் *Royal College of Physicians, Company of Barber-Surgeons* போன்ற சில குறிப்பிட்ட மருத்துவர்களுக்கு மட்டும் பிரேதப் பரிசோதனைக்கு அனுமதி அளிக்கப்பட்டது. அவர்களுக்கும் ஆண்டுக்கு 10 பிணங்கள் என்ற ரேஷன் முறை அமலிலிருந்தது. பின் மருத்துவர்களின் தொடர் கோரிக்கைகளின்

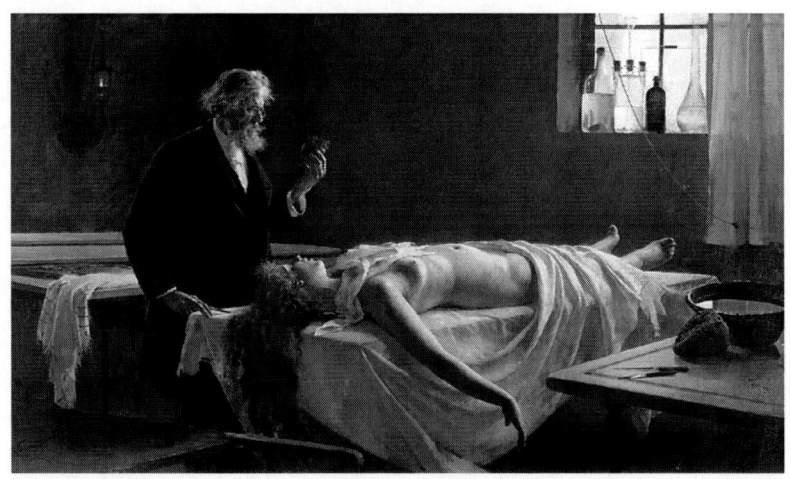

அழுத்தத்தால் 1752ம் ஆண்டின் கொலைச் சட்டத்தில் மரண தண்டனை பெற்ற கொலையாளிகளின் உடல்களை மருத்துவ ஆராய்ச்சிக்குப் பயன்படுத்திக் கொள்ளலாம் என அனுமதி தரப்பட்டது.

கியோவன்னி பதிஸ்டா மார்கக்னி தன் நெடிய 60 ஆண்டு மருத்துவ சேவையில் நிகழ்த்திய பல போஸ்ட்மார்ட்டம்களின் அடிப்படையில் மனித உடல் குறித்த பல முக்கிய விஷயங்களைக் கண்டுபிடிக்க முடிந்தது. 1761ல் *On the Seats and Causes of Diseases as Investigated by Anatomy* என்ற பிரம்மாண்ட நூலை எழுதினார். 700 பேரின் நோய் அறிகுறிகளையும், பிரதேப் பரிசோதனை முடிவுகளையும் ஒப்பிட்டிருந்தார்.

19ம் நூற்றாண்டில் மருத்துவக் கல்லூரிகளின் அதீதப் பெருக்கத்தின் காரணமாக பிணங்கள் ஆராய்ச்சிக்குக் கிடைப்பதில் பற்றாக்குறை ஏற்பட்டது. இதனால் கள்ள மார்க்கெட்டில் பிணங்கள், உடல் உறுப்புகள் வாங்கி மாணவர்கள் படித்தனர். பிணத்திருட்டுகள் பெருகின. இதன் உச்சமாக 1827, 1828ல் பிரசித்தி பெற்ற புர்க் மற்றும் ஹார் கொலைகள் நிகழ்ந்தன. அதாவது 17 பேரைக் கொன்று அவர்களின் உடல்களைப் பிரேதப் பரிசோதனைக்கு விற்றது அம்பலமானது. 1832ல் உடற்கூறியல் சட்டம் பிறப்பிக்கப்பட்டு

மருத்துவக்கல்வி பிரேத சப்ளையை முறைப்படுத்தியது.

19ம் நூற்றாண்டில் வியன்னாவின் அல்ஜெமெயின் க்ரான்கென்ஹாஸ் மேற்கத்திய உலகின் சிறந்த மருத்துவக்கூடமாகக் கருதப்பட்டது, கார்ல் ரோகிட்டன்ஸ்கியின் தலைமையில் இயங்கிய அதன் பேத்தாலஜி மையம் அதற்கு முக்கியக் காரணம். கிட்டத்தட்ட வியன்னாவில் இறந்த அத்தனை பேரும் அங்கு எடுத்துச் செல்லப்பட்டு பிரேதப் பரிசோதனைக்கு உட்படுத்தப்பட்டனர். ரோகிட்டன்ஸ்கி தன் 45 வருடகால அனுபவத்தில் 30,000 ஆட்டோப்ஸிகள் செய்தார், 70,000 போஸ்ட்மார்ட்டம்களை மேற்பார்வையிட்டார். ரோகிட்டன்ஸ்கி தன் பரிசோதனைகளில் மைக்ரோஸ்கோப் பயன்படுத்தவில்லை என்பதால் அவரது சில முடிவுகள் பிழைபட்டதாய் இருந்தது.

அந்நூற்றாண்டின் பிற்பகுதியில் வாழ்ந்த ருடால்ப் விர்ச்செள என்ற ஜெர்மானிய பேத்தாலஜிஸ்ட் ரோகிட்டன்ஸ்கிக்கு போட்டியாளராகக் கருதப்பட்டார். அவர் தன் பிரேதப் பரிசோதனையில் மைக்ரோஸ்கோப் பயன்படுத்தினார். நோய்த்தொற்று செல்களை ஆராயும் செல்லுலர் பேத்தாலஜியை போஸ்ட்மார்ட்டம் செய்வதில் அடிப்படையாகப் பயன்படுத்தினார். மெல்ல மெல்ல வியன்னாவைப் பின்னுக்குத் தள்ளிவிட்டு பெர்லின் நகரம் மருத்துவத்துறையில் முன்னிலைக்கு வந்தது.

அக்காலத்தே பெர்லினில் படித்த மாணவர்கள் பிற்பாடு வடஅமெரிக்கா முழுக்கக் கைதேர்ந்த மருத்துவர்களாகப் பரவினர். அவர்களில் அமெரிக்கா, கனடாவில் பணியாற்றிய சர் வில்லியம் ஓஸ்லர் குறிப்பிடத்தகுந்தவர். ரோகிட்டன்ஸ்கி, விர்ச்செள இருவரிடமும் பயின்ற இவர் பிரேதப் பரிசோதனை அடிப்படையில் மருத்துவம் செய்தார். அந்திமக் காலத்தில் தனக்குப் பிணப்பரிசோதனை செய்ய தனிக்குறிப்புகளும், தன் போஸ்ட்மார்ட்டம் முடிவு குறித்த அனுமானங்களையும் எழுதி வைத்தார். இறந்தபின் ஆட்டோப்ஸி செய்தபோது அது சரியாக இருந்தது!

1910ல் அமெரிக்க மருத்துவரான ரிச்சர்ட் கேபோட் 1,000 போஸ்ட்மார்ட்டம்களை ஆராய்ந்து அதில் 40% பிழைபட்டவை எனக்கண்டறிந்தார். 1920ல் மாஸசூசெட்ஸ் பொது மருத்துவமனையில் செய்யப்பட்ட 3,000 ஆட்டோப்ஸிகளை ஆராய்ந்ததில் கணிசமானவை டாக்டர்களின் போதாமையால் தவறாக இருந்ததை அறிந்தார்கள். இதன் காரணமாக மருத்துவக் கல்வியின் மையப் பாடமாக பிரேதப் பரிசோதனை சேர்க்கப்பட்டு அதைக் கற்பிப்பதில் சில சீர்திருத்தங்களும் கொண்டுவரப்பட்டன.

20ம் நூற்றாண்டு பிரேதப் பரிசோதனைகளில் பல முக்கிய முன்னேற்றங்களைக் கொண்டு வந்தது. 1987ல் விஷத்தை ஆராயும் டாக்ஸிக்காலஜி முறை மூலம் ஓஹியோவில் நடத்தப்பட்ட ஒரு பிரேதப் பரிசோதனையில் முதல்முறையாக சயனைடு மூலம் மரணம் நிகழ்ந்தது கண்டுபிடிக்கப்பட்டது. 2005 முதல் 2007 வரை இத்தாலியில் 5300 வருடத்திற்கு முந்தைய டூட் அரசன், ஓயெட்ஸி இருவரது சடலங்களையும் சிடி ஸ்கேன் செய்து பிரேதப் பரிசோதனை செய்ததில் அவர்கள் கொலை செய்யப்படவில்லை, வியாதி வந்த கால்களின் காரணமாகவே மரணம் நிகழ்ந்திருக்கிறது என்று தெரியவந்தது. சரித்திரம் திருத்தி எழுதப்பட்டது.

21ம் நூற்றாண்டில் கணிப்பொறி நிரல்களின் மூலம் மெய்நிகர் பிம்பங்களாக மனித உடல் உறுப்புகள் மாணவர்களுக்குக் கற்பிக்கப்படுகின்றன. 2000ல் துவங்கப்பட்ட இங்கிலாந்தின் பெனின்சுலா மருத்துவக் கல்லூரி முதல்முறையாக பிரேதங்கள் பயன்படுத்தாமல் இம்முறையில் மாணவர்களுக்கு உடற்கூறியலைக் கற்பித்தது.

2010ல் ஜெய்ப்பூரில் மானஸ் தியோ என்பவர் கார் விபத்துக்குள்ளாகி, சிகிச்சை பலனளிக்காமல் இறந்ததாக மருத்துவச் சான்றளிக்கப்பட்டு, பிரேதப் பரிசோதனைக்கு அனுப்பி வைக்கப்பட அங்கு ஆட்டோப்ஸி டேபிளில் எழுந்துட்கார்ந்து விட்டார். 2007ல் வெனிசுலாவில் இதேபோல் ஒரு கேஸ் ஆட்டோப்ஸியில் உடம்பில் கத்தி வைத்துக் கீறிய வலியில் பிணமாகக் கருதப்பட்டவர் எழுந்து அதிர்ச்சியூட்டினார்.

இந்தியன், நந்தா, ராம், கற்றது தமிழ், யுத்தம் செய், மாற்றான் ஆகிய படங்களில் பிணவறையும் பேத்தாலஜிஸ்ட்களும் காட்சிப்படுத்தப்பட்டுள்ளனர். கமல்ஹாசன் தன் உடலை மருத்துவக்கல்லூரி ஆராய்ச்சிக்குத் தானமாக அளித்திருக்கிறார்.

கொலையில் தற்கொலையில் விபத்தில் வியாதியில் சடலச்சோதனை சாஸ்வதமாகும்.

★

Stats சவீதா

- *கடந்த 25 ஆண்டுகளில் அமெரிக்காவில் போஸ்ட்மார்ட்டம் எண்ணிக்கை 50% குறைந்துள்ளது.*
- *அமெரிக்காவில் 60% தற்கொலைகள் போஸ்ட்மார்ட்டம் செய்யப்படுகின்றன.*
- *அமெரிக்காவில் 50% போஸ்ட்மார்ட்டம் முடிவுகள் நோயினால் மரணம் என்கின்றன.*
- *அமெரிக்காவில் 15 – 24 வயதுக்காரர் மரணங்களே அதிகம் ஆட்டோப்ஸி செய்யப்படுகின்றன.*
- *அமெரிக்காவில் 85 வயது மேற்பட்டவர் மரணங்களில் 0.8% மட்டுமே ஆட்டோப்ஸி நடக்கிறது.*

போஸ்ட்மார்ட்டம்

*மரித்த வீச்சப்பிரேதம்
மார் பிளந்து துழாவி
மண்டைஓடுடைத்து
மூளைச்செல்லுரித்து
ஆவி அழிந்ததெப்படி
அதுஅறிய விளக்கும்
அறுப்புசெய் விளக்கு.*

– கவிஞர் கில்மா

★★★

10. பிகினி

"I don't like posing in a bikini as there is nothing to hold on to."

— Maria Sharapova, Russian Tennis Player

பிகினி என்பது பெண்கள் அணியும் டூபீஸ் நீச்சலுடை. இதில் ஒரு பீஸ் ப்ரேஸியர் போல் மேலே மார்பிலும் மற்ற பீஸ் பேண்டீஸ் போல் கீழே இடுப்பிலும் அணிவர். பிகினி அணியும் பெண்கள் அந்தரங்கங்கள் மற்றும் அவை சார்ந்த பிரதேசங்களின் ரோமங்களை மழித்தகற்றிவிடுகின்றனர். இதற்கு பிகினி வேக்ஸிங் என்று பெயர்.

கிமு 1600ல் கிரேக்க மினோயன் நாகரிகத்தின் சுவரோவியங்களில், தாழிகளில் பெண்கள் டூபீஸ் உடையில் காட்சியளிக்கின்றனர். கிபி 100ம் ஆண்டைச் சேர்ந்த சிலையில் கிரேக்கப் பெண் கடவுள் வீனஸ் பிகினியில் காட்சியளிக்கிறார். கிபி 4ம் நூற்றாண்டைச் சேர்ந்த *Villa Romana Del Casale*ன் ரோமானிய மொசைக்களில் எட்டு பெண் அத்லெட்கள் பிகினியணிந்து விளையாடும் ஓவியம் இடம் பெற்றிருக்கிறது.

இதற்குப் பிறகு பிகினி 19ம் நூற்றாண்டின் மத்தியில்தான் மறுபடி எட்டிப்பார்க்கிறது. 1890களில் விக்டோரியன் காலத்துப்

பெண்டிர் பொதுவில் பிகினி அணிய கூச்சம் கொண்டு பல தந்திரோபாயங்களைக் கையாண்டிருக்கின்றனர். குளியல் இயந்திரம் என்ற உடைமாற்றும் அறைகொண்ட மரவண்டி அதில் முக்கியமானது (இன்றைய நடிகைகளின் கேரவன்களுக்கு ஒப்பானது). குளிக்கும் பெண் சாதாரண உடையில் வண்டியில் ஏறுவாள். குதிரை (சமயங்களில் மனிதர்கள்) வண்டியை கடலுக்குள் இழுத்துச் செல்லும். அவள் அந்த வண்டிக்குள்ளேயே பிகினிக்கு மாறி கடலுக்குள் இறங்குவாள். இவ்வாறு ஆண்களின் பார்வையிலிருந்து சுலபமாய்த் தப்பித்தார்கள்.

1907ம் ஆண்டு ஆஸ்திரேலிய மௌனப்பட நடிகை மற்றும் நீச்சல் வீராங்கனையான அன்னெட் கெல்லர்மேன் போஸ்டனின் ரெவரே பீச்சில் இறுக்கமான ஸ்லீவ்லெஸ் நீச்சலுடை அணிந்துவந்த காரணத்துக்காக கைதுசெய்யப்பட்டார். அனுமதிக்கப்பட்ட அளவுகளில் பெண்கள் நீச்சலுடை அணிந்து வருகிறார்களா என போலீஸ்காரர்கள் அளந்து சோதிப்பது அப்போது அமெரிக்க பீச்களில் சகஜமான காட்சியாக இருந்தது.

1913 ஒலிம்பிக்கில் கார்ல் ஜேண்ட்சென் விளையாடும்போது வசதியாக இருக்கும் பொருட்டு இறுக்கமான ஷார்ட்ஸ் மற்றும் டிஷர்ட் என டூபீஸ் உடையில் கலந்து கொண்டார். 1915ல் மல்லியாட் என்ற ஒன்பீஸ் உடை (தற்போது ஜிம்னாஸ்டிக்ஸ் பெண்கள் அணிவது போன்றது) அமெரிக்கப் பெண்கள் மத்தியில் பிரபலமானது.

1930களில் ஐரோப்பியப் பெண்கள் முதன்முதலாக டூபீஸ் நீச்சலுடை அணிந்தனர். ஹால்டர் டாப்ஸ் மற்றும் ஷார்ட்ஸ் கொண்ட அதில் இரு பீஸ்களுக்குமிடையே இடுப்பின் சிறுபகுதி மட்டுமே கீற்றுப் போல் தீற்றலாய்க் காட்சியளிக்கும். தொப்புள் தெரியாது. மேக் சென்னெட்டின் *Bathing Beauties*, டோரதி லாமோர் நடிந்த *Hurricane, My Favorite Brunette* ஆகிய படங்களிலும், 1948ல் வெளியான *Life* இதழின் அட்டைப் படத்திலும் இந்த சைவ பிகினி இடம் பெற்றது. அமெரிக்காவில் இரண்டாம் உலகப்போர் சமயத்தில் உடைகளின் ரேஷன் முறை புழக்கத்தில் இருந்த சமயம்தான் இந்த வகை பிகினி உள்ளே

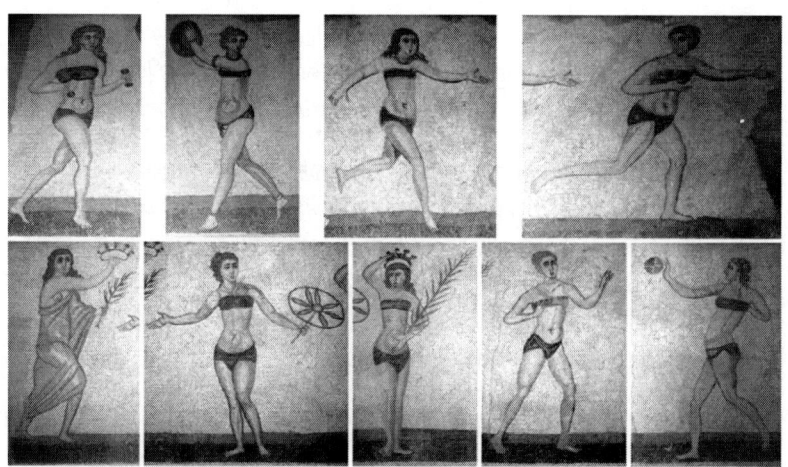

நுழைந்தது. 1940களின் ஆரம்பத்தில் அவா கார்ட்னர், ரீடா ஹேவொர்த், நானா டர்னர் போன்ற ஹாலிவுட் நடிகைகள் அமெரிக்க பீச்களில் இந்த நீச்சலுடையில் வலம் வருவது சகஜமாக இருந்தது.

ஐரோப்பாவிலோ போர் காரணமாக கடற்கரைகள் வெறிச்சோடிக் காட்சியளித்தன. இதனால் நீச்சலுடைகளில் எந்த முன்னேற்றமும் நிகழவில்லை. போர் முடிந்த 1946ன் கோடைகாலத்தில்தான் அங்கே மீண்டுமொரு சுதந்திர உணர்ச்சி மெல்ல ஊடுருவியது. Nuts என்ற ஆண்கள் பத்திரிகை ஆசிரியர் டொமினிக் ஸ்மித் டைம் இதழுக்கு அளித்த பேட்டியில் “போருக்குப் பின் பூமியில் அமைதியும் மகிழ்ச்சியும் திரும்பக் கொண்டு வரும் ஒரு சங்கதி மனிதகுலத்துக்குத் தேவைப்பட்டது. அதுதான் பிகினி” என்கிறார். போருக்குப் பின்னர் பிகினி ஆராய்ச்சி களைகட்டியது.

ஜேக்ஸ் ஹெய்ம் என்ற ஃப்ரெஞ்சு டிசைனர் சிறிய நீச்சலுடை ஒன்றை உருவாக்கி அதற்கு *atome* என்று பெயர் இட்டார் (அணு என்பதற்கான பிரெஞ்சுச் சொல் அது). தன் தயாரிப்பை "உலகின் மிகச்சிறிய குளியல் உடை" என விளம்பரம் செய்தார்.

இதற்கு மூன்று வாரங்களுக்குப்பின் ஜூலை 5, 1946ல் ஃபிரெஞ்சு

டிசைனர் லூயி ரியர்ட் என்பவர் மற்றொரு சிறிய நீச்சலுடையை "உலகின் மிகச்சிறிய குளியல் உடையை விட சிறியது" என்ற போட்டி விளம்பரத்துடன் அறிமுகப்படுத்தினார்.

நிறையப் பேர் மறுத்த பின் மிகுந்த சிரமத்துக்கிடையே மிச்சலின் பெர்னார்டினி என்ற பெண்ணை மாடலாகப் பிடித்து, இதை அணியச்செய்து பிஸ்கின் மொலிடர் என்ற பாரிஸின் புகழ்பெற்ற நீச்சல்குளத்தில் புகைப்படம் எடுத்து பத்திரிகையில் வெளியிட்டார். அது மிகப்பெரிய ஹிட். 50,000 வாசகர் கடிதங்கள் வந்தன அதற்கு!

அமெரிக்கா அப்போதுதான் பசிஃபிக் பெருங்கடலிலிருக்கும் மார்ஷல் தீவுகளில் பிகினி அடோல் என்ற இடத்தில் அணு ஆயுத சோதனை நிகழ்த்தி, பரபரப்பாக மீடியாக்களில் அடிபட்டுக்கொண்டிருந்த சமயம். அதையொட்டியே ரியர்ட் தன் சிறிய நீச்சலுடைக்கு பிகினி என்று பெயரிட்டார். நவீன நீச்சலுடை பிறந்தது.

ரியர்டின் வியாபாரம் பெருகியது. பிகினி தயாரிப்பு நிறுவனங்கள் புற்றீசலாய்ப் பெருகின. "ஒரு நல்ல பிகினி என்பது ஒரு திருமண மோதிரத்தினுள் சுலபமாய் நுழைத்து வெளியே எடுக்கக் கூடியதாய் இருக்க வேண்டும்" என்றார் ரியர்ட்.

ஃப்ரெல் கோல் என்ற அமெரிக்க டிசைனர் டைம் இதழுக்கு அளித்த பேட்டியில் "ஃப்ரெஞ்சுப் பெண்களுக்குக் குட்டையான கால்கள், அதனால் அவர்கள் கால்களை நீளமாய்க் காட்டும் நோக்கிலேயே பிகினிக்கள் உருவாக்கப்பட்டன" என்றார்.

பிரான்ஸில் பிகினி பரவினாலும் பெல்ஜியம், இத்தாலி, ஸ்பெயின், ஆஸ்திரேலியா ஆகிய நாடுகளில் பிகினி தடைசெய்யப்பட்டது. வாடிகனில் பிகினியணிவது பாவம் என்று அறிவிக்கப்பட்டது. 1951ல் லண்டனில் நடந்த உலக அழகிப் போட்டிக்குப் பின் உலகெங்கிலும் பிகினி தடை செய்யப்பட்டது. 1950களின் இறுதிவரை அமெரிக்க பீச்களில் பிகினி காணுவது அரிதாகவே இருந்தது. 1960களின் மத்தியில் ஹிப்பிகள்

கலாசாரம் வரும்வரை பிகினி அமெரிக்காவில் எதிர்க்கப்பட்டுக் கொண்டிருந்தது.

எஸ்தர் வில்லியம்ஸ் என்ற நடிகை பல படங்களில் நீச்சலுடையில் தோன்றினார். மார்கிட் ஃபெல்லெகி என்ற ஆடை வடிவமைப்பாளர் பிகினி டிசைன்களில் புகழ் பெற்றுத் திகழ்ந்தார். *Catalina* என்ற பிகினி தயாரிப்பு நிறுவனம் ஜிஞ்சர் ரோஜர்ஸ் மற்றும் மர்லின் மன்றோ ஆகியோரை விளம்பர மாடல்களாகப் பயன்படுத்தியது.

1957 கேன்ஸ் திரைப்பட விழாவிற்கு வந்த நடிகை ப்ரிகிட்டி பார்காட் ஃபிரான்ஸ் கடற்கரைகளில் பிகினியுடன் இருக்கும் புகைப்படங்கள் வெளியாகின. *1960*ல் பாப் பாடகர் ப்ரயன் ஹைலேண்ட் *"Itsy Bitsy Teenie Weenie Yellow Polka Dot Bikini."* என்ற பாடலின் மூலம் பிகினியைப் பிரபலம் ஆக்கினார். *1962. Dr. No* என்ற ஜேம்ஸ்பாண்ட் படத்தில் பெல்ட்டுடன் கூடிய வெண் பிகினி அணிந்து நடிகை உர்சுலா ஆன்ட்ரஸ் தோன்றிய காட்சி மிகப் பிரபலம். (*2001*ல் இந்த பிகினி *61,500* டாலர்களுக்கு ஏலம் போனது. நாற்பதாண்டுகளுக்குப் பின் இதை நினைவூட்டும் வண்ணம் *Die Another Day* படத்தில் ஹேல் பெர்ரி இதே மாடல் நீச்சலுடையை அணிந்து நடித்தார்).

*1962*ல் *Playboy* பத்திரிகை அட்டைப்படத்தில் பிகினி மாடலை அச்சிட்டது. *1963*ல் அன்னெட்டி ஃபுனிசெல்லொ பிகினி அணிந்து *Beach Party, How To Stuff a Wild Bikini* ஆகிய படங்களில் தோன்றினார். அதே ஆண்டில் *Beach Boys* குழு *California Girls, Surfin' Safari* போன்ற பிகினியை விதந்தோதும் பாடல்களைப் பாடி வெளியிட்டது.

Sports Illustrated இதழ்தான் முதன் முதலில் பிகினியை அட்டைப்படத்தில் போட்ட வெகுஜனப் பத்திரிகை. 1964ன் குளிர்காலத்தில் எந்த முக்கிய விளையாட்டுகளும் இல்லாது போக, அதன் ஆசிரியரான ஆன்ட்ரே லாகுவரே ஃபேஷன் நிருபர் ஜூல் கேம்ப்பெல் என்பவரை, பக்கங்கள் நிரப்ப ஏதாவது விஷயம் செய்து தரச்சொல்லிக் கேட்க, அவர் பேபட் மார்ச் என்ற பிகினி மாடலை அட்டைப்படத்தில் போட்டார்.

1966ல் வெளியான *One Million Years B.C.* படத்தில் கற்காலக் குகை வாசி பெண்ணாக நடிகை ராக்குவல் வெல்ச் மிருகத் தோலால் ஆன பிகினி அணிந்து தோன்றினார்.

பிகினியானது மெல்ல மெல்ல அங்கிங்கெனாதபடி எங்கும் பிரகாசமாய்ப் பரவியது.

1964ல் ரூடி கெர்ன்ரீச் என்பவர், மோனோகினியை அறிமுகப்படுத்தினார். மார்புகள் மறைக்காமல் ஸ்ட்ராப்கள் கீழாடையுடன் இணைக்கப்பட்ட ஒன்பீஸ் உடை இவை.

1967ல் இந்தியாவில் முதன்முதலாக ஷர்மிளா தாகூர் *An Evening in Paris* படத்தில் பிகினியில் நடித்தார், *Filmfare* இதழின் அட்டைக்கு பிகினியில் போஸ் கொடுத்தார்.

1960களின் இறுதியில் பிரான்ஸின் கடற்கரையான ஃப்ரெஞ்ச் ரிவியெரா ஸ்ட்ரிங் பிகினி என்ற மிகச்சிறிய நீச்சலுடை பரவலாக முக்கியக் காரணமாக இருந்தது. 1970களில் அமேஸான் காடுகளின் பழங்குடியினத்தவர் அணியும் ஆடையை ஒட்டி பிரேஸிலில் ரியோ, செயிண்ட் ட்ரோபெஸ் ஆகியோரால் தாங் பிகினி அறிமுகம் செய்யப்பட்டது. பிருஷ்டத்தை மறைக்காது முழுக்கக் காட்டும் வகையில் இவை கயிறால் அமைந்தவை. 1980களில் தாங் பிகினிக்கள் அமெரிக்காவில் நுழைந்தது.

1976ல் ஃபாரா ஃபாவ்செட் அணிந்த ஒன்பீஸ் பிகினி பிரபலம். 1983ல் பீச்களிலிருந்து வெளியே வந்து விண்வெளியில் பிகினி நுழைந்தது. *Star Wars: Episode VI - Return of the Jedi* படத்தில் இளவரசி லெயாவாக நடிகை கேரி ஃபிஷர் பிகினியணிந்து

நடித்தார். 1989 முதல் 1999 வரை மிகப் பிரபலமான Bay Watch டிவி சீரியல் ஒளிபரப்பானது. பமீலா ஆண்டர்சென் இதன் மூலம் புகழ்பெற்றார். 1997ல் கேப்ரியல் ரீஸ் பிகினி அணிந்து பீச் வாலிபால் விளையாட்டைப் பிரபலமாக்க விளம்பரங்களில் நடித்தார்.

2006ல் சச்சா பேரான் கோஹென் என்பவர் ஆண்களுக்கான பிகினியான மேன்கினி என்பதை அறிமுகப்படுத்தினார். சுமாராய் விற்றது. 2009ல் கேட்டி பெர்ரி புகழ்பெற்ற பச்சை பிகினியில் தோன்றினார். 2010ல் சேவோபௌலோ பேஷன் நிகழ்வில் ஈவா ஹெர்ஸொகோவா லெதர்பிகினியை முதன்முறையாக வெளியுடையாக அணிந்து வந்தார். 2011ல் நடிகை கைனெத் பால்ட்ரோ தன் இரு குழந்தைகளுடன் சிக்கென்ற உடலுடன் பிகினியில் இருந்த படங்கள் வெளியாகி மத்திம பெண்கள் மத்தியில் பொறாமையைக் கிளப்பியது. 2012ல் கேட் அப்டன் Sports Illustrated அட்டைப்படத்தில் மிக மிக மிகச் சிறிய பிகினியில் போஸ் கொடுத்து பரபரப்பை ஏற்படுத்தினார்.

2006ல் சூஸன் ரோசென் தயாரித்த 150 கேரட் வைரங்கள் பதிக்கப்பட்ட பிகினி உலகின் மிக விலை அதிகமானதாகும் - விலை 20 மில்லியன் பவுண்ட்கள்.

நுமோகினி, ஸீகினி, டேங்கினி, கேமிகினி, தாங்கினி, ஹிகினி, மினிமினி, மைக்ரோ டியர்ட்ராப், ஸ்லிங்ஷாட் எனப் பலவகை பிகினி இன்று புழக்கத்தில் இருக்கின்றன.

மற்ற உடைகளின் கவர்ச்சியானது அவை வெளிக்காட்டும் பகுதிகளில் இருக்கிறது. ஆனால், பிகினியின் கவர்ச்சியோ அது மறைத்திருக்கும் இடங்களில் இருக்கிறது!

Stats சவீதா

- அமெரிக்கா ஓராண்டில் பிகினிக்குச் செலவிடும் தொகை 8 பில்லியன் டாலர்கள்.
- அமெரிக்காவில் பெண்கள் பிகினி ஒன்றின் சராசரி விலை 24.26 டாலர்கள்.
- ஓர் அமெரிக்கப் பெண் வைத்திருக்கும் சராசரி பிகினிகள் எண்ணிக்கை 4.
- 25% பேர் பிகினியில் தம் உடல் குறித்து யாரும் நேர்மையாகச் சொல்வதில்லை என்கின்றனர்.
- 80% பெண்கள் நல்ல பிகினி உடல்வாகு கொண்ட நண்பர்களுடன் பீச் செல்ல விரும்புகின்றனர்.

பிகினி

எச்சிலூற விழியிச்சையூட்டும்
பச்சைநீர்க்கும் காய்ச்சலாகும்
மச்சங்கள் பாய்ச்சல் போடும்
மச்சங்கள் கூச்சலிட்டு ஆடும்
மிச்சங்கள் மிகு கூச்சத்துடன்
அச்சிறு நீச்சல் ஈருடைக்குள்
அச்சத்துடன் கண்(ண)டிக்கும்.

— கவிஞர் கில்மா

11. பிரசவம்

"The same movements that get the baby in, get the baby out."

- From the book 'Birthing from Within' by Pam England & Rob Horowitz

இயற்கைப் பிரசவம் என்பது தாய்மையடைந்த ஒரு பெண் கிட்டத்தட்ட 280 நாட்கள் கருக்காலம் முடிந்து கருப்பையிலிருக்கும் குழந்தையைப் பிறப்புறுப்பின் வழியாக, குறைந்த மருத்துவ உதவிகளுடன் தன் சுயமுயற்சியின் மூலமே வெளியுலகிற்கு ஈன்று தருதல் ஆகும். வலி நிறைந்த இதனை சுகப்பிரசவம் என்பது வினோதமே.

ஒரு பிரசவத்தில் ஒரு குழந்தை மட்டுமல்ல, ஒரு தாயும் சேர்ந்தே பிறக்கிறாள்!

பைபிளின் பழைய ஏற்பாட்டின் உபாகமத்தில் வரும் மோசஸின் அறிவுரைகளில் பாதுகாப்பான தாய்மை குறித்தும் செவிலிகள் சுத்தபத்தமாக இருப்பது குறித்தும் சொல்லப்பட்டிருக்கிறது. கிபி 98ல் சோரனஸ் என்ற ரோமானியர் தாம் பிரசவம் பார்த்த அனுபவங்கள் சார்ந்து பேறுகால மருத்துவம் குறித்த பாடநூல்

ஒன்றினை எழுதினார். 16ம் நூற்றாண்டுவரை அப்புத்தகம் பிரசவப் பயன்பாட்டில் இருந்தது.

1544ம் ஆண்டில் பிரசவம் பற்றிய முதல் ஆங்கிலப் புத்தகமான *Birth of Mankynde* தாமஸ் ரேனால்ட் என்ற ப்ரிட்டன் மருத்துவரால் எழுதப்பட்டு பிரசுரிக்கப்பட்டது.

ஏவாள் செய்த பாவங்களுக்கான தண்டனையாகவே பிரசவ வலி பெண்களுக்கு ஏற்படுகிறது என அக்காலத்தில் மக்கள் நம்பினர். சர்ச்கள் அதை அங்கீகரித்தன. பிரசவ வலி எடுக்க சாட்டையால் அப்பெண்ணை அடிக்க வேண்டும் என்றொரு மூடநம்பிக்கையும் அக்காலத்தே சில பகுதிகளில் இருந்தது. ஒரு ஜெர்மானிய சக்ரவர்த்தினியின் பிரசவத்தின்போது அந்த அறையின் வெளியே 20 ஆண்களை நிற்க வைத்து சவுக்கடி கொடுத்தனர். அரசிக்கு நல்லபடியாகப் பிரசவம் நடந்தது!

மத்திய காலத்தில் செவிலிகள்தாம் பெண்களுக்குப் பிரசவம் பார்த்தனர். ஆண்கள் அவர்களின் அருகில் கூட அனுமதிக்கப்படவில்லை. 1522ல் ஜெர்மனி ஹாம்பர்கில் காக்டர் வெர்ட் என்பவர், பெண் வேடத்தில் பிரசவ அறைக்குள் நுழைந்தது கண்டுபிடிக்கப்பட்டு தீக்கிரையாக்கப்பட்டார். அவ்வளவு கடுமையான எதிர்ப்பு இருந்தது.

17ம் நூற்றாண்டில் செவிலிகளுக்கான முக்கியத்துவம் அதிகரித்தது. இங்கிலாந்தில் செவிலிகளுக்கு இலவச வீடுகள் கொடுத்தனர். ந்யூ ஆம்ஸ்டர்டாமில் அவர்களுக்குத் தாராளமான சம்பளம் வழங்கப்பட்டது. டச்சு மேற்கிந்தியக் கம்பெனி காலனிகள் மற்றும் லூஸியானா என்ற ஃப்ரெஞ்சுக் காலனியிலும் கூட இதே கதைதான்.

செவிலிகள் அவசரகாலத்தில் குழந்தைகளுக்கு ஞானஸ்நானம் செய்ய வேண்டி இருந்ததால் அவர்களை சட்டபூர்வமாகக் கையாளும் பொறுப்பை இங்கிலாந்து சர்ச்களின் பிஷப்கள் ஏற்றனர். செவிலிப் பணிக்கு லைசென்ஸ் வழங்கப்பட்டது. சேவைக்குக் கட்டாய நிதிவசூல் செய்தல், பில்லி சூனியம்

பழகுதல் / வைத்தல், ஏழை மகளிர்களுக்கு பிரசவம் பார்க்க மறுத்தல், அரசு / மத அமைப்புகளிடம் குழந்தை பிறப்பு விவரங்களை மறைத்தல் போன்ற செயல்களில் ஈடுபட்டால் லைசென்ஸ் ரத்து செய்யப்பட்டது. இம்முறை காலனிகளிலும் பின்பற்றப்பட்டது.

14ம் நூற்றாண்டு முதல் 17ம் நூற்றாண்டு வரை செவிலிகள் சூனியக்காரிகள் என அவர்களை முத்திரை குத்தி கொலை செய்வது ஆங்காங்கே பரவலாக நடந்து வந்தது. அக்காலகட்டத்தில் தொடங்கப்பட்ட மருத்துவக்கல்லூரிகள் அனைத்திலும் ஆண்கள் டாக்டர்களாக உருவாகினர். முடிதிருத்துபவர்கள் பிரசவமும் பார்த்தனர்!

1650ல் வில்லியம் சாபெர்லென் என்பவர் ஃபோர்செப்ஸ் எனப்படும் இடுக்கியைக் கண்டுபிடித்தார். பெண்ணுக்கு இயற்கை முயற்சியில் பிரசவம் நிகழாத பட்சத்தில் இந்த இடுக்கியை பிறப்புறுப்பின் வழி செலுத்தி குழந்தையின் தலையைக் கவ்வி வெளியிழுக்க இதைப் பயன்படுத்தினார்கள். இப்போதும் இது புழக்கத்தில் உள்ளது. ஆனால் அறிமுகப்படுத்தப்பட்ட காலத்தில் இடுக்கி மிக அரிதாகவே பயன்பட்டது.

அப்படிப் பயன்படுத்தப்பட்டதும் கூட ஒரு குடும்ப ரகசியமாகவே காக்கப்பட்டது.

18ம் நூற்றாண்டில் ஸ்காட்லாந்தைச் சேர்ந்த மருத்துவரான வில்லியம் ஸ்மெல்லி கர்ப்பமுற்ற ஏழைப்பெண்களுக்கு இலவச பிரசவ கல்வியும் சேவையும் அளித்தார். ஃபோர்செப்ஸின் பயன்பாட்டை மருத்துவரிடையே பரவலாக்கியவர் இவர் தான். ஸ்மெல்லி அப்போது செவிலிகளைக் காட்டிலும் பிரபலமாகவில்லை. ஆனால் செவிலிகளின் வேலையையும் பணத்தையும் தொடர்ந்து பறித்தார். பொறாமை கொண்ட செவிலிகள் அவர் பெயருக்குக் களங்கம் கற்பிக்க முனைந்தனர். ஆண்கள் பெண்களுக்குப் பிரசவம் பார்ப்பதை ஒழுக்கமற்ற செயலாகப் பிரகடனப்படுத்தினர்.

1739ல் இங்கிலாந்தில் பிரசவ வார்டு தொடங்கப்பட்டது. இது செவிலித்தொழிலுக்குப் பெருத்த அடியாக அமைந்தது. பயிற்சியளிக்கப்பட்ட ஆண் மருத்துவர்கள் பிரசவம் பார்க்கத் தொடங்கினர். ஆனால் மேல்தட்டு வர்க்கத்தினர் மட்டும்தான் செலவு செய்து அப்படிப்பட்டவர்களைப் பிரசவம் பார்க்க அமர்த்திக் கொள்ள முடிந்தது.

1765ல் டாக்டர் வில்லியம் ஷிப்பன் என்பவர் ஃபிலடெல்ஃபியாவில் முதன்முதலில் செவிலிகளுக்கான பயிற்சியகம் தொடங்கினார். 1816ல் கருவிலிருக்கும் குழந்தையின் இதயத்துடிப்பை அறிய முதன்முதலாக ஸ்டெத்தாஸ்கோப் பயன்படுத்தப்பட்டது.

1828ல் மகப்பேறு மருத்துவரைக் குறிக்கும் Obstetrician என்ற சொல் "முன் நிற்கும்" என்ற பொருளுடைய லத்தீன் வார்த்தையிலிருந்து உருவாகிப் பயன்படுத்தப்பட்டது.

1817ல் பிரிட்டிஷ் இளவரசி சார்லொட்டி 50 மணிநேர பிரசவ வலிக்குப்பின் இறந்த குழந்தையைப் பெற்றுப் போட்டுவிட்டு அடுத்த 5 மணிநேரத்தில் செத்துப்போனார். க்ரோஃப்ட் என்ற அவரது மருத்துவரே இதற்குக் காரணம் என மக்கள் வசை பாட அவர் தற்கொலை செய்துகொண்டார். ஆண்

மருத்துவர்களுக்கான எதிர்ப்பு வலுத்தது. மருத்துவக் கழகம் தலையிட்டு ஃபோர்செப்ஸின் பயன்பாட்டை கட்டாயமாக்கியது.

1848ல் டாக்டர் வால்டர் சான்னிங் முதன்முதலாக ஈதர் என்ற திரவத்தை மயக்க மருந்தாக பிரசவத்தின் போது பயன்படுத்தினார். 1853ல் இங்கிலாந்து மகாராணி விக்டோரியா தனது ஏழாம் குழந்தையைப் பெற்றெடுக்க க்ளோரோஃபார்ம் எனும் மருந்தை மயக்கமருந்தாகப் பயன்படுத்தினார். அவர் அதை வெளியில் சொல்ல, பிரசவத்தில் க்ளோரோஃபார்ம் பயன்படுத்துவது ஒரு ஸ்டேட்டஸ் ஸிம்பல் ஆனது.

மருத்துவர்கள் கையில் தொற்று ஏற்படுவது குறித்துக் கவலைப்படாமல் பிரசவம் பார்த்தனர். சிலசமயம் போஸ்ட்மார்ட்டம் முடிந்து திரும்பிய கையோடு அப்படியே பிரசவும் பார்த்தனர். 1860ல் லூயி பாஸ்ச்சர் பிரசவத்தின் போது மருத்துவர்கள் சரியாகக் கைகளைக் கழுவாததால் தான் பாக்டீரியாக்களின் தொற்று காரணமாக சிலவகை பிரசவக் காய்ச்சல் ஏற்படுவதைக் கண்டுபிடித்தார். பின்னர் டாக்டர்கள் சுண்ணாம்பு க்ளோரைடில் கைகளைத் தேய்த்து சுத்தப்படுத்தும் பழக்கம் வந்தது.

19ம் நூற்றாண்டில் தொழிற்புரட்சியினால் மக்கள் நெரிசலான வாழ்விடங்களில் சுகாதாரமற்ற சூழல்களில் குழந்தைகள் பிறக்க நேரிட்டது. நகர்ப்புற கீழ்த்தட்டு பெண்கள் புதிதாகத் திறக்கப்பட்ட மருத்துவமனைகளுக்குப் படையெடுத்தனர்.

மத்தியதர, மேல்தட்டு பெண்கள் வீட்டிலேயே பிரசவம் பார்த்துக் கொண்டனர்.

20ம் நூற்றாண்டின் தொடக்கத்தில் மருத்துவமனைகள் பெருக, நிறைய பெண்கள் அச்சேவையைப் பயன்படுத்தத் தொடங்கினர். கணிசமான மத்திய வர்க்கத்தினர் பாதுகாப்பான குறைந்த வலிப் பிரசவத்துக்கு மருத்துவமனைகளைப் பயன்படுத்தினர்.

ஆஸ்பத்திரிகளின் வருகையால் செவிலிகளுக்கான தேவை முற்றிலும் ஒழிந்தது.

1902ல் ஸ்கோபோலமைன் என்ற மறதி வஸ்துவை மயக்கமருந்தாகப் பிரசவத்தில் பயன்படுத்தினர். 1914ல் இதனுடன் வலி குறைக்கும் மார்பைன் என்ற பொருளைக் கலந்து ட்விலைட் ஸ்லீப் என்ற மயக்க மருந்தை உருவாக்கிப் பயன்படுத்தினர். பிரசவத்தின்போது என்ன நடந்தது என்பதே பெண்களுக்கு சுத்தமாக நினைவிருக்கவில்லை. மேல்தட்டு பெண்கள் ட்விலைட் ஸ்லீப் சங்கங்கள் அமைத்து இதைப் பிரசவத்தின் போது பயன்படுத்துவதை ஒரு சமூகநிலைக் குறியீடாக ஆக்கினர்.

1915ல் ஜோஸப் டிலீ குழந்தை இறப்பை ஆராயும் தடுக்கும் சங்கத்தில் பிரசவத்தை ஒரு நோய்க்கூறாக விளக்கினார். பிரசவமானது அசாதாரண நிகழ்வு என்பதையும் செவிலிகளுக்கு அதில் எந்தப் பங்கும் இல்லை என்பதையும் அவர் விவரித்தார்.

1920ல் அவர் தன் மிகப்பிரபலமான பிரசவம் குறித்த பாடநூலில் வலி கண்டவுடன் பெண்களுக்கு மயக்கமருந்து தரவேண்டும், கருப்பைவாய் விரிந்து கொடுக்க உதவ வேண்டும், பிரசவத்துக்கு முக்கும் சமயம் ஈதர் தர வேண்டும், பிறப்புறுப்பு வாயில் சிறுவெட்டு இட வேண்டும், இடுக்கி பயன்படுத்தி குழந்தையை வெளியே எடுக்க வேண்டும், தொப்புள்கொடியை வெளியே எடுத்து வெட்டிவிட வேண்டும், கருப்பை சுருங்க மருந்துகள் அளிக்க வேண்டும், பிறப்புறுப்பின் வாயை மறுபடி சரி செய்ய வேண்டும் என ஒவ்வொன்றையும் அவரது நூலில் விரிவாக

விவரித்தார். இன்றைய அமெரிக்க பிரசவ முறைகள் டிலீ முறைகளை சுவீகரித்தே உருவாக்கப்பட்டவை.

1940களின் தொடக்கத்தில் மருத்துவர்கள் மைக்கேல் ஓடெண்ட் மற்றும் ஃப்ரெட்ரிக் லெபோயெர், செவிலி ஈனா மே கேஸ்கின் ஆகியோர் செவிலியகங்களில், வீட்டில், நீருக்குள் வைத்துப் பிரசவம் பார்ப்பதைப் பிரபலப்படுத்தினர். அப்போதைய சில ஆராய்ச்சிகள் செவிலிகளின் கைகளில் பிரசவம் பார்ப்பது மருத்துவமனைகளில் பார்ப்பதை விட மிகவும் பாதுகாப்பான விஷயமாக இருப்பதாகத் தெரிவித்தன.

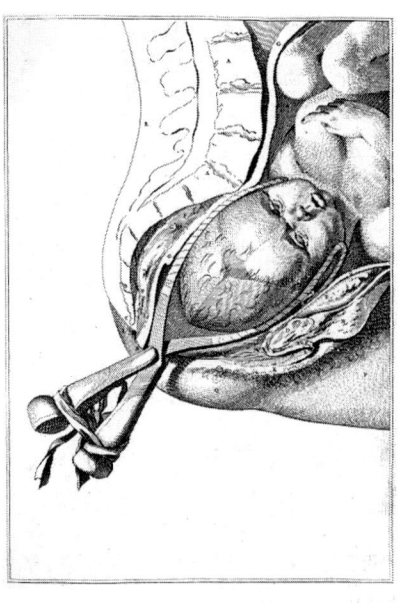

1940களில் பெண்களுக்குப் பிரசவத்தின் போது மயக்கமருத்து தருவதும், அவர்கள் மயக்கத்திலிருக்கும்போதே ஃபோர்செப்ஸ் பயன்படுத்தி குழந்தையை வெளியே எடுப்பதும் சாதாரண நிகழ்வாகிப் போனது. பிரசவத்திற்கு முன்பாக பிறப்புறுப்பு ரோமங்களை அகற்றுவதும், இனிமா கொடுப்பதும், சலைன் ட்ரிப்ஸ் இறக்குவதும், பிரசவ வலியின் போது கைகளைக் கட்டிப் போடுதலும், குழந்தை பிறந்த பின்னர் பன்னிரண்டு மணிநேரத்துக்கு மருத்துவக் கண்காணிப்பிலிருப்பதும் சகஜமாயிற்று.

1953ல் ரஷ்யாவைச் சேர்ந்த டாக்டர் ஃபெர்னாண்ட் லாமேஸ் என்பவர் பிரசவம் குறித்த கண்டுபிடிப்புகளை நூலாக வெளியிட்டார். அது குழந்தையின் தந்தையைப் பிரசவ அறைக்குள் அழைத்து வந்தது. 1958ல் ராபர்ட் ப்ராட்லே

என்ற மருத்துவர், கணவர் அருகிலிருக்க ஒரு சுகப்பிரசவத்தை வெற்றிகரமாக நிகழ்த்திக் காட்டினார். 1970களில் தொடங்கி பரவலாகத் தந்தைகள் பிரசவ அறைக்குள் அனுமதிக்கப்பட்ட போதும் ஒரு மூலையில் நின்று கொண்டு வேடிக்கை பார்க்க மட்டுமே முடிந்தது.

1968ல் எலக்ட்ரானிக் கருவிகளின் மூலம் பெண்ணின் வயிற்றிலிருக்கும் கருவை கண்காணிக்கும் முறை அறிமுகப்படுத்தப்பட்டது. ஆனால் அதிக ரிஸ்க்கான கேஸ் எனக் கருதப்படும் பெண்களுக்கு மட்டுமே அக்காலத்தில் இது பயன்படுத்தப்பட்டது.

1979ல் டெமெரோல் என்கிற பிரசவ அனஸ்தீஷியா கண்டுபிடிக்கப்பட்டது. 1988ல் எபிட்யூரல் என்ற மயக்க மருந்தை பிரசவ வலியின் போது தேவையானபோது தேவையான அளவு ஓர் இயந்திரத்தின் சில பட்டன்களைப் பயன்படுத்தி சம்பந்தப்பட்ட பெண்ணே தனக்குத்தானே செலுத்திக் கொள்ளும் முறை அறிமுகமானது.

1980களின் இறுதியில் பிரசவ வலி தொடங்கி, குழந்தை பிறப்பு, குணமாதல் வரை எல்லா வசதிகளையும் ஒரே அறையில் அளிக்கும் எல்டிஆர் ரூம்கள் உருவாக்கப்பட்டன. 1993ல் எபிட்யூரல் அனஸ்தீஷியா குறித்து ஆராய்ச்சி செய்யப்பட்டு அதன் மோசமான விளைவுகள் குறித்து அறியப்பட்டதால் அது தடைசெய்யப்பட்டது.

3 Idiots படத்தில் அமீர்கான் (பின் அதன் மறுபதிப்பான நண்பன் படத்தில் விஜய்) மருத்துவமனை செல்ல முடியாத அவசர நிலையிலிருக்கும் பெண்ணுக்குத் தன் மெக்கானிக்கல் இன்ஜினீயரிங் ப்ரோஜெக்ட்டின் உதவியில் இயற்கைப்பிரசவம் நிகழ்த்துவதாய்க் காட்டுவார்கள். எந்திரன் படத்தில் சிட்டி எனும் ரோபோ ரஜினி நிலைமை சிக்கலாகிப் போன ஒரு பெண்ணுக்குப் பிரசவம் பார்ப்பதாய் வரும்.

சுகப்பிரசவம் என்பது ஒவ்வொரு பெண்ணின் பிறப்புரிமை! நிஜப் பெண்ணுரிமை!

★

Stats சவீதா

- உலகில் நிகழும் மொத்தக் குழந்தை பிறப்புகளில் 95% இயற்கைப் பிரசவங்கள்.
- 26.9 உலக அளவில் பெண்களுக்கு முதல் இயற்கைப் பிரசவங்கள் நிகழும் சராசரி வயது.
- அமெரிக்காவில் 6% பிரசவங்கள் செவிலி உதவியுடன் நடைபெறுகின்றன.
- 85% பிரசவத்திற்கு முன் ஸ்கேன் செய்து கருவளர்ச்சியை கவனிக்கின்றனர்.
- 22% அமெரிக்கப் பெண்களுக்கு செயற்கையாக பிரசவ வலியூட்டப்படுகிறது.

பிரசவம்

உயிர்மூச்செறி முக்கி
வயிறெக்கி வலிசிக்கி
காலகட்டி அதுபிரித்து
சூலகச்சிசு உதிர்க்கும்
கலிதீரச் சிலிர்த்திடும்
வலிமிகு சுகஜீவனம்.

- கவிஞர் கில்மா

12. சிஸேரியன்

"I was born by Caesarean section, but you can't really tell except that when I leave my house, I always go out the window."

- Stephen Wright, American Actor and Writer

சிஸேரியன் என்பது வயிறு மற்றும் கருப்பையில் வெட்டுகளிட்டு அறுவை மூலம் கர்ப்பத்திலிருக்கும் குழந்தையைப் பிரசவிக்கச் செய்வதாகும். பிறப்புறுப்பின் வழியாக இயற்கையாக குழந்தை பிறக்கும் சூழல் இல்லாது போகும் நிலையில் பொதுவாய் இதை முயல்பவர். இப்போது சோதிட காரணத்துக்காகவும் செய்கின்றனர். Caesarean என்பது வெட்டு என பொருள்தரும் Caedere என்ற லத்தீன் சொல்லிலிருந்து வந்தது!

கிமு 700ல் நூமா பொம்பிலியஸ் என்ற ரோமானிய மன்னர் *Lex Caesare* என்ற சில சட்டங்களைப் பிறப்பித்தார். சாகக்கிடக்கும் / செத்த கர்ப்பவதியின் வயிற்றிலிருந்து குழந்தை பிரித்தெடுக்கப்பட வேண்டும் என்றது அது. முதல் சிஸேரியன் குறிப்பு!

கிமு 500ல் பண்டைய பாபிலோனின் *Talmud* என்ற யூத நூலும் இதே கருத்தைச் சொல்கிறது. தாயின் உயிரே குழந்தையின்

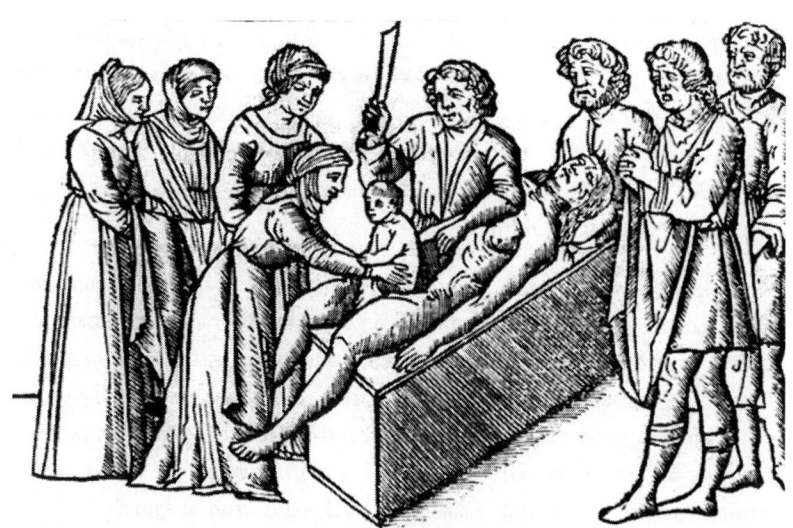

உயிரை விட முக்கியம் எனும் இந்த சிஸேரியன் *Yotzei Dofen* (உடற்சுவற்றிலிருந்து வெளியேறுதல்) எனப்படும். சாம் என்ற மருத்துவக் கலவையின் மூலம் வலியின்றி வயிறு பிளக்கப்படும். தொற்று குறைவு என்பதால் விலாப்பகுதியில் ஒருவெட்டு. மயக்கமருந்து பற்றிய குறிப்புகள் இல்லை. பிரசவம் முடிந்த பின் வெட்டுப்பகுதியில் துணி வைத்துக் கட்டுவார்கள்.

கிமு 3ம் நூற்றாண்டில் சந்திரகுப்த மௌரியரின் மனைவி கர்ப்பமுற்றிருக்கையில் விபத்தாய் விடமருந்தி பிரசவத்தின் ஓரத்தில் உயிர்துறந்தாள். அரசகுருவாயிருந்த சாணக்யர் அவள் வயிற்றைப் பிளந்து குழந்தையை மீட்டார். அதுதான் பிந்துசாரர்!

அயர்லாந்து புராணமான உல்ஸ்டர் சைக்கிளில் ஃப்யூபைட் ஃபெர்பெண்டின் தாய் அவரது அத்தையால் சதி செய்து கொல்லப்பட்ட பின் சிஸேரியனில் பிறக்கிறார். பழங்கால சீன வரலாற்றாசிரியரான லுஸாங்கின் கூற்றுப்படி மஞ்சள் மகராஜனின் 6வது வழித்தோன்றலுக்குப் பிறந்த ஆறு மகன்களும் சிஸேரியனில்தான் பிறந்தனர்.

பண்டைய சீன ஓவியங்களில் பெண்களின் வயிற்றிலிருந்து சிசுக்கள்

வெளியே எடுக்கப்படும் காட்சிகள் இடம்பெற்றிருக்கின்றன. பண்டைய கிரேக்க புராணத்தில் சூரியக் கடவுள் அப்போலோ இறக்கும் தருவாயிலிருந்த மனைவி வயிற்றிலிருந்து தன் மகன் ஆஸ்க்ளெபியஸை பிரித்தெடுத்ததாக வருகிறது. முகமதியர் வழக்கில் சிஸேரியன் தடை செய்யப்பட்டிருந்தது. மீறிப் பிறக்கும் குழந்தை கொல்லப்படும்.

கிமு 45ல் ரோமானிய மன்னர் ஜூலியஸ் சீஸர் சிஸேரியன் மூலமே பிறந்ததாகச் சொல்கிறார் ப்ளினியஸ் செகண்டஸ் என்ற வரலாற்றறிஞர். ஆனால் அவரது தாய் ஆரேலியா சீஸர் பெரியவனாகும் வரை உயிர் வாழ்ந்ததாக சரித்திரம் கூறுகிறது. அக்கால வசதிகளின்படி சிஸேரியனில் குழந்தை பிறந்தால் தாய் உயிர் பிழைக்க வாய்ப்பில்லை என்பதால் ப்ளினியஸ் சொல்வது பிழை என்றே கொள்கிறோம்.

கிபி 1000ல் ஷானமே என்ற பாரசீக நூலில் சிமுர்க் என்ற விலங்கு ஸால் என்ற வீரனுக்கு சிஸேரியன் செய்யக் கற்றுத் தருகிறது. அதைக் கொண்டு அவன் ருபாடா என்ற பெண்மணிக்குப் பிரசவம் பார்த்து ரோஸ்டம் என்ற குழந்தையைக் காப்பாற்றுகிறான். பிற்பாடு அக்குழந்தை ஈரானின் தேசத் தலைவர் ஆகிறது.

1204ல் கேடலோனிய துறவி ரேமண்ட் நோன்னேடஸ் (லத்தீனில் நோன்னேடஸ் என்றால் “பிறக்காத” என்று பொருள்) சிஸேரியனில் பிறந்தவர். அவர் தாய் அதில் இறந்தார். 1316ல் ஸ்காட்லாந்து அரசர் இரண்டாம் ராபர்ட் சிஸேரியனில் பிறந்தார். அவர் தாய் மார்ஜோரி ப்ரூஸ் மரித்தார் (ஷேக்ஸ்பியரின் மெக்பத் நாடகத்தில் வில்லன் மெக்டஃப் சிஸேரியனில் பிறந்ததாக வருவது இதைத் தழுவித்தான்).

மறுமலர்ச்சிக் காலத்தில் செவிலிகள் ஐரோப்பாவில் சிஸேரியன்கள் செய்தனர். இதயம் பாதிக்கப்படக் கூடாது என்பதற்காக பெண் வயிற்றின் இடது பக்கவாட்டுப் பகுதியில் கையகல வெட்டுகள் இட்டனர் (இதயம் வலப்புறம் இருப்பதாகக் கருதப்பட்டது அப்போது). குடல்களை ஒதுக்கி

கருப்பையைத் திறக்க ஏதுவாக வயிற்றைக் கிழிக்கும் முன் செவிலிகள் கைகளில் எண்ணெய் தடவிக் கொண்டனர். வைன் மயக்க மருந்தாக அளிக்கப்பட்டது. அறுவையின் வசதிக்காக கர்ப்பிணிகள் சாய்ந்த வாக்கில் உட்கார வைக்கப்பட்டனர். பின் குழந்தையை வெளியே எடுக்கும்போது பக்கவாட்டில் திரும்பி அமர்ந்து கொண்டனர். கருப்பை வேகமாக சுருங்கி விடும் என்பதால் தையல் போடுவது பயனில்லை என நினைத்து கருப்பையை மூடாமல் அப்படியே விட்டனர். வயிற்றுக்கிழிப்புகளில் தையலுண்டு. முட்டை, சீமைச்சணல், ஆர்மேனிய களிமண் கலந்து செய்த ப்ளாஸ்டர் கொண்டு காயங்களைக் கட்டினர். ரோஸ் ஆயில், மஞ்சள்கரு கலந்த கலவையில் முக்கி எடுத்த லைனன் குச்சியை ஒரு நாளைக்கு மூன்று முறை பிறப்புறுப்புக்குள் செலுத்தினர். சிலர் அட்டையை வெட்டுகளில் இட்டனர். ரத்தத்தை வெளியேற்றும் சிகிச்சையும் பின்பற்றப்பட்டது.

சில நேரம் சிஸேரியனில் குழந்தையை வெளியே எடுக்க முடியாத இக்கட்டில் குழந்தையின் உடல் உறுப்பு கை, கால், தோள், சமயங்களில் தலை ஏதேனும் சிதைக்கப்பட்டு வெளியே எடுக்கப்பட்டன. 16ம் நூற்றாண்டில் ஃப்ரெஞ்சு அரசி கேத்ரின் டி மெடிஸி இரட்டைப் பெண் குழந்தைகளை சிஸேரியனில்

பிரசவித்த போது குழந்தையின் காலை உடைக்க வேண்டி இருந்தது. இரண்டும் இறந்தன.

1580களில் ஸ்விட்சர்லாந்தில் பன்றிக்கு காயடிக்கும் பணி செய்த ஜேக்கப் நூஃபெர் என்பவர் தன் மனைவியின் நீண்ட பிரசவப் போராட்டத்துக்குப் பின் சிஸேரியன் செய்து தாய் சேய் இருவரையும் காப்பாற்றினார். இதுதான் இரு உயிர்களையும் காப்பாற்றிய முதல் சிஸேரியன் நிகழ்வு. ஆனால் சிலர் எந்த மருத்துவ வசதியும் இல்லாத ஓர் இடத்தில் எந்த வைத்திய கல்வியும் இல்லாத ஓர் ஆசாமி இத்தனை சிக்கலான அறுவை சிகிச்சையை நிகழ்த்த வாய்ப்பில்லை என்று சொல்கின்றனர்.

1596ல் ஸ்கிபொயோன் மெர்க்யூரியோ தன் மருத்துவக் குறிப்புகளில் சிஸேரியன் வெட்டின் போது நான்கு வலுவான உதவியாளர்கள் பெண்ணைப் பிடித்துக்கொள்ள வேண்டும் என எழுதியிருக்கிறார். பல்வேறு மூலிகைச்சாறுகளை குழந்தையை வெளியே எடுக்கும் முன் பெண்ணுக்குத் தடவி இருக்கிறார். ஆனால் இந்த முறை இரு உயிர்களும் காப்பாற்றப்பட்டதா என்பது குறித்து ஏதும் சொல்லப்படவில்லை.

1794ல் மேற்கு விர்ஜினியாவின் மேஸன் கௌன்டி என்ற ஊரில் அமெரிக்காவின் முதல் வெற்றிகரமான சிஸேரியன் நிகழ்ந்தது. டாக்டர் ஜெஸ்ஸி பென்னட் தன் மனைவி எலிஸபெத்துக்கு இதைச்செய்தார். டாக்டர் ஹம்ஃப்ரே என்பவரைத்தான் தன் மனைவிக்குப் பிரசவம் பார்க்க பென்னட் நியமித்திருந்தார். எலிஸபெத்துக்கு பிரசவவலி கண்டபோது இயற்கையாக அவள் குழந்தை பெறுதல் சாத்தியமில்லை என்பது புரிந்தது. ஃபோர்செப்ஸ் கூடப் பயன்படுத்திப் பார்த்தார்கள். ஹம்ஃப்ரே அதற்கு மேலும் ஏதாவது முயன்றால் தாய்க்கும் குழந்தைக்கும் உயிர் ஆபத்து ஏற்படும் என பயந்து பின்வாங்கினார். எலிஸபெத் தன் குழந்தையின் உயிரை மட்டுமாவது காப்பாற்றுங்கள் எனக் கெஞ்சினார். வேறுவழியின்றி மருத்துவராய் ப்ராக்டீஸ் செய்து கொண்டிருந்த பென்னட் தானே தன் மனைவிக்கு சிஸேரியன் செய்யத் தீர்மானித்தார். லௌடனம் என்ற ஒப்பியம் சாற்றை மயக்க மருந்தாகக் கொடுத்தார். ஒரு டேபிளின் மீது அவரைப்

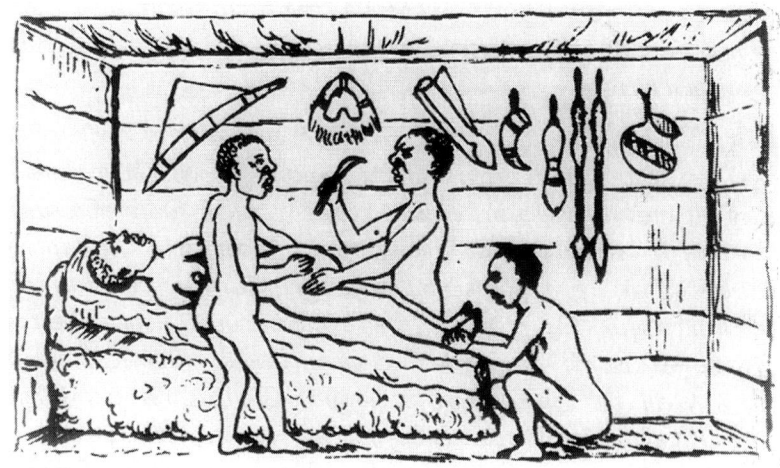

படுக்கச் செய்து, விசுவாசமான இரு வேலைக்காரர்களை எலிஸபெத்தைப் பிடித்துக் கொள்ளச் செய்து, மெழுகுவர்த்தி ஒளியில் அவரது வயிற்றைக் கீறி, குழந்தையை வெளியே எடுத்தார். அது ஒரு பெண் குழந்தை! பின் லைனன் நூல் கொண்டு பிளவைத் தைத்தார். எலிஸபெத் மற்றும் பிறந்த குழந்தை இருவரும் ஆரோக்யமாய் நெடுநாள் வாழ்ந்தனர்.

இங்கிலாந்தில் ஜேம்ஸ் பேரி என்ற ராணுவ மருத்துவர் தான் முதல் சிஸேரியன் ஆபரேஷனை செய்தார். அவர் இறந்த பின் தான் அவர் ஒரு ஆண் அல்ல, பெண் என்பது தெரியவந்தது. அக்காலத்தே பல்கலைக்கழகங்களில் பெண்கள் மருத்துவம் படிக்கத் தடையிருந்ததால் வாழ்நாள் முழுக்க ஆண் வேடமிட்டு பணி செய்திருந்தார்.

19ம் நூற்றாண்டில் ஆப்பிரிக்காவின் க்ரேட் லேக்ஸில் பயணித்த ஐரோப்பியர்கள் அங்கே சிஸேரியன் சகஜமாக இருந்ததைக் கண்டிருக்கிறார்கள். சாராயம் மூலம் மயக்கப்படுத்தப்பட்டு, மூலிகைக்கலவைகள் மூலம் காயங்கள் குணமாக்கப்பட்டன.

18ம் நூற்றாண்டில் சிஸேரியனில் அறுவைத்தையல் அறிமுகப்படுத்தப்பட்டபோது தொற்றுகளின் காரணமாக

இறப்புகள் அதிகரித்தன. இதைக் குறைக்கும் பொருட்டு 19ம் நூற்றாண்டில் சிஸேரியன் செய்து முடித்தவுடன் கர்ப்பப்பை அகற்றப்பட்டது.

1881ல் ஃபெர்டினண்ட் டார்ஃப் கெஹ்ரர் என்பவர் சிஸேரியனில் குறுக்குவெட்டுகள் முயன்றதன் மூலம் ரத்தப்போக்கைக் கணிசமாய்க் குறைத்தார். 1882ல் மேக்ஸ் சாஞ்சர் வெள்ளிக்கம்பி கொண்டு கருப்பையைத் தைக்கும் முறையை அறிமுகப் படுத்தினார். இது கருப்பையை இழக்காமல் காயங்கள் குணமாகவும், தொற்றுகள் நேராதிருக்கவும் பேருதவியாய் இருந்தது. 1912ல் வயிற்றின் பக்கவாட்டில் போடப்பட்டு வந்த வெட்டு அடிவயிற்றின் குறுக்குவெட்டாக மாறியது. ரத்தப் பரிமாற்றம், மயக்கமருந்தியல், ஆன்டிபயாடிக்குகள், ஆன்டிசெப்டிக்குகள், நோய்க்கிருமி ஒழிப்பு ஆகியவற்றில் நிகழ்ந்த அபார முன்னேற்றங்கள் சிஸேரியனைப் பாதுகாப்பானதாக ஆக்கியது. 1894ல் மருத்துவமனையில் முதல் சிஸேரியன் போஸ்டனில் நடந்தது.

1900களுக்கு முன் சிஸேரியனில் அவ்வப்போது தாயா குழந்தையா என்ற சங்கட முடிவை எடுக்க வேண்டியிருந்தது. கத்தோலிக்க சர்ச் குழந்தையைக் காப்பாற்றச் சொல்லி அறிவுறுத்தியது. 1930களில் கூட போப் பதினொன்றாம் பியஸ் தாயைக் காப்பாற்ற சிஸேரியனில் குழந்தையைப் பலியிடக் கூடாது என்று சொன்னார்.

20ம் நூற்றாண்டின் தொடக்கத்தில் மக்களடர்த்தி மிகுந்த நகரங்களில், ஊட்டச்சத்து குறைவாய் உட்கொண்ட குடும்பங்களில் ரிக்கெட்ஸ் என்ற எலும்புநோய் பரவியது. பிரசவத்துக்கு உதவும் பெல்விக் எலும்புகளையும் இந்த நோய் பாதித்தது. இதனால் கணிசமான பெண்கள் சுகப்பிரசவம் காணமுடியாமல் சிஸேரியன் செய்ய வேண்டி இருந்தது. பின் விட்டமின் டி குறைபாட்டினால் இந்நோய் வருகிறது என்று அறிந்து சத்தூட்டிய பால் தந்ததால் ரிக்கெட்ஸ் ஒழிந்தாலும் சிஸேரியன் தொடர்ந்தது!

1900களில் ஃபேனஸ்டியல் என்ற சிஸேரியன் முறையில்

பிறப்புறுப்பு எலும்பருகே கிடைநிலை வெட்டு இடுவது கஷ்டம் குறைவாகவும், சீக்கிரம் குணமாவதாகவும், அழகுக்கு பாதிப்பு வராமலும் இருந்தது. 1926ல் கெர் என்பவர் கருப்பையில் கீழ் குறுக்குவெட்டு முறையைக் கையாண்டார். குறைந்த ரத்தப்போக்குடையதாகவும், கருப்பை சேதமுறாமலும் காக்கும். இன்றும் அதே முறைதான் பயன்படுகிறது.

மார்ச் 5, 2000. தெற்கு மெக்ஸிகோவின் ரியோடாலியா என்ற இடத்தில் வசித்த 40 வயதுப் பெண் ஐனெஸ் ராமிரெஸ் தனக்குத் தானே சிஸேரியன் செய்து கொண்டு ஓர் ஆண் மகவைப் பெற்றெடுத்தார். ஐனெஸுக்கு பிரசவவலி கண்டபோது அவள் கணவன் ஒரு பாரில் குடித்துக்கொண்டிருந்தான். யாருமே உதவிக்கு இல்லாததால் ஐனெஸ் கொஞ்சம் சாராயம் அருந்தி விட்டு (மயக்க மருந்து) பெஞ்ச்சில் அமர்ந்து, முதுகை சுவற்றில் சாய்க்காமல் கால்களைக் கட்டினார். சமையலறையிலிருந்த பெரிய கத்தியின் மூலம் தொப்புளுக்கு வலப்புறம் விலாவின் கீழே தொடங்கி, பிறப்புறுப்பின் அருகே வரை 17 செமீ செங்குத்தாய் வயிற்றைக் கீறினார். அரை மணி நேரம் அறுவை முயற்சிக்குப் பின் கருப்பையை அடைந்து குழந்தையை வெளியே இழுத்து, தொப்புள் கொடி வெட்டிவிட்டு மூர்ச்சையடைந்தார். இப்படி சுயசிஸேரியன் செய்துகொண்டது மானுட சரித்திரத்திலேயே இவர் ஒருவர்தான்.

சிஸேரியன் என்பது பெண்கள் மரண விளிம்பைத் தொட்டுத் திரும்பும் மறுபிறவி!

★

Stats சவீதா

- அதிகபட்சமாய் சீனாவில் 46% பிரசவங்கள் சிஸேரியனாக இருக்கின்றன.
- அமெரிக்காவில் ஆண்டுக்கு சுமார் 13 லட்சம் சிஸேரியன்கள் நடக்கின்றன.

- பிரிட்டனில் 15% அவசர சிஸேரியனாகவும் 25% திட்டமிட்டதாகவும் உள்ளன.
- 66% அவசர சிஸேரியன் பிரசவ கேஸ்கள் பகலில் தான் செய்யப்படுகின்றன.
- ஒரு சிஸேரியனுக்குப் பின் அடுத்தது சுகப்பிரசவமாகும் வாய்ப்பு 10%க்கும் குறைவு.

சிஸேரியன்

பிளவுலவி தவிர்த்த
உயிருள்ளே தவிக்க
வயிறளந்து பிளந்து
கருப்பை கத்தரித்து
சிவப்பைத் துப்பியே
சிசு உலகம் காணும்.

— கவிஞர் கில்மா

13. விபச்சாரம்

"The profession of a prostitute is the only career in which the maximum income is paid to the newest apprentice."

- William Booth, British Spritual Leader

விபச்சாரம் என்பது பணம் பெற்றுக்கொண்டு பாலியல் சேவை புரியும் தொழில். பெரும்பாலும் இது பெண்கள் ஈடுபடும் தொழிலாக இருக்கிறது. இவர்கள் வேசி, விபச்சாரி, விலைமாது என்று வெளிப்படையாகவும் பாலியல் தொழிலாளி என நாசூக்காகவும் அழைக்கப்படுகிறார்கள். தெருக்களில் கைதட்டி அழைப்பவர்கள், விபச்சார விடுதிகளில் காத்திருப்பவர்கள், கூப்பிட்டால் சொன்ன இடம் வரும் உயர்ரக வேசிகள் என இவர்கள் பலதரப்படுவர். ஆங்கிலத்தில் *Prostitutes* என்பர்.

பொதுவாக உலகின் மிகப் புராதனமான தொழில் என இது குறிப்பிடப்பட்டாலும், வேட்டையாடுதல், விவசாயம் ஆகியவற்றுக்குப் பிறகே விபச்சாரம் வருகிறது. பெண்கள் ஈடுபட்ட தொழில்களில் கூட செவிலிப்பணிதான் முதலில் தோன்றியது.

கிமு *2400*ல் தெற்கு மெஸபடோமியாவில் (இன்றைய ஈராக்) வசித்த சுமேரியர்கள் தாம் முதலில் விபச்சாரம் செய்ததாகத் தெரிகிறது. அவர்கள் தொழில் பட்டியலில் *Kar Kid* என்ற பெயரில் விபச்சாரத்தையும் வரிசைப்படுத்தியுள்ளனர். பணத்துக்காக அல்லாமல் மதச்சடங்காக, கோவில் சேவையாக இதைப் பின்பற்றியிருக்கிறார்கள்.

கிமு *1780*ல் பாபிலோனிய ஹம்முராபி சட்ட நூல் விபச்சாரிகளின் சொத்துரிமை பற்றிப் பேசுகிறது. கிமு *1075*ல் வடக்கு மெஸபடோமியாவின் அஸ்ஸிரிய சட்டப்படி விபச்சாரிகளுக்கு தனி உடை இருந்தது. தெருவில் நடமாடும் போது குடும்பப் பெண்கள் முகத்தை மறைக்க வேண்டும்; விபச்சாரிகள் மறைக்கத் தேவையில்லை.

ரஹாப் என்ற பாலஸ்தீனிய வேசி தன் வீட்டை அடையாளப்படுத்த சிவப்பு நிற கயிறு தொங்கவிட்டிருந்தாள். அதிலிருந்தே விபச்சாரிகள் இருக்கும் இடத்துக்கு சிவப்பு விளக்குப் பகுதி என்று பெயர் வந்ததாகச் சொல்கிறார்கள். பிற்காலத்தில் விபச்சார விடுதி சென்ற ரயில்வே ஊழியர்கள் தாம் கொண்டு சென்ற சிவப்பு விளக்கை வெளியே வைத்து உள்ளே போனார்கள். அதிலிருந்தும் வந்திருக்கலாம்.

முதன்முதலில் விபச்சார விடுதிகள் பண்டைய எகிப்தில் உருவாயின. கிரேக்க மெஸபடோமியப் பயணிகள் எகிப்து வரப்போக இருந்ததால் இவை முளைத்தன. ரோடோபிஸ் என்ற எகிப்திய விபச்சாரி தன் சம்பாத்தியத்தின் மூலம் ஒரு பிரமிட் கட்டியதாகக் குறிப்பிடுகிறார் வரலாற்றறிஞர் ஹெரோடாட்டஸ். கிமு *600*ல் சீன மன்னர் குவாங் சுவாங் அரசு வருமானம் பெருக்க விபச்சார விடுதிகள் திறந்தார்.

கிமு *6*ம் நூற்றாண்டில் பண்டைய கிரேக்கத்தில் மூன்று விதமான விபச்சாரிகள் இருந்தனர்: *Pornai* என்ற அடிமை விபச்சாரிகள், தெருவில் விபச்சாரம் செய்பவர்கள், *Hetaera* என்ற படித்த விபச்சாரிகள் (சமூக செல்வாக்கும் சொகுசும் வாய்த்தவர்கள்).

சி.சரவணகார்த்திகேயன்

கிமு 594ல் ஏதென்ஸ் கவிஞரும் சட்டமேதையுமான ஸோலன் ஜனநெருக்கடி மிகுந்த நகரப்பகுதிகளில் அரசாங்க ஆதரவு பெற்ற விபச்சார மையங்களைத் திறக்கச் செய்தார். அவர்கள் அரசாங்கத்துக்கு அதிக அளவு வரி செலுத்தினர். விபச்சாரிகள் தனிப்பட்டு வித்தியாசமாய்த் தெரியும் ஆடைகளை அணிந்தனர் கலவிக்கான விலை சாதாரண வேலையாளின் ஒருநாள் சம்பளமாக இருந்தது.

பண்டைய ரோமில் உணவு பரிமாறும் பெண்கள் விபச்சாரத்தில் ஈடுபட்டிருந்தனர். மரியாதைக்குரிய கனவான்கள் தம் வீடுகளை விபச்சார விடுதிக்கு வாடகைக்கு விடுவது சகஜமாக இருந்தது. சில விடுதிகள் மோசமானதாகவும், பிற விடுதிகள் சொகுசானதாகவும் இருந்தன. விடுதி வாசலில் வாட்டர்பாய்கள் வருபவர்களின் அந்தரங்க உறுப்புகளைக் கழுவி விட பாத்திரங்களில் நீருடன் காத்திருந்தனர்.

கிமு 180ல் ரோமானிய சக்ரவர்த்தி கலிகுலா Vectigal Ex Capturis என்ற பெயரில் விபச்சாரத்துக்கு வரிவிதித்தார். விபச்சாரிகளுக்கு முறைப்படி பதியப்பட்டு லைசன்ஸ் தரப்பட்டது. லைசன்ஸ் இல்லாது தொழில் செய்தவர்கள் தண்டிக்கப்பட்டனர். விண்ணப்பம் தரும் பெண் மரியாதைக்குரிய குடும்பத்தைச் சேர்ந்தவரானால் அதிகாரிகள் பேசி மனம் மாற்ற முயல்வர். ஒருமுறை பெயர் பதிவு செய்தால் ஆயுள் முழுக்க விபச்சாரி தான். செவிலிகள் விபச்சாரத்திற்குள் நுழையாமல் காவலர்கள் கவனித்துக் கொண்டனர். பிரபலமான விபச்சாரிகளின் சிகை, உடை, நகை ரோமானிய பெண்களின் ஃபேஷனில் வலுவான பாதிப்பை ஏற்படுத்தின.

பண்டைய இந்தியாவில் நகர்வது (நகரத்தின் மணமகள்) என்ற பெயரில் பெண்களை ஊர்ப்பொதுச்சொத்தாக்கி விபச்சாரத்தில் ஈடுபடுத்தும் பழக்கம் இருந்தது. ஆச்சார்ய சதுர்சென் எழுதிய வைஷாலி கி நகர்வது நூலில் வரும் அம்ரபாலியும், கிமு 200ல் சுத்ரகர் எழுதிய மிரிச்சகதிகா நூலில் வரும் வசந்தசேனாவும் இவ்வகையினரே.

கிபி 590ல் ரிகாரட் என்ற ஸ்பெயின் மன்னர் கிறிஸ்துவத்துக்கு எதிரானது என்று சொல்லி விபச்சாரத்தைத் தடை செய்தார். விபச்சாரத்தில் ஈடுபட்ட பெண்களுக்கு 300 கசையடி தந்து நாடு கடத்தினார். ஆண்களுக்கு எந்த தண்டனையும் இல்லை.

கிபி 525ல் ரோமானிய மன்னர் ஜஸ்டினியன் முன்னாள் விபச்சாரியான தியோடரா என்பவரைத் திருமணம் செய்து கொண்டார். பின் கிபி 534ல் இருவரும் இணைந்து கொண்டுவந்த *Corpus Juris Civilis* சட்டத்தில் விபச்சாரம் முறைபடுத்தப்பட்டது. இதன் படி, தலைநகரத்தில் இருந்த விபச்சார விடுதிகள் ஒழிக்கப்பட்டன, கட்டாயமாய் விபச்சாரத் தொழிலில் ஈடுபடுத்தப்பட்ட பல அடிமைகள் விடுவிக்கப்பட்டனர்.

1161ல் இங்கிலாந்து மன்னர் இரண்டாம் ஹென்றி லண்டனில் விபச்சாரிகள் மணம் செய்யாது இருக்க வேண்டும் என்றும், விபச்சார விடுதிகள் ஒவ்வொரு வாரமும் ஆய்வுக்கு உட்படுத்தப்பட வேண்டும் என்றும் உத்தரவிட்டார். 1254ல் ஃப்ரெஞ்சு மன்னர் ஒன்பதாம் லூயி பணம், பொருட்கள், உடைகளைப் பிடுங்கிக் கொண்டு விபச்சாரிகளை நாட்டை விட்டே துரத்தினார். விபச்சார விடுதிகளை அழித்தார்.

1358ல் வெனிஸ் நகர கவுன்சில் விபச்சாரம் உலகின் அத்தியாவசியத் தேவை என அறிவித்தது. இதைத் தொடர்ந்து 14 மற்றும் 15ம் நூற்றாண்டுகளில் அரசாங்கமே விபச்சார விடுதிகளை முக்கிய இத்தாலிய நகரங்களில் திறந்தது. கற்பழிப்பும், மிருகங்களுடனான கலவியும் நடப்பதைத் தடுக்க விபச்சாரம் சகிக்கப்பட்டது. விபச்சாரிகள் தனி ஆடைகளை அணிந்தனர். விபச்சார விடுதிகள் தனி வீதிகளில் இருந்தன.

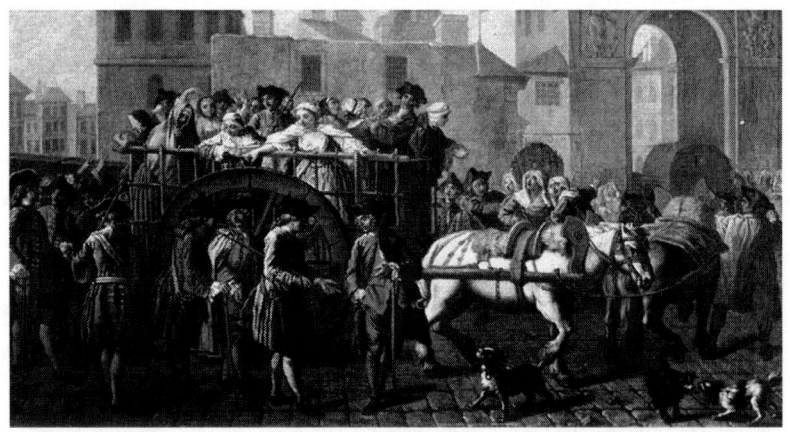

சாமியார்களும், மணமானவர்களும் அங்கு செல்ல தடை இருந்தது. நகர எல்லைச்சுவர்களுக்கு வெளியே மட்டுமே விபச்சாரம் செய்ய அனுமதிக்கப்பட்டது. சாண்ட்விச், ஹாம்பர்க், வியன்னா, ஆக்ஸ்பர்க் போன்ற இடங்களில் இது போன்ற விடுதிகள் இருந்தன. பின் 16ம் நூற்றாண்டில் சிஃபிலிஸ் என்ற பால்வினை நோய் ஐரோப்பாவில் பரவிய போது இந்த விபச்சார விடுதிகள் அவசரமாக மூடப்பட்டன.

1546ல் இங்கிலாந்து மன்னர் எட்டாம் ஹென்றி விபச்சார விடுதிகளை மூட உத்தரவு இட்டார். கடுமையான தண்டனைகள் அமல்படுத்தப்பட்டன. 1586ல் போப் ஐந்தாம் சிக்ஸ்டஸ் விபச்சாரத்தில் ஈடுபடும் பெண்களுக்கு மரணதண்டனை அறிவித்தார்.

16ம் நூற்றாண்டில் எலிஸபெத் மஹாராணியின் காலத்தில் விபச்சாரம் வளர்ந்தது. லண்டனின் சௌத்வார்க் சிவப்பு விளக்குப்பகுதியாக பிரபலமடைந்தது. விடுதிகள் வெண்சுதை கொண்டு பூசப்பட்டன. விபச்சாரிகள் நாடக நடிகர்களாகவும் இருந்தனர்.

17ம் நூற்றாண்டின் இறுதியில் பாரிஸில் விபச்சாரிகளுக்கு பேட்ஜுடன் கூடிய தனி உடை கட்டாயமாக்கப்பட்டது. மருத்துவப் பரிசோதனைகள் செய்யப்பட்டன. 1751ல்

வியன்னா அரசி மரியா தெரசா விபச்சாரத்தைத் தடை செய்து மீறுபவர்களுக்கு சவுக்கடி, சிறை, அபராதம் எனத் தண்டனைகள் விதித்தார். மதுக்கூடங்களில் பெண்கள் பணிபுரிவதையும் சன்னமான உடைகள் அணிவதையும் கூடத் தடை செய்தார்.

அதற்கு பிறகு வந்த ஸாரினா எலீஸாவீடா பெட்ரோவ்னா ரஷ்யாவில் இருந்த அத்தனை உள்நாட்டு, வெளிநாட்டு விபச்சாரிகளையும் தேடிக் கண்டுபிடிக்க உத்தரவிட்டார். பின் வந்த முதலாம் ட்ஸார் பால் இவ்வாறு மாஸ்கோவிலும் செயிண்ட் பீட்டர்ஸ்பர்கிலும் பிடிபட்டவர்களை சைபீரியாவுக்கு நாடு கடத்தினார்.

1802ல் பிரஞ்சுப் புரட்சிக்குப் பிறகு பாரிஸில் கொண்டு வரப்பட்ட *Bureau des Moeurs* என்ற சட்டத்தில் காவல்துறை விபச்சாரத்தை முறைப்படுத்த வகை செய்தார்கள். விபச்சார விடுதிகள் குற்றவியல் மையங்களாக மாறுவதை இச்சட்டம் தடுத்தது.

1860ல் போர்ட்ஸ்மௌத் மேயர் நகர விபச்சாரிகள் அனைவரையும் விடுதிகளில் தொழில் செய்வதற்குப் பதிலாக வீதிகளில் இறங்கச் செய்தார். ஆனால் மூன்றே நாளில் அவ்விடத்தின் நிலைமை மோசமாக அவர்களை மீண்டும் விடுதிகளுக்கே செல்லப் பணித்தார். 1891ல் பிட்ஸ்பர்கிலும் நியூயார்க்கிலும் இதேபோல் நடந்தது.

1875ல் அமெரிக்க அரசு பேஜ் ஆக்ட்டை அமல்படுத்தியது. இச்சட்டம் பெண்களை விபச்சாரத்துக்காக நாட்டுக்குள் கொண்டு வருவதைத் தடை செய்தது. 1910ல் மேன் ஆக்ட் கொண்டு வரப்பட்டது. கட்டாய விபச்சாரம் செய்வதும் விபச்சாரத்துக்காகப் பெண்களைக் கடத்துவதும் பதுக்கி வைப்பதும் குற்றங்களாக அறிவிக்கப்பட்டன.

கிறிஸ்துவ யூனியனின் அழுத்தத்தினால் 1910 முதல் 1911 வரை அமெரிக்காவில் விபச்சாரம் தடை செய்யப்பட்டது. ஆனால்

தற்காலிக விபச்சார விடுதிகள் ஆங்காங்கே முளைத்தபடி இருந்தன. நியூயார்க்கில் பெண்கள் கோரஸ் பாடும் தொழிலை மேல்பார்வைக்கு மேற்கொண்டு உள்ளே விபச்சாரத்தில் ஈடுபட்டனர்.

1920களில் ஜெர்மனி, ஆஸ்திரியா, ஹங்கேரி, இத்தாலி நாடுகளில் விபச்சார விடுதிகள் தடைசெய்யப்பட்டன. 1949ல் பாரிஸ் விடுதிகளைத் தடை செய்தது.

1932ல் இரண்டாம் உலகப்போரின் போது ஜப்பான் கைப்பற்றிய பகுதிகளிலிருந்து 3 லட்சம் பெண்களைத் தம் படைவீரர்களுக்கு விபச்சாரம் செய்ய பணியமர்த்தியது.

1955ல் Moonlight Bunny Ranch என்ற புகழ்பெற்ற விபச்சார விடுதி அமெரிக்காவின் நெவாதாவில் திறக்கப்பட்டது. 20 வருடங்கள் கழித்து நெவாதாவில் விபச்சாரம் சட்டப்பூர்வமாக்கப்பட்ட பின் இவ்விடுதி லைசன்ஸ் பெற்று இயங்கத்தொடங்கியது

1999ல் ஸ்வீடன் உலகில் முதன்முறையாக விபச்சாரத்தை பெண்களுக்கு எதிரான வன்முறையாக அறிவித்தது. சில திட்டங்கள் ஏற்பாடு செய்யப்பட்டு விபச்சாரத்தில் ஈடுபட்டிருந்த

பெண்களை வேறு பணிகளுக்கு மாற்ற முயற்சி செய்யப்பட்டது. அங்கே செக்ஸை விற்பது குற்றம் அல்ல; ஆனால் செக்ஸை வாங்குவது குற்றம்!

2000ல் நெதர்லாந்தில் விபச்சாரிகள் குறிப்பிட்ட வயதிற்குள் இருந்து லைசென்ஸ் பெற்றிருந்தால் மட்டும் விபச்சாரம் செய்ய அனுமதிக்கப்பட்டது. 2002ல் ஜெர்மனி கஸ்டமருக்கும், விபச்சாரிக்கும் எழுத்துப்பூர்வ ஒப்பந்தம் இருந்தால் அனுமதித்தது.

16 மற்றும் 17ம் நூற்றாண்டுகளில் கோவாவில் ஜப்பானிய அடிமைப் பெண்களை வைத்து போர்த்துகீஸியர்கள் விபச்சார விடுதிகளை நடத்தினர். 18 மற்றும் 19ம் நூற்றாண்டுகளில் கிழக்கிந்தியக் கம்பெனி ஐரோப்பா மற்றும் ஜப்பானிலிருந்து பெண்களை இந்தியாவில் இறக்குமதி செய்து விபச்சார விடுதிகளை ஏற்படுத்தினர். 1956ல் *The Immoral Traffic (Prevention) Act* என்ற முறைகேடான விபச்சாரத் தடுப்புச் சட்டம் இந்தியாவில் செக்ஸ் தொழிலைத் தடை செய்திருந்தாலும் பல பகுதிகளில் விபச்சாரம் நடைமுறையில் இருந்து வருகிறது. ப்ரிட்டிஷ் ஆட்சியில் நிறுவப்பட்ட மும்பையின் காமாத்திபுரா இன்று ஆசியாவின் மிகப்பெரிய சிவப்பு விளக்குப்பகுதியாக விளங்கிவருகிறது.

சிலப்பதிகாரம் மதுரையில் விலைமகளிர் இருந்ததாய்ச் சொல்கிறது. ராஜராஜ சோழன் தஞ்சை பெரிய கோயில் கட்டுகையில் தளிர்சேரிப் பெண்கள் இருந்தனர்.

தமிழில் ஜி.நாகராஜன், சாரு நிவேதிதா, புஷ்பா தங்கதுரை ஆகியோர் வேசிகள் குறித்து புனைவுகள் எழுதியுள்ளனர். நளினா ஜமீலா என்ற பாலியல் தொழிலாளி தன் சுயசரிதையை நூலாக வெளியிட்டுள்ளார். மகாநதி படத்தில் கல்கத்தாவின் சோனாகாஜியில் விபச்சாரத்தில் தள்ளப்பட்ட தன் மகளை கமல் மீட்பதாக காட்சி வரும். *Chandni Bar* படத்திலும் விபச்சார விடுதிகள் காட்சிப்படுத்தப்பட்டிருக்கும். புதுப்பேட்டையில் சினேகாவும், *Chameli*யில் கரீனாகபூரும் வேசியாக நடித்திருப்பர்.

சோனாகாஜி பற்றிய Born into Brothels என்ற டாகுமென்ட்டரி 2004ல் ஆஸ்கர் பெற்றது.

வருமானம் மட்டுமல்ல; அவமானமும் சேர்த்தே சம்பாதிக்கின்றனர் விபச்சாரிகள்!

★

Stats சவீதா

- உலகம் முழுக்க 4 கோடி பெண்கள் விபச்சாரத்தில் ஈடுபட்டிருக்கின்றனர்.

- 22 உலக நாடுகள் விபச்சாரத்தை சட்டபூர்வமாக அனுமதித்திருக்கின்றன.

- உலகில் 10ல் ஒரு ஆண் விபச்சாரியிடம் செக்ஸை அனுபவித்திருக்கிறார்.

- தென்னாப்பிரிக்காவில் விபச்சாரியின் சேவைக்கு சராசரி விலை 1 டாலர்.

- உலகில் 25 லட்சம் பெண்கள் விபச்சாரத்தில் விற்கப்பட்டிருக்கின்றனர்.

விபச்சாரம்

ஊர்நாறி கிடக்குமதில்
தூர்வாறித் துய்த்திடும்
வக்கிர ஊற்று வடிகால்
உடல் விற்றுக் கிடந்து
உயிர் சற்று வளர்க்கும்
பெண் தேக வியாபாரம்.

- கவிஞர் கில்மா

14. ஹோமோசெக்ஸ்

"Heterosexuality is not normal, it's just common."

- Dorothy Parker, American poet

ஹோமோசெக்ஸ் / ஓரினச்சேர்க்கை என்பது ஒரே பாலினத்தவர் தமக்குள் ஈர்க்கப்பட்டு காதல் மற்றும் காமம் கொள்வதாகும். ஆண் ஆணுடன் என்றால் அது Gay; பெண் பெண்ணுடன் என்றால் அது Lesbian. வாய்ப்புணர்ச்சி, குதப்புணர்ச்சி ஆகியன அடங்கும் ஆண் ஓரினச்சேர்க்கையைப் பற்றித்தான் இந்த அத்தியாயம் பேசுகிறது.

கிமு 9660ல் சிஸிலி தீவின் பாறை ஓவியங்களில் விறைத்த குறியுடன் ஆண்கள் ஜோடிகளாக இருக்கும் காட்சிகள் இருந்தன. கிமு 2200ல் எகிப்து அரசர் இரண்டாம் பெபி தன் தளபதி சேஸ்னெட் வீட்டுக்கு இரவில் அடிக்கடி சென்று வந்ததை ஓரின உறவாகச் சொல்கிறார்கள். கிமு 630ல் க்ரேடே தீவில் கிரேக்க உயர்குடி ஆண்கள் விடலைகளுடன் உறவு கொள்ளும் ஓவியங்கள் வரையப்பட்டிருந்தன. பண்டைய கிரேக்கத்தில் ஓரினச்சேர்க்கை அங்கீகரிக்கப்படவில்லை எனினும்

ஆண்களுக்கு மத்தியில் நீண்டகால குரு சிஷ்ய உறவு இருந்தது. இருவரில் மூத்தவர் குரு!

கிமு 385ல் ப்ளாட்டோ பதிப்பித்த சிம்போஸியம்-ல் கிரேக்க ஞானிகள் ஃபேட்ரெஸ், எரிக்ஸ்மாக்கஸ், அரிஸ்டோஃபேன்ஸ் ஆண்களுக்கிடையேயான காதல் உயர்ந்தது, மயக்கம் நிறைந்த பெண்களுடனான காமம் லௌகீகரீதியானது என்றனர். கிமு350ல் ப்ளாட்டோ பதிப்பித்த லாஸ் என்ற நூலில் இனவிருத்திக்குப் பயன்படாத ஓரினச்சேர்க்கை சமூகத்திற்கு எதிரானது என ஒரு கிரேக்க ஞானி சொல்லி இருந்தார்.

கிமு 338ல் 150 ஹோமோசெக்ஸ் ஜோடிகளால் ஆன, தோற்கடிக்க முடியாதவர்கள் எனப் பெயர் பெற்ற தீபெஸ் என்ற வீரர் கூட்டத்தை மேஸிடோனிய மன்னன் இரண்டாம் ஃபிலிப்பின் படைகள் அழித்தன. கிமு 26ல் அலெக்ஸாண்டர் பல நாடுகளில் படையெடுப்பு நிகழ்த்தி வெற்றி கொண்ட போது ஓரினச்சேர்க்கையை ஆதரித்த கிரேக்கத்தின் ஹெல்லெனிஸ கலாசாரம் அங்கெல்லாம் பரவியது.

கிமு 149ல் *Lex Scantinia* என்ற ரோமானிய சட்டத்தின் படி அடிமைகள், ஆண் விபச்சாரிகள் ஆகியோருடன் மட்டும் தான் ஓரினச்சேர்க்கை கொள்ள இயலும்.

கிமு 57ல் கேட்டலஸ் தன்இணை ஜுவென்டியஸுக்கு எழுதிய காதல்கவிதைகள் உள்ளடக்கிய *Carmina* என்ற தொகுப்பை எழுதினார். கிமு 42ல் விர்ஜில் *Eclogues* என்ற ஹோமோசெக்ஸ் இலக்கியத்தைப் படைத்தார். கிமு 32ல் டிபுலஸ் எழுதிய *elegies* எனப்படும் குறுங்கவிதைகளில் ஓரினச்சேர்க்கை குறிப்புகள் வருகின்றன.

405ல் ஹோமோசெக்ஸ் உணர்வுகளை விவரித்த *Nonnus Dionysiaca* வெளியானது.

54ல் ரோமானிய மன்னன் நீரோ பித்தாகரஸ், ஸ்போரஸ் என்ற இரு ஆண்களை சட்டப் பூர்வமாக மணந்துகொண்டான். 98ல் ரோமானிய மன்னன் ட்ராஜன், எடெஸா மன்னன் ஏழாம் அப்கர் மீது ராஜாங்க நடவடிக்கைகளில் கோபம் கொண்டிருந்தான். ட்ராஜனுக்கு அழகான இளம் ஆண்களிடம் இருந்த ஹோமோசெக்ஸ் பலவீனத்தை அறிந்து அப்கர் தன் மகனை அவனுக்குப் பரிசளித்து சினத்திலிருந்து பிழைத்தான்.

130ல் ரோமானிய மன்னன் ஹாட்ரியனின் ஹோமோசெக்ஸ் இணையான 19 வயதுப் பையன் ஆன்டோனியஸ் மர்மமான முறையில் இறந்துபோக, ரோமானிய சாமாஜ்யம் முழுக்க அவனைக் கடவுளைப்போல் சித்தரித்து நினைவுச் சின்னங்கள் உருவாக்கினான். 218ல் ரோமானிய மன்னன் எலகாபேலஸ் அத்லெட் வீரன் ஸோட்டிகஸை பிரமாண்டமான திருமண வைபவத்தில் கைப்பிடித்தான்.

ரோமானிய அரசர் ஃபிலிப்பஸ் அரப்ஸ் ஓரினச்சேர்க்கை விபச்சாரத்தை ஒழிக்க முயன்று தோல்வியடைந்தார். 244ல் மேற்கு ஐரோப்பிய தேவாலயங்களின் பிரதிநிதியாக இருந்த ஸ்பெயினின் எல்விரா கவுன்சில் ஓரினச்சேர்க்கையாளர் பொதுக்கூட்டங்களில் கலந்து கொள்வதைத் தடை செய்தது. 305ல் கிழக்கு ஐரோப்பிய தேவாலயங்களின் பிரதிநிதியாக இருந்த துருக்கியின் அன்கைரா கவுன்சில் ஹோமோசெக்ஸில் ஈடுபடும் திருமணமாகாத அல்லது 20 வயதுக்கு குறைவான ஆண்களை 15 வருடம் மதக்காரியங்களிலிருந்து ஒதுக்கி வைத்தது; திருமணமான அல்லது 50 வயதுக்கு அதிகமான ஆண்களெனில் ஆயுள் தடை!

342ல் இரண்டாம் கான்ஸ்டான்ஷியஸ் மற்றும் கான்ஸ்டன்ஸ் ஆகிய கிறிஸ்துவ மன்னர்கள் ஓரினமணத்துக்கெதிரான முதல் சட்டத்தைக் கொண்டு வந்தனர். 390ல் இரண்டாம் வாலன்டினியன், முதலாம் தியோடோஷியஸ் மற்றும்

ஆர்காடியஸ் ஆகிய கிறிஸ்துவ அரசர்கள் ஓரினச்சேர்க்கையில் ஈடுபடுவோரை உயிருடன் எரிக்கப் பணித்தனர். 529ல் முதலாம் ஜஸ்டினியன் பஞ்சம், நிலநடுக்கம், தொற்று நோய்கள் ஆகியவற்றுக்கு ஓரினச்சேர்க்கையாளர்களே காரணம் என சொன்னார்.

589ல் ஸ்பெயினை ஆண்ட விஸிகோத்திய அரசு ஓரினச் சேர்க்கையாளர்களை ஒதுக்கும் சட்டம் இயற்றியது. 693ல் விஸிகோத்திய அரசு கேட்டுக் கொண்டபடி தேவாலய கவுன்சில் ஓரினச்சேர்க்கையாளர்களுக்கு கசையடிகள், காயடித்தல், மொட்டையடித்தல், நாடு கடத்தல் போன்ற கடும் தண்டனைகளை விதித்தது.

1100ல் ரொடால்ஃபோ என்ற பிஷப் ஃப்ரான்ஸ் அரசரை வற்புறுத்தி கியோவன்னி என்பவரை ஓர்லியன்ஸ் பிஷப்பாக நியமிக்கச் செய்தார் என்று சொல்லப்பட்டது. கியோவன்னிக்கு ரொடால்ஃபோ, ஃப்ரான்ஸ்அரசர் இருவருடனும் ஹோமோசெக்ஸ் தொடர்பு இருந்தது. இதை போப் இரண்டாம் அர்பனிடம் சொல்லியும் பயனில்லை.

1102ல் லண்டன் கவுன்சில் ஓரினச்சேர்க்கை பாவச்செயல் என்ற நம்பிக்கையை மக்கள் மனதில் விதைக்கும் பிரச்சாரத்தைச் செய்தது. 1120ல் ஜெருசலேம் மன்னர் இரண்டாம் பால்ட்வின் தொடர்ச்சியாய் ஹோமோசெக்ஸ் பழக்கமுடையவர்களை

எரிக்க உத்தரவிட்டார். 1232ல் போப் ஒன்பதாம் க்ரெகரி ஹோமோசெக்ஸ் வைத்து முதல்முறை பிடிபட்டால் நாடுகடத்தவும், மறுபடி பிடிபட்டால் கைகால் வெட்டவும், தொடர்ந்து செய்தால் எரித்து விடவும் சட்டம் பிறப்பித்தார். 1260ல் ஃப்ரான்ஸில் முதல்முறை குற்றவாளிகளுக்கு விரைகளை நீக்கிடவும், மறுமுறை மாட்டினால் ஹோமோசெக்ஸ் இணையைக் கொல்லவும், தொடர்ந்தால் எரிக்கவும் செய்தார்கள்.

1265ல் கொலைக்கடுத்தபடியான குற்றமாக ஹோமோசெக்ஸைக் குறிப்பிட்டார் தாம்ஸ் அக்யூனாஸ். 1283ல் ஃப்ரான்ஸில் ஹோமோசெக்ஸ் ஆசாமிகளை எரிப்பதுடன் அவர்களின் சொத்துகளையும் பறிமுதல் செய்ய உத்தரவிட்டனர். 1483ல் ஸ்பெயினில் கல்லடியிலும், காயடியிலும், தீவைத்தும் கொல்லப்பட்டனர்.

880ல் ஆல்குய்ன் என்ற கிறிஸ்துவப் பாதிரி தேவாலயக் கட்டுப்பாடுகளை மீறி பிற பாதிரிகளுக்கு காதல் கவிதைகள் எழுதினார். 1164ல் ஆங்கிலத்துறவி ஏல்ரெட் எழுதிய *De spiritali amicitia* என்ற நூலில் ஓரினச்சேர்க்கையாளர்களின் உணர்வுகளை ஆழமாக விவரித்தார். 1492ல் டெஸிடெரியஸ் எராஸ்மஸ் துறவிகளுக்கு காதல் கடிதங்கள் எழுதினார். 1532ல் ஓவியர் மைக்கேலேஞ்சலோ 300க்கும் மேற்பட்ட காதல் கவிதைகளை தன் ஜோடியான டொமஸ்ஸோ டி கவலியரிக்கு எழுதினார்.

1476ல் லியோனார்சா டாவின்ஸி மீதும், 1502ல் சான்ட்ரோ போட்டிசெல்லி மீதும், 1523ல் பென்வெனுடொ செல்லினி மீதும் ஓரினச்சேர்க்கை குற்றச்சாட்டுகள் வைக்கப்பட்டன. இவர்கள் யாவரும் ஓவியர்கள். 1895ல் ஆஸ்கர் வைல்ட் ஹோமோசெக்ஸ் குற்றத்திற்காக இரண்டு ஆண்டுகள் வன்சிறை சென்றார்.

1532ல் ரோமானிய அரசு ஓரினச்சேர்க்கையை மரண தண்டனைக்குரிய குற்றமாக அறிவித்தது. 1533ல் எட்டாம் ஹென்றி இதே சட்டத்தை இங்கிலாந்தில் கொண்டு வந்தார்.

1553ல் ஆட்சிக்கு வந்த மேரி ட்யூடர் இதை ரத்து செய்தார். பின் 1558ல் அரியணை ஏறிய முதலாம் எலிஸபெத் இச்சட்டத்தை மீண்டும் உயிர்ப்பித்தார்.

1791ல் புரட்சி ஃப்ரான்ஸ் ஓரினச்சேர்க்கையைக் குற்றமில்லை என அறிவித்தது.

1814ல் இயற்கைக்கு எதிரான குற்றம் என்ற வாசகம் முதன்முதலாக அமெரிக்க சட்டப்புத்தகத்தில் இடம்பெற்றது. 1867ல் கார்ல் ஹெய்ன்ரிச் உல்ரிச்ஸ் என்பவர் தன்னை ஓரினச்சேர்க்கையாளராக பகிரங்கமாக அறிவித்துக் கொண்டு ஜெர்மன் காங்கிரஸில் ஹோமோசெக்ஸிற்கு எதிரான சட்டங்களை நீக்கப் போராடினார்.

1869ல் கார்ல் மரியா கேர்ட்பெனி ஜெர்மனியில் வெளியிட்ட துண்டறிக்கையில் "homosexuality" என்ற சொல் முதன்முதலாக இடம்பெற்றது. 1906ல் ஆண் ஓரினச்சேர்க்கை குறித்த முதல் அமெரிக்க நாவல் Imre வெளியிடப்பட்டது. ஃப்ரான்ஸில் 1913ல் வெளியிடப்பட்ட In Search of Lost Time ஹோமோசெக்ஸ் குறித்துப் பேசிய முதல் நவீன இலக்கியப் படைப்பாகும். 1919ல் முதல் ஆண் ஹோமோசெக்ஸ் திரைப்படமான Different from the others வெளியானது. 1926ல் நியூயார்க் டைம்ஸில் "homosexuality" பயன்படுத்தப்பட்டது. ஜனரஞ்சக இதழ்களில் முதல் பிரயோகம் அது!

1928ல் The Well of Loneliness என்ற நூல் இங்கிலாந்திலும் பின் அமெரிக்காவிலும் பிரசுரமாகி ஹோமோசெக்ஸை மக்களிடையே விவாதத்துக்குக் கொண்டுவந்தது. 1938ல் Gay என்ற வார்த்தை முதன்முதலாக ஆண் ஹோமோசெக்ஸுவல்களைக் குறிக்கப்

பயன்படுத்தப்பட்டது. 1964ல் கனடாவில் ASK Newsletter, Gay, Two ஆகிய ஹோமோசெக்ஸ் பத்திரிகைகள் வெளியாகின. Gay என்ற சொல் பரவலானது.

1933ல் நாஜிக்கள் ஹோமோசெக்ஸ் ஆட்களைப் பிடித்து சித்ரவதை முகாம்களுக்கு அனுப்பினர். 1945ல் நேசநாடுகளின் படைகள் நாஜி சித்ரவதை முகாம்களில் அடைபட்டிருந்தோரை விடுவித்தபோது இவர்களை மட்டும் சிறையிலேயே வைத்தனர்.

1954ல் ஆலன் ட்யூரிங் என்ற கணிப்பொறி வல்லுனர் ஓரினச்சேர்க்கைக்குக் கைது செய்யப்பட்ட பின் தற்கொலை செய்து கொண்டார். ஈராண்டு சிறை அல்லது ஓர் ஆண்டு ஹார்மோன் சிகிச்சை இரண்டில் ஒன்று தண்டனையாகத் தரப்பட்டிருந்தது.

1961ல் The Rejected என்ற முதல் ஹோமோசெக்ஸ் டாகுமென்ட்டரி ஒளிபரப்பானது.

1967ல் வெய்ன்ரைட் சர்ச்சில் என்பவர் ஹோமோசெக்ஸை விஞ்ஞானபூர்வமாக அணுகி Homosexual Behavior Among Males என்ற புத்தகத்தை எழுதினார். நியூயார்க்கில் ஓரினச்சேர்க்கையாளர்களுக்கென தனி Oscar Wilde Bookshop திறக்கப்பட்டது. 1977ல் அமெரிக்காவின் முதல் வெகுஜன ஹோமோசெக்ஸ் பத்திரிக்கை Gaysweek வந்தது. 1967ல் The Los Angeles Advocate பத்திரிக்கை லாஸ் ஏஞ்சல்ஸ் Gay பார் போலீஸ் ரெய்ட்களை முன்கூட்டியே அறிவித்தது. (நம்மூரில் 'இன்றைய மின்வெட்டு' போல்!)

1969ல் சான் பிரான்சிஸ்கோ செய்தித்தாள் ஒன்று பழுப்பு மையை கே லிபரேஷன் ஃப்ரண்ட் உறுப்பினர்கள் மீது கொட்டியதையடுத்து பழுப்பு கைரேகை அவர்கள் குறியீடானது. 1978ல் வானவில் கொடி ஓரினச்சேர்க்கையாளர் அடையாளமானது.

1974ல் லண்டனில் ஹோமோசெக்ஸுவல்களுக்கென அவசர உதவி டெலிஃபோன் லைன் அறிமுகப்படுத்தப்பட்டது. 1973ல்

அமெரிக்க உளவியல் கூட்டமைப்பு ஓரினச்சேர்க்கையை மனநோய்களின் பட்டியலிலிருந்து நீக்கியது. 1980ல் அமெரிக்காவில் ஜனநாயகக் கட்சி ஓரினச்சேர்க்கையை ஆதரித்தது. சோஷியலிச கட்சி வேட்பாளர் டேவிட் மெக்ரெனால்ட்ஸ் அமெரிக்க ஜனாதிபதி பதவிக்குப் போட்டியிட்ட முதல் ஓரினச்சேர்க்கையாளர் ஆனார். 1982ல் ஓரினச்சேர்க்கையால் பரவியதால் எயிட்ஸ் நோய்க்கு *'gay cancer', 'gay plague', 'gay compromise syndrome'* எனப் பல பெயர் வைத்தனர்.

1988ல் ஸ்வீடன் முதல்முறையாக ஹோமோசெக்ஸுவல்களைப் பாதுகாக்கும் சட்டங்கள் பிறப்பித்தது. 1989ல் டென்மார்க் முதன்முதலில் ஓரினச்சேர்க்கையாளர் திருமணத்தை சட்டப் பூர்வமாக்கியது. 1992ல் உலக சுகாதார நிறுவனமும், 1994ல் அமெரிக்க மருத்துவக் கழகமும் ஹோமோசெக்ஸ் நோயல்ல என அறிவித்தன.

1993ல் அமெரிக்க ராணுவத்தில் ஓரினச்சேர்க்கையாளர்கள் சேரத்தடை விதித்தனர். 2011 வரை இச்சட்டம் அமலில் இருந்தது. 2011ல் பெல்ஜியம் நாட்டில் எரிலோ டி ரூபோ என்ற ஓரினச்சேர்க்கையாளர் தேசப் பிரதமராகத் தேர்ந்தெடுக்கப்பட்டார்!

1860 இந்திய குற்றவியல் சட்டப்படி ஹோமோசெக்ஸ் குற்றம். உச்ச நீதிமன்றமும் மத்தியஅரசும் 2012ல் ஆண் ஓரினச்சேர்க்கையை சட்டபூர்வமாக்கி உத்தரவிட்டன.

பிரபல பாப் பாடகர் மைக்கேல் ஜாக்சன் ஒரு சிறுவனுடன் உறவு கொண்டதாகக் குற்றம் சுமத்தப்பட்டது. *Dostana* படத்தில் கதாநாயகர்கள் ஹோமோசெக்ஸுவல்கள் என மற்றவர்கள் நினைத்துக் கொள்வதைச் சுற்றித்தான் கதை நகரும். 300, *Skyfall*,

வேட்டையாடு விளையாடு படங்களில் வில்லன்கள் ஹோமோசெக்ஸுவல்களாக சித்தரிக்கப்பட்டிருப்பர். *Ra.One* படத்திலும் ஒரு ஹோமோசெக்ஸ் பாத்திரம் வரும். வடிவேலு

ஒரு படத்தில் சொல்லும் "அவனா நீ?" என்ற வசனம் மிகப் பிரபலம்.

ஆண் ஆணைத் தேடுவதும் துய்ப்பதும் வக்கிரமல்ல; அது இயல்பான விஷயமே!

★

Stats சவீதா

- 1.7% அமெரிக்க ஆண்கள் ஹோமோசெக்ஸில் மட்டும் ஈடுபடுகின்றனர்.
- அமெரிக்காவிலிருக்கும் திருமணமான ஹோமோ செக்ஸ்வல்கள் 12 லட்சம்.
- அதிகபட்சமாக சான் ஃப்ரான்சிஸ்கோவில் 15.4% ஹோமோசெக்ஸ்வல்கள்.
- ஹோமோசெக்ஸ்வல்கள் தற்கொலை செய்ய 2-3 மடங்கு வாய்ப்பு அதிகம்.
- 45% ஹோமோசெக்ஸ்வல்கள் கேலி, கிண்டல், வசவுக்கு உள்ளாகிறார்கள்.

ஹோமோசெக்ஸ்

ஆண்டவன் அமைப்பினில்
ஆண்டாண்டாய் அருளும்
ஆண் ஆணை அணையும்
ஆசன, வாசனை வாய்கள்
ஆகாசத் தாமரையாகிடும்
ஆணாதிக்க ஆணை அது.

— கவிஞர் கில்மா

15. லெஸ்பியன்

"The true feminist deals out of a lesbian consciousness whether or not she ever sleeps with women."

*- Audre Lorde, Caribbean,
American writer and activist*

லெஸ்பியன் என்பது பெண் பெண்ணுடன் கொள்ளும் காதலையும் காமத்தையும் குறிப்பது. 20ம் நூற்றாண்டில் தான் பெண் ஓரினச்சேர்க்கைக்கென தனிச் சொல் உருவாக்கப்பட்டது. வாய்ப்புணர்ச்சியும், விரல்களின் விளையாட்டுகளும் இதில் பிரதானம். அவ்வப்போது பாலியல் பொம்மைகளைப் பயன்படுத்துவோரும் உண்டு.

கிமு 1700ல் எழுதப்பட்ட ஹம்முராபி சட்டங்களில் தான் லெஸ்பியன் பற்றிய முதல் குறிப்புகள் காணக் கிடைக்கின்றன. அதில் *Salzikrum* என்று குறிப்பிடப்படும் ஒரு சட்டத்தின்படி பெண்கள் பெண்களைத் திருமணம் செய்து கொள்ளலாம்.

கிமு 600ல் லெஸ்பாஸ் என்ற தீவைச் சேர்ந்த ஸாப்போ என்ற கிரேக்கப்பெண் இளம் பெண்களைக் குறித்து காதல் கவிதைகள் எழுதி இருக்கிறார். அவருக்கு அவரது சினேகிதிகளுடன் இருந்த

நட்பானது பாலியல் தொடர்பற்றது. இவர் பிறந்த இடத்தின் பெயரை ஒட்டித்தான் லெஸ்பியன் என்ற சொல் உருவானது.

பொம்பெய் மற்றும் ஹெர்குலனியம் கடலோரப் பகுதிகளில் இருந்த ரோமானிய பாலியல் கலைப்படைப்புகளில் லெஸ்பியன் சித்தரிப்புகளும் இடம்பெற்றிருந்தன.

ஓவிட் எழுதிய *Metamorphoses* நூலின் 9ம் புத்தகத்தில் இஃபைஸின் கதை வருகிறது. இஃபைஸின் அம்மா கர்ப்பமுற்றபோது அவள் கணவன் பெண் பிறந்தால் கொன்று விடுவதாகச் சொல்லி இருந்தான். இஃபைஸ் பெண்ணாகப் பிறக்க, அவள் அம்மா அவளை ஆண் என்று சொல்லி வளர்த்தாள். இஃபைஸுக்கு 13 வயது ஆன போது இயாந்தே என்ற அழகிய பெண்ணைப் பார்த்து கல்யாணம் முடித்து வைத்தார்கள்.

லூகியஸ் என்ற ரோமானியக் கவி, ஒரு கணவன் தன் மனைவி மற்றும் அவளது லெஸ்பியன் இணையையும் கொன்றதாகக் குறிப்பிட்டு அச்செயல் அந்த மனைவி ஒருவனுடன் கள்ளத்தொடர்பு வைத்திருப்பதை விட மோசமான குற்றம் என்கிறார். அவரது படைப்பில் ஓரிடத்தில் ஆண் ஓரினச்சேர்க்கை சிறந்ததா ஆண் - பெண் கலவி சிறந்ததா என இரு ஆண்கள் வாதிடும்போது, ஆண் - ஆண் உறவை ஏற்றுக் கொண்டால் லெஸ்பியன்களையும் அங்கீகரிக்கவேண்டிவரும் என்கிறான் ஒருவன்.

பெரினைஸ் என்ற எகிப்து இளவரசி ஒரு பெண்ணை மணந்ததாக எழுதி உள்ளார் இயாம்பிலிக்கஸ். அந்த உறவு காட்டுத்தனமானது, சட்டத்துக்கெதிரானது என்கிறார்.

2ம் நூற்றாண்டைச் சேர்ந்த *Apocalypse of Peter* நூல் லெஸ்பியன்களுக்கு நரகம்தான் தண்டனை என்கிறது. பைபிளின் புதிய ஏற்பாட்டில் ரோமர் பகுதி 1ம் அதிகாரத்தின் 26வது வசனம்: “அந்தப்படியே அவர்களுடைய பெண்கள் சுபாவ அநுபோகத்தைச் சுபாவத்துக்கு விரோதமான அநுபோகமாக மாற்றினார்கள்”. இது லெஸ்பியன்!

மத்திய காலங்களில் தேவாலயங்கள் பெண் ஓரினச்சேர்க்கையை கடுமையாகக் கண்டித்தன. 7ம் நூற்றாண்டில் தியோடர் என்ற மேண்டர்பரி பிஷப் உருவாக்கிய Penitentials வகை சட்டநூலில் ஓரினச்சேர்க்கையில் ஈடுபடும் பெண்களுக்கு மூன்று ஆண்டுகள் தண்டனை வழங்க

வேண்டும் என்று சொன்னது. 6 - 11ம் நூற்றாண்டு வரை லெஸ்பியன் உறவு தொடர்பாக மட்டும் 14 Penitentialsகள் எழுதப்பட்டன.

1260ல் ஃப்ரான்ஸில் கொண்டுவரப்பட்ட Li livres de jostice et de plet தான் முதல் சட்டப்பூர்வ லெஸ்பியன் தண்டனை அறிவிப்பு. முதல் இரு முறைகளுக்கு உடல் உறுப்புகளை வெட்டியும் (கைகால் என்று இல்லாமல் மார்புகளாக இருக்கலாம்), மூன்றாம் முறை தீயிட்டுக் கொளுத்தியும் தண்டனை கொடுத்திருக்கிறார்கள்.

ஸ்பெயின், இத்தாலி, ரோம் ஆகிய தேசங்களில் லெஸ்பியன் உறவு இயற்கைக்கு எதிரானதாக அறிவிக்கப்பட்டு, தவறிழைத்தவர்கள் எரித்துக் கொல்லப்பட்டனர். 1477ல் அப்படிப்பட்ட முதல் எரிப்பு நடந்திருக்கிறது. கன்னியாஸ்திரிகள் ஒருவர் மீது ஒருவர் படுத்தால், பரஸ்பரம் மார்புகளைத் தொட்டால் 40 நாள் தண்டனை.

இத்தாலிய கன்னியாஸ்திரியான பென்னடெட்டா கார்லினி, ஸ்ப்லெண்டிடெல்லோ என்ற புனித ஆவியின் தூண்டலில் இது போல் நிறைய சக கன்னியாஸ்திரிகளை மோகித்ததாக செய்தியுண்டு. இந்த உறவுகளை வேரறுக்க 40 ஆண்டுகள்

அவரை நாடு கடத்தினார்கள். ஆங்கில இலக்கியங்களிலும் நாடகங்களிலும் லெஸ்பியன் சகஜமாகப் புழங்கியது. மறுமலர்ச்சிக் காலத்தில் ஒரு ஃபேஷனாகவே இருந்தது!

1649ல் ப்ளைமௌத்தில் சாரா நார்மன், மேரி ஹாம்மோன் என்ற பெண்ணுடன் உறவு கொண்டிருந்ததாக நிரூபிக்கப்பட்டது. ஹாம்மோன் 16 வயதுக்குக் கீழ் இருந்ததால் தண்டிக்கப்படவில்லை. 1721ல் ஜெர்மனியில் கேத்ரினா மார்கரீத்தா லிங்க் என்ற பெண்ணுக்கு லெஸ்பியனுக்காக மரணதண்டனை வழங்கப்பட்டது.

1800ல் முதல் விஞ்ஞானபூர்வ லெஸ்பியன் ஆராய்ச்சிகள் பிரசுரம் கண்டன. 1910ல் எம்மா கோல்ட்மேன் முதன் முதலாக லெஸ்பியன் உரிமைகள் குறித்துப் பொதுவெளியில் பேசினார். 1912ல் *Young Woman's Journal* இதழில் லெஸ்பியன் குறித்த முதல் குறிப்பு வெளியானது. ஸாப்போவுக்கு அதை சமர்ப்பித்திருந்தார்கள். 1921ல் லெஸ்பியன் உறைவைச் சட்டபூர்வமாக்க இங்கிலாந்தில் முயன்று தோல்வி கண்டனர்.

1923ல் எல்ஸா கிட்லோ *"On A Grey Thread."* என்ற தலைப்பில் முதல் லெஸ்பியன் கவிதைத் தொகுப்பை வெளியிட்டார். 1931ல் வெளியான *Madchen in Uniform* முதல் லெஸ்பியன் படம். 1939ல் ஃப்ரான்செஸ் வி. ரும்மெல் என்ற ஃப்ரெஞ்ச் ஆசிரியர் *Diana: A Strange Autobiography* என்ற தன் சுயசரிதையைப் பதிப்பித்தார். லெஸ்பியன் ஜோடி இறுதி வரை சந்தோஷமாக வாழ்ந்ததாகப் பேசிய முதல் சுயசரிதை அது.

1947ல் லிசா பெண் எழுதிய *Vice Versa* என்ற அமெரிக்காவின் முதல் லெஸ்பியன் படைப்பு வந்தது. 1952ல் வின் பேக்கர் எழுதிய முதல் லெஸ்பியன் பேப்பர்பேக் நாவலான *Spring Fire* பிரசுரமாகி 15 லட்சம் பிரதிகள் விற்று சாதனை புரிந்தது.

1936ல் மோனாஸ் 440 க்ளப் சான் ஃப்ரான்சிஸ்கோவில் லெஸ்பியன்களுக்கென முதன்முதலாக தனி பார் திறந்தது. 1955ல் லெட் மார்டின், ஃபைலிஸ் லயன் உள்ளிட்ட

நான்கு லெஸ்பியன்களால் சான் ஃபிரான்சிஸ்கோவில் தொடங்கப்பட்ட The Daughters of Bilitis (DOB) தான் அமெரிக்காவில் தொடங்கப்பட்ட முதல் தேசிய அளவிலான லெஸ்பியன் சமூக அரசியல் அமைப்பு. கைவிடப்பட்ட, தனிமைப்படுத்தப்பட்ட, திருமணமான, தாய்மையடைந்த லெஸ்பியன்களுக்கு ஆதரவாகச் செயல்பட்டது. லெஸ்பியன் ஆராய்ச்சிகளை, பொது விவாதங்களை ஊக்குவித்தது.

1964ல் The Ladder என்ற லெஸ்பியன் இதழில் இரு பெண்கள் தம் பின்புறத்தைக் காட்டியபடி கடல் பார்த்து நிற்கும் புகைப்படம் அட்டைப்படமாக வெளியானது. 1966ல் லில்லி வின்சென்ஸ் என்ற லெஸ்பியன் பெண்ணை முதன் முறையாக முகத்தைக் காட்ட வைத்து அட்டைப்படத்தில் போட்டதும் இப்பத்திரிக்கை தான்.

1972ல் மனித உரிமைக்கட்சி உறுப்பினரான நான்சி வெச்ஸ்லர் என்ற லெஸ்பியன் முதன்முதலாக ஆன் ஆர்பர் நகர கவுன்சிலுக்குத் தேர்ந்தெடுக்கப்பட்டார். ஃப்ரேடா ஸ்மித் என்ற லெஸ்பியன் மெட்ரோபாலிடன் கம்யூனிட்டி சர்ச்சில் அமைச்சராகத் தேர்ந்தெடுக்கப்பட்டார். காமில்லிமிட்ச்செல் என்ற லெஸ்பியனுக்கு விவாகரத்துக்குப் பின் குழந்தையைப் பார்த்துக் கொள்ளும் உரிமை நீதிமன்றத்தால் வழங்கப்பட்டது.

1973ல் சாலிமில்லர் கியர்ஹார்ட் என்ற லெஸ்பியன் சான் ஃப்ரான்சிஸ்கோ மாநிலப் பல்கலைக்கழகத்தில் பேராசிரியராகப் பணியமர்த்தப்பட்டார். அங்கு அவர் பெண் பாலியலைப் படிப்பிக்கும் நாட்டின் முதல் கோர்ஸைத் தொடங்க வழி செய்தார்.

*1974*ல் டொரான்டோவில் பர்ஸ்விக் தவேரன் என்ற மதுவிடுதியில் லெஸ்பியனுக்கு ஆதரவான பாடலை நான்கு பெண்கள் பாட முற்பட பார் ஓனர் இதைக் கவனித்து அவர்களை வெளியேறுமாறு பணித்தார். கைகலப்பில் முடிந்து நால்வரும் கைது செய்யப்பட்டனர். ஊடக வெளிச்சத்தினால் லெஸ்பியனுக்கு ஆதரவுக்குரல் வலுத்தது.

*1974*ல் நியூயார்க்கில் ஜோன் நெஸ்லே, டெபோரா எடல் என்ற லெஸ்பியன் ஜோடி தம் சேகரிப்புகளை கொண்டு லெஸ்பியன் வரலாற்றுக் கருவூலம் திறந்தார்கள். *1977*ல் மேரி எஃப். பீல் எழுதிய *Angel Dance* அமெரிக்காவில் முதலில் பிரசுரமான லெஸ்பியன் மர்மநாவல். அவ்வாண்டு தேசிய லெஸ்பியன் உரிமைகள் மையம் தொடங்கப்பட்டது. *1978*ல் பேட்ரிக் கலிஃபியா, கெயில் ரூபின் உள்ளிட்டோரால் முதல் லெஸ்பியன் பெண்ணிய அமைப்பு *Samois* தொடங்கப்பட்டது. லெஸ்பியன் உறவை பெண்ணியத்தின் ஒரு பகுதியாக முன்வைத்தது இந்த அமைப்பு.

*1978*ல் ராபின் டைலர் தொலைக்காட்சியில் தோன்றிய முதல் லெஸ்பியன் பெண். அவரது முதல் லெஸ்பியன் ஆல்பம் *Always a Bridesmaid, Never a Groom* வெளியானது.

*1981*ல் பின்னி ஜீன் கிங் என்ற டென்னிஸ் வீராங்கனை தன் செக்கரட்டரி மரிலின் மார்னெட்டுடன் இருந்த ஓரின உறவை ஒப்புக்கொண்டு தன்னை லெஸ்பியனாக அறிவித்தார். இதனால் அவர் தனது அத்தனை விளம்பர வாய்ப்புகளையும் இழக்க நேரிட்டது. மேரி சி. மார்கன் என்ற லெஸ்பியன் சான் ஃபிரான்சிஸ்கோ முனிசிபல் கோர்ட் நீதிபதியாக கலிஃபோர்னியா கவர்னர் ஜெர்ரி ப்ரௌனால் நியமிக்கப்பட்டார்.

*1986*ல் பெக்கி ஸ்மித் மற்றும் அன்னி அஃப்லெக் என்ற லெஸ்பியன் ஜோடி ஒரு குழந்தையைத் தத்தெடுக்க சட்டபூர்வ அங்கீகாரம் வழங்கப்பட்டது. *1990*ல் டேல் மெக்கார்மிக் என்ற லெஸ்பியன் மயின் மாநில செனட்டுக்குத் தேர்ந்தெடுக்கப்பட்டார்.

1991ல் L.A. Law என்ற சீரியலில் முதல் லெஸ்பியன் முத்தக்காட்சி இடம்பெற்றது. அமண்டா நோனோஹோ மற்றும் மிச்செலி க்ரீன் இருவரும் இதில் நடித்தனர். 1992ல் The Lesbian Avengers அமைப்பை நியூயார்க்கில் தொடங்கினர். 1993ல் இந்த அமைப்பு 20,000 லெஸ்பியன்களைத் திரட்டி ஓர் அணிவகுப்பை நடத்தியது.

அதே ஆண்டு ராக் பாடகி மெலிஸ்ஸா ஈத்தரிட்ஜ் தன்னை லெஸ்பியன் என அறிவித்தார். அமெரிக்க அதிபர் கிளிண்டன் ராபர்ட்டா அட்ச்சென்பெர்க் என்ற லெஸ்பியனை சம உரிமைக்கான கூடுதல் செக்ரட்டரியாக நியமித்தார். 1994ல் டெபோரா பாட்ஸ் என்ற லெஸ்பியன் நியூயார்க் மாவட்ட கோர்ட் நீதிபதியானார்.

1996ல் Friends டிவி நிகழ்ச்சியில் முதல் லெஸ்பியன் திருமணத்தைக் காட்டினார்கள். இதில் ஜேன் சிப்பெட் மற்றும் சூஸன் நடித்தனர். 1997ல் அமெரிக்க நடிகை எல்லன் டீஜெனெர்ஸ் தன்னை லெஸ்பியன் எனஅறிவித்தார். அவர் வாழ்க்கையைத் தழுவி எடுக்கப்பட்ட Ellen என்ற டிவி சீரியலில் அவரே லெஸ்பியனாகத் தோன்றி நடித்தார்.

1998ல் டாமி பால்ட்வின் என்ற லெஸ்பியன் விஸ்கான்சின் மாகாணத்திலிருந்து காங்கிரஸுக்குத் தேர்ந்தெடுக்கப்பட்டார். 2012ல் விஸ்கான்சின் செனட்டராகத் தேர்ந்தெடுக்கப்பட்டார். 1999ல் இஸ்ரேல் உச்ச நீதிமன்றம் லெஸ்பியன் ஜோடியில் ஒருவரது குழந்தைக்கு மற்றொருவரும் சட்டபூர்வத் தாய் என்ற அங்கீகாரத்தை வழங்கியது. 2005ல் போன்னி ப்ளெஸ்காச்செக் என்ற லெஸ்பியன் மினியாப்பொலீஸ் மெட்ரோபாலிடன் தீயணைப்புத்துறைத் தலைவராக முதன்முறை நியமிக்கப்பட்டார். 2008ல் ராச்சல் மேடோ என்ற லெஸ்பியன் *The Rachel Maddow Show* டிவி நிகழ்ச்சியில் முதன்முறை நிகழ்ச்சித் தொகுப்பாளர் ஆனார். முதன்முறை அன்னீஸ் பார்க்கர் என்ற லெஸ்பியன் ஹோஸ்டன் நகர மேயராகத் தேர்ந்தெடுக்கப்பட்டார்.

2011ல் இந்தியாவில் அங்கீகரிக்கப்பட்ட முதல் லெஸ்பியன்களாக திருமணம் நடந்தது.

1996ல் தீபா மேத்தா இயக்கிய *Fire* படத்தில் ஷப்னா அஸ்மியும் நந்திதா தாஸும் லெஸ்பியன்களாக நடித்திருந்தனர். லெஸ்பியனான ஷமீம் ஷரீஃப் இயக்கிய *I Can't Think Straight* மற்றும் *The World Unseen* படங்களில் லிசா ரேவும் ஷீத்தல் ஷேத்தும் லெஸ்பியன்களாக நடித்தனர். மதூர் பண்டார்கர் இயக்கிய *Heroine* படத்தில் கரீனா கபூர், சஹானா கோஸ்வாமி இடையே ஓர் உணர்வுபூர்வமான லெஸ்பியன் காட்சி இருக்கிறது. ஹாலிவுட்டில் நூற்றுக்கும் மேல் லெஸ்பியன் படங்கள் உண்டு!

லெஸ்பியன் என்பது காட்சிப்பிழையன்று; கானல்பெண்மையில் அன்பைக்காணல்.

★

Stats சவீதா

- லெஸ்பியன்களின் சராசரி வருமானம் ஆண்டுக்கு 45,927 டாலர்கள்.
- 71.2% லெஸ்பியன்கள் நிலைத்த நீடித்த உறவினைப்

பேணுகின்றனர்.

- *34% லெஸ்பியன்கள் குடும்பத்தினரின் வன்முறைக்கு உள்ளாகிறார்கள்.*
- *20% லெஸ்பியன்கள் உயர்நிலைப்பள்ளிகளில் கேலிக்கு ஆளாகின்றனர்.*
- *8% லெஸ்பியன்கள் தம் ஜோடிக்கு உறவில் துரோகம் செய்கின்றனர்.*

லெஸ்பியன்

ரகசியநரம்பில் நாணேற்றி
ரதிவிடும் மலரம்பு தைத்து
பெண்ணோடு பெண்சேரும்
மெல்லுடம்பில் தேரோடும்
மாரோடு விரல்கள் பேசும்
செந்நாத்தீ தீண்டுமின்பம்.

- கவிஞர் கில்மா

16. அபார்ஷன்

"I notice that all of the people who support abortion are already born."

- Ronald Reagan, 40th President of the United States

அபார்ஷன் (கருக்கலைப்பு) என்பது கருவிலிருக்கும் சிசுவை அது உயிருடன் வெளி வரும் முன்பே மருத்துவமுறைகளைப் பயன்படுத்தி கர்ப்பத்திலேயே திட்டமிட்டுக் கலைப்பது. இதுவே விபத்தாக நிகழ்ந்தால் கருச்சிதைவு *(miscarriage)* எனப்படும்.

முதன்முதலாக கிமு 2700ல் சீனச் சக்கரவர்த்தி ஷென்னாங் கருக்கலைப்பு செய்ய பாதரசத்தைப் பயன்படுத்தச் சொல்லி இருக்கிறார். கிமு 1760ல் பாபிலோனியாவின் ஹம்முராபி சட்டங்களின்படி புறத்தாக்குதல்மூலம் கருக்கலைப்பை ஏற்படுத்துவது குற்றம். வேதங்கள் கருக்கலைப்பு செய்த பெண், உதவியவர் இருவரையும் ஒதுக்கி வைக்கச் சொல்கின்றன. கிமு 1550ல் எழுதப்பட்ட *Ebers Papyrus* என்ற எகிப்திய மருத்துவ நூலில்தான் அபார்ஷன் முதன்முதலாக ஆவணப்படுத்தப்படுகிறது. கிமு 1075ன் அஸ்ஸிரியன் சட்டத்தின் படி கணவனின் விருப்பத்திற்கெதிராகக் கருக்கலைப்பு

செய்வது மரண தண்டனைக்குரிய குற்றம். கிமு 515ல் சீன அந்தப்புர பெண்கள் கருக்கலைப்பு செய்ததற்கான ஆவணங்கள் கிட்டியுள்ளன.

அக்காலத்தே மலையேறுதல், நீச்சலடித்தல், பளுதூக்குதல், தலைகீழாய்ப்பாய்தல் போன்ற முறைகள் கருக்கலைப்பிற்குப் பயன்படுத்தப்பட்டன. பட்டினி கிடத்தல், பச்சிலைகள் இடுதல், வெட்டி ரத்தம் வெளியேற்றுதல், அடிவயிற்றில் கொதிநீர் ஊற்றுதல், சுடுகொட்டாங்குச்சி மேல் அமர்தல் போன்ற முறைகளும் இருந்தன.

கிரேக்கர்கள் கருவிலிருக்கும் சிசுவை ஒரு செடியைப் போலக் கருதினர். அதனால் கருக்கலைப்பு அறச்செயலாகவே கருதப்பட்டது. சில்ஃபியம், பர்த்வொர்ட் ஆகிய மூலிகைகளை அபார்ஷனுக்குப் பயன்படுத்தி இருக்கிறார்கள். ப்ளாட்டோ *Theaetetus* நூலில் கர்ப்பத்தின் ஆரம்பகாலங்களில் கருக்கலைப்பு செய்வதில் செவிலிகள் திறமை பெற்றிருந்ததைக் குறிப்பிடுகிறார். அரிஸ்டாட்டில் ஆண்கரு 40 நாட்களிலும் பெண்கரு 90 நாட்களிலும் மனித ஆத்மாவைப் பெறும் என நம்பினார்.

அதுவரை கருக்கலைப்பு செய்தல் பாவமல்ல என்பது அவர் கணக்கு. கவிஞர் லைசியாஸ் கருக்கலைப்பு ஆண்களுக்கு அதாவது தந்தைக்கு எதிரான குற்றம் என்கிறார்.

ஹிப்போக்ரேட்டஸ் எழுதிய Hippocratic Corpusல் Oath என்ற பகுதி கருக்கலைப்புக்கு பெசரி என்ற மருந்துக்குச்சிகளை பிறப்புறுப்பில் பயன்படுத்துவதைத் தடுத்தது. சோரனஸ் என்ற கிரேக்க மருத்துவர் பெண்ணுக்குத் தாய்மையை ஏற்கும் முதிர்ச்சியோ, பிரசவத்தைத் தாங்கும் ஆரோக்கியமோ இல்லாத சூழல்களில் கருக்கலைப்பு செய்யலாம் என்றார். புட்டங்களில் பாதம் பட குதிப்பதன் மூலம் கருச்சிதைவை உண்டாக்கும் Lacedaemonian Leap முறையை அறிமுகம் செய்தார்.

ரோமானியக் குடியரசில் கருக்கலைப்பு குற்றமாகக் கருதப்படவில்லை. பின் கிமு 211ல் கிறிஸ்துவத்தின் நுழைவுக்குப் பின் செப்டிமியஸ், காரகல்லா ஆகிய இரு ரோமானிய பேரரசர்கள் அபார்ஷனைத் தடை செய்தனர். தற்காலிக நாடு கடத்தல் இதற்குத் தண்டனையாக வழங்கப்பட்டது. ரோமானிய தேசத்தில் கணவனுக்குத் தன் மனைவி குழந்தைகளின் மீது அதிகாரம் இருந்தது. கருக்கலைப்புத் தடை தந்தையின் இந்த உரிமையைப் பாதிப்பதாகும் என இத்தடையை எதிர்த்தார்கள்.

பைபிளின் பழைய ஏற்பாட்டில் கருவிலிருக்கும் சிசு சொத்தின் ஒரு பகுதியாகவே கருதப்பட்டது. அதனால் கருக்கலைப்பு என்பது அக்காலத்தே சொத்து இழப்புதான், பாதிக்கப்பட்ட பெண்ணின் கணவனுக்கு நஷ்டஈடு வழங்க வேண்டும் என்கிறது.

கருக்கலைப்பு என்பது கொலைக்குற்றத்துக்குச் சமானம் என்று சொல்லும் புனித அகஸ்டின் கருவில் இறந்த சிசுவை மட்டும் அபார்ஷனில் வெளியே எடுக்கலாம் எனகிறார். 1ம் நூற்றாண்டைச் சேர்ந்த ஆலஸ் கார்னெலியஸ் என்ற ரோமானியர் எழுதிய De Medicina என்ற நூலில் இதற்கான வழிமுறை விவரிக்கப்பட்டிருக்கிறது.

2ம் நூற்றாண்டில் டெர்டுல்லியன் என்ற கிறிஸ்துவ மதவியலாளர்

கரு இசகு பிசகான பொசிஷனில் வந்து தாயின் உயிருக்கு ஆபத்து ஏற்படும் சமயங்களில் செய்யப்படும் அபார்ஷனுக்குப் பயன்பட்ட சில கருவிகளை விவரிக்கிறார்.

3ம் நூற்றாண்டைச் சேர்ந்த ஹிப்போலிட்டஸ் என்ற கிறிஸ்துவ மதவியலாளர் எழுதிய Refutation of all Heresiesன் 9ம் நூலில் பெண்கள் தன் இடையைச் சுற்றி இறுக பெல்ட் கட்டிக்கொள்வதன் மூலம் கர்ப்பத்தைக் கலைக்கலாம் என்கிறார்.

கர்ப்பமான பெண்ணின் அடிவயிற்றைக் கடுமையாக அழுத்துவதன் மூலம் கருச்சிதைவை ஏற்படுத்தும் வழக்கம் தென்கிழக்கு ஆசிய நாடுகளில் பல நூற்றாண்டுகளாகப் புழக்கத்தில் இருந்தது. கம்போடியாவில் உள்ள 1150ம் ஆண்டைச் சேர்ந்த அங்கோர்வார் கோயிலில் ஒரு பெண்ணுக்கு இத்தகைய அபார்ஷனை மேற்கொள்ளும் ஒரு ராட்சசனின் சித்திரம் இடம்பெற்றுள்ளது.

8ம் நூற்றாண்டைச் சேர்ந்த ஒரு சமஸ்கிருத நூல் ஒரு பானையில்

வெங்காயம் போட்டு வேக வைத்து அதில் வரும் நீராவியின் மீது பெண் உட்கார்வதன் மூலம் கருக்கலைக்கலாம் எனச் சொல்கிறது. 12ம் நூற்றாண்டில் எடோ காலகட்டத்தில் ஜப்பானில் அதீத வரிவிதிப்பின் காரணமாக ஏழைகள் கருக்கலைப்பு செய்தார்கள்.

தீவிர உடற்பயிற்சி மற்றும் இறுக்கமான கீழ்ப்பகுதி உள்ளாடைகளை அணிவதன் மூலம் சில பிரிட்டிஷ் பெண்கள் கருக்கலைப்பை முயன்றார்கள். நியூஸிலாந்தின் மவோரி இன மக்கள் மகுடு என்ற சக்திக்குப் பயந்து நேரடியாய்க் கருக்கலைப்பில் ஈடுபடாமல் முன்கூட்டி பிரசவவலி ஏற்படுத்துவதன் மூலம் கருச்சிதைத்தார்கள்.

11ம் நூற்றாண்டில் எழுதப்பட்ட *De viribus herbarum* என்ற மூலிகை மருத்துவ நூல் இத்தாலிய காட்னிப், சேவரி, சேஜ், சோப்வார்ட், சைப்பிரஸ், ஹெல்லபோர் மற்றும் பென்னிராயலை ஆகியவற்றை கருக்கலைப்பிற்குப் பரிந்துரைக்கிறது. டான்ஸி என்ற மூலிகை மத்தியகாலத்தில் பயன்படுத்தப்பட்டது. ஐரோப்பிய ஆக்கங்களில் சாவின் என்ற மூலிகை குறிப்பிடப்படுகிறது. ஸ்பானிஷ் ஃப்ளை என்ற பூச்சி, ஓப்பியம், வாட்டர்க்ரெஸ் விதை, இரும்பு சல்ஃபேட் மற்றும் இரும்பு க்ளோரைட் ஆகியவற்றை ப்ரிட்டிஷார் பயன்படுத்தினர். வேசி வேர் எனப்பட்ட வார்ம்ஃபெர்ன் என்ற செடியின் வேர் ஃப்ரான்ஸில் பயன்படுத்தப்பட்டது. ஜெர்மனியில் மர்ஜோரம், தைமே, பார்ஸ்லி, லாவெண்டர் ஆகியவை கலந்த ஒரு கருக்கலைப்பு தேநீர் பயன்பாட்டில் இருந்தது. நசுக்கப்பட்ட எறும்புகள், ஒட்டகத்தின் எச்சில், கரடியின் கொழுப்பில் கரைக்கப்பட்ட மானின் வால்மயிர்கள் ஆகியவையும் பயன்பட்டன.

மத்திய காலத்தைச் சேர்ந்த இஸ்லாமிய மருத்துவர்கள் பிறப்பு விகிதத்தைக் கட்டுப்படுத்த அபார்ஷனை உபாயமாகக் கையாண்டுள்ளனர். கர்ப்பமடைந்த 120 நாட்களுக்குப் பின் தான் சிசுவுக்குள் ஆன்மா குடிபுகுவதாக அவர்கள் நம்பினர்.

16ம் நூற்றாண்டில் போப் ஐந்தாம் சிக்ஸ்டஸ் கர்ப்பம்

எந்நிலையில் இருந்தாலும் அபார்ஷன் என்பது கொலை என்று அறிவித்தார். 17ம் நூற்றாண்டில் ஐரோப்பா, வட அமெரிக்காவில் நவீன கருக்கலைப்பு நுட்பங்கள் நடைமுறைக்கு வந்தன.

19ம் நூற்றாண்டில் அமெரிக்கன் மெடிக்கல் அசோஷியேஸன் அமெரிக்காவில் கருக்கலைப்பு தடைக்கு முயன்றது. 1821ல் முதன் முதலாக அமெரிக்காவின் கனெக்ட்டிகட் மாகாணம் அபார்ஷனுக்குத் தடை விதித்தது. 1861ல் இங்கிலாந்து பார்லிமென்ட்டில் தடை வந்தது. 1869ல் ரோமன் கத்தோலிக் சர்ச் தடைசெய்தது.

1842ல் கருக்கலைப்புக்கு க்யூரெட் என்ற கருவியைப் பயன்படுத்த ஆரம்பித்தார்கள். வெற்றிட உபகரணங்களை உறிஞ்சி எடுக்கும் கருவிகளையும் பயன்படுத்தினார்கள்.

1870ல் நியூயார்க்கைச் சேர்ந்த எலி வான் டி வார்க்கிள் என்பவர் பதிப்பித்த பேப்பர் பிறப்புறுப்புக்குள் நீரைப் பீய்ச்சி அடிப்பதன் மூலம்தான் கணிசமான அபார்ஷன்கள் நடந்ததாகக் குறிப்பிடுகிறது. $10 இன்ஸ்டால்மென்ட்டில் இச்சேவை கிடைத்தது.

அபார்ஷன் குறித்த அச்சு விளம்பரங்கள் அமெரிக்கா,

இங்கிலாந்து, கனடா ஆகிய நாடுகளில் வெளியாகின. அமெரிக்கா காம்ஸ்டாக் சட்டம் இவ்விளம்பரங்களைத் தடை செய்தது. விக்டோரியன் காலத்திலிருந்த பிரபல அபார்ஷன் ஸ்பெஷலிஸ்ட் மேடம் ரெஸ்டெல், 1870ல் அவரது விளம்பரச்செலவு மட்டும் 60,000 டாலர்கள். இந்த விளம்பரங்களால் சமூகத்தில் அவருக்கு பலத்த எதிர்ப்பு இருந்தது. 1878ல் இதற்காக அவர் கைது செய்யப்பட்டபோது தற்கொலை செய்து கொண்டார்.

19ம் நூற்றாண்டின் ஆரம்பத்தில் அபார்ஷன் என்பது மணமாகாமல் கர்ப்பமுற்ற பெண்களுக்கான கடைசிப் புகலிடமாகவே ஃபிரான்ஸில் பார்க்கப்பட்டது. பின் பல எழுத்தாளர்களின் தொடர் விளக்க முயற்சிக்குப் பிறகு அந்நூற்றாண்டின் அடுத்த பாதியில் குடும்பக் கட்டுப்பாட்டுக்கான வழிமுறை எனப் புரிந்து கொள்ளப்பட்டது.

அமெரிக்காவிலும் இங்கிலாந்திலும் அபார்ஷன்கள் அதிகம் தண்டனைக்குரியதாக அமைந்தன. இதனால் மேல்த்தட்டு, நடுத்தர வர்க்கத்தினர் மிக சிரமத்துக்கிடையே அதிககாசு செலவழித்து அபார்ஷன் செய்து கொண்டனர். ஏழை எளியவர்களுக்கோ ஆபத்தான சட்டத்துக்குப் புறம்பான கருக்கலைப்பு முறைகளே சாத்தியப்பட்டது.

1898ல் ஈயம் பூசின ப்ளாஸ்டரான டயக்கிலான் என்ற வஸ்துவை கருக்கலைப்பு உபகரணமாகப் பயன்படுத்தியதாக ஒப்புக் கொண்டிருக்கிறார் ஒரு பெண். பின் 20ம் நூற்றாண்டின் ஆரம்பத்தில் மான்ஹாட்டனில் ஒரு யூதப்பெண் நீராவிப்பானை மீது உட்கார்ந்து அபார்ஷன் செய்து கொண்டார். 1920களில் வேல்ஸிலிருந்த ஒரு பெண் தேவாலயங்களில் இருக்கும் மெழுகுவர்த்தியை தம் பிறப்புறுப்பில் பயன்படுத்தி அபார்ஷன் செய்து கொண்டார். கண்ணாடிக்கம்பி, பேனாஹோல்டர், இரும்புச்சுருள், ஸ்பூன், கம்பு, கத்தி ஆகிய பலவஸ்துக்கள் இப்படிப் பயன்படுத்தப்பட்டிருக்கின்றன. 1930கள் வரையிலும் பிரசவத்தை விட கருக்கலைப்பே ஆபத்தானதாக இருந்தது.

1919ல் சோவியத் யூனியன் முதன்முதலாக கருக்கலைப்பை அங்கீகரித்தது. பின் 1935ல் ஐஸ்லாந்து, 1938ல் ஸ்வீடன் நாடுகளும் இப்பட்டியலில் இணைந்தன. 1935ல் நாஜி ஜெர்மனியில் பரம்பரை நோய்களுக்கு மட்டும் அபார்ஷன் அனுமதித்தார்கள்.

1938ல் பிரிட்டனில் நடந்த R v Bourne வழக்கில் ஒரு 14 வயதுப் பெண் பாலியல் வல்லுறவுக்கு உள்ளாக்கப்பட்டு கர்ப்பமுற்று விட, அவளது மன ஆரோக்கியத்தைக் கணக்கில் கொண்டு அவளுக்கு கருக்கலைப்பு செய்ய அனுமதி வழங்கப்பட்டது.

1967ல் இங்கிலாந்தில் நிறைவேறிய அபார்ஷன் சட்டத்தின்படி இரு மருத்துவர்கள் ஒப்புக்கொண்டால் கருக்கலைப்பு செய்யலாம். 1973ல் அமெரிக்க உச்ச நீதிமன்றத்தில் நடந்த Roe v. Wade வழக்கில் கர்ப்பமான முதல் ஆறு மாதங்களில் கருக்கலைப்பு செய்யலாம் என்று அனுமதி அளிக்கப்பட்டது. இவை முக்கியமான திருப்புமுனைகள்.

1970களில் கர்மன் கண்ணுலா என்ற ப்ளாஸ்டிக் கருவியைக் கருக்கலைப்புக்குப் பயன்படுத்தத் தொடங்கினார்கள். 1971ல் லொர்ரைன் ரோத்மன், கரோல் டவ்னர் DelEm என்ற மலிவான பாதுகாப்பான உறுஞ்சு கருவியை உருவாக்கினர். 1983ல் டாக்டர் ஜேம்ஸ் மக்மோகன் அறிமுகப்படுத்திய புதிய கருக்கலைப்பு முறையில் சிசுவின் மண்டை ஓட்டில் ஓட்டை போடப்பட்டு, பின் நசுக்கப்பட்டு, ஃபோர்செப்ஸ் கொண்டு வெளியெடுக்கப்படும். 1980ல் ஃப்ரான்ஸில் மிஃப்ரொஸ்டோன் என்ற ஹார்மோன் சுரப்பைத் தடுக்கும் ரசாயனம் அபார்ஷன் செய்யப் பயன்பட்டது.

1990களில் வெற்றிட உறிஞ்சு முறைக்கு அமெரிக்க மருத்துவர்கள் மத்தியில் மறுபடி ஆர்வம் வந்தது. லெர்ரி எட்வர்ட்ஸ் கையால் பயன்படுத்தும் வெற்றிட சிரிஞ்ச் ஒன்றை உருவாக்கினார். பெண்ணுக்கு கர்ப்பம் என்ற உறுதிப்படுத்திய உடனே அவளுக்கு உடனடி கருக்கலைப்பு செய்வதற்காக இதை உருவாக்கினார்.

1994ல் இந்தியாவில் ஸ்கேன்களின் மூலம் சிசுவின் பாலினம்

அறிந்து சொல்வது குற்றம் எனச் சட்டம் கொண்டுவரப்பட்டது. பலர் இத்தொழில்நுட்பத்தைக் கொண்டு பெண் குழந்தைகளைக் கண்டுபிடித்து கருக்கலைப்பு செய்ததால் தான் இச்சட்டம். சீனாவிலும் இதே சட்டம் இதே காரணத்துக்காக இப்போது அமலில் உள்ளது.

போன மாதம் அயர்லாந்தில் 31 வயதுப் பெண் டாக்டர் சவிதா ஹலப்பனவார் 17வார கர்ப்பமாக இருந்தபோது ரத்தத்தில் செப்ட்டிகேமியா என்ற பாக்டீரியாத் தொற்று ஏற்பட்டது. கருக்கலைப்பு செய்தால்தான் அவர் உயிர் பிழைக்கலாம் என்ற நிலைமையில் அயர்லாந்து கத்தோலிக்க நாடு என்பதால் கருக்கலைப்பு செய்யாமல் டாக்டர்கள் இழுத்தடிக்க, அவர் உயிர் பிரிந்தது. இந்தச் சம்பவம் இந்தியாவிலும் பிற உலக நாடுகளிலும் பலத்த அதிர்வலைகளைக் கிளப்பியது.

சுஜாதாவின் நைலான் கயிறு, சாரு நிவேதிதாவின் ஸீரோ டிகிரி நாவல்களில் கருக்கலைப்பு சில பக்கங்களில் சொல்லப்பட்டிருக்கும். தமிழ் சினிமாக்களில் கருக்கலைப்புகள் மிக சகஜமாக வரும். உதாரணம்: தளபதி, மயக்கம் என்ன.

ஓர் உயிரைக் காக்கும் காரணம் என்றால் மட்டும் கருக்கலைப்பை ஏற்கலாம்.

★

Stats சவீதா

- *ஆண்டுதோறும் 2 கோடி பாதுகாப்பற்ற அபார்ஷன்கள் செய்யப்படுகின்றன.*
- *90% பாதுகாப்பற்ற அபார்ஷன்கள் வளரும் நாடுகளில் செய்யப்படுகின்றன.*
- *40% பேருக்கு மட்டுமே சட்டபூர்வ அபார்ஷன் செய்யும் வாய்ப்பிருக்கிறது.*

- *20% பேறுகால மரணங்கள் பாதுகாப்பற்ற அபார்ஷன்களால் நிகழ்கின்றன.*
- *உலகில் மூன்றில் ஒரு அபார்ஷன் சட்டத்துக்குப் புறம்பானதாக நடக்கிறது.*

அபார்ஷன்

சூல்கொண்டசெல்வி
வேல்கொண்டுகவ்வி
யோனிப்பூ அகழ்ந்து
சேய்த்தேன் உறிஞ்சி
தருமந்தட்டித்தள்ளி
கருமமே கண்ணாய்
கருக்கொலை செய்.

- கவிஞர் கில்மா

★★★

17. திருநர்

"Nature chooses who will be transgender; individuals don't choose this."

- Mercedes Ruehl, American actress

திருநர் *(Transgender)* என்பது உடல்ரீதியாக நிர்ணயிக்கப்பட்ட பாலினத்துக் குமாற்றாக ஒருவர் தன்னை மனதால் வேறு பாலினத்தவராக உணர்வது. உறுப்பால் ஆணாக இருப்பவர் தன்னைப் பெண்ணாகப் பாவிப்பது திருநங்கை *(Transwoman)*. உடலால் பெண்ணாக இருப்பவர் தன்னை ஆணாக உணர்வது திருநம்பி *(Transman)*. இதற்கும் பாலியலில் எவரிடம் ஈர்ப்பிருக்கிறது *(Sexual Orientation)* என்பதற்கும் தொடர்பில்லை. திருநங்கைகளைக் குறிக்க அரவாணிகள் என்ற சொல் பரவலாகப் பயன்படுகிறது.

கிமு 7000ல் மெடிடரேனியன் பகுதிகளில் வரையப்பட்ட ஓவியங்களில் ஆண்குறி மற்றும் பெண்ணின் மார்புகள் கொண்ட மூன்றாம் பாலினம் காட்டப் பபட்டுள்ளது. மெசபடோமிய புராணங்களில் ஆணுமல்லாத பெண்ணுமல்லாத வகை மனிதர்கள் வருகிறார்கள். கிமு 2000ல் சுமேரிய புராணத்தில்

சி.சரவணகார்த்திகேயன்

நின்மா என்ற கடவுளுக்கு ஆண் உறுப்பும் இல்லை, பெண் உறுப்பும் இல்லை என்று சொல்லப்படுகிறது. பண்டைய எகிப்தில் மண் பாண்டங்களில் மூன்று பாலினங்கள் குறிப்பிடப்படுகிறது: *tai*, *hmt*, *sht*. கிமு1700ல் ஆக்காடிய புராணமான அட்ராஹசிஸ் கதையில் என்கி என்கிற கடவுள் நின்டு என்ற பிறப்புக்கடவுளுக்கு ஆண் பெண் தவிர்த்த மூன்றாம் பாலினத்தவரைப் படைக்க உத்தரவிடுவதாக வருகிறது. பாபிலோனியா, சுமேரியா, அஸ்ஸிரியா ஆகிய இடங்களில் *Inanna / Ishtar* சேவைகள் செய்தவர்கள் மூன்றாம் பாலினராக இருந்தார்கள். இவர்கள் விபச்சாரிகளாகவும், நடன, இசை, நாடக மணிகளாக, முகமூடி அணிந்தவர்களாக, ஆண் பெண் பண்பு கொண்டவர்களாக இருந்தனர்.

இந்துக் கடவுளான அர்த்தநாரீஸ்வரர் வலப்பக்கம் ஆண் இடப்பக்கம் பெண் எனக் கொண்டவர். கிமு 1500ல் எழுதப்பட்ட வேதங்களில் பம்ஸ் ப்ரக்ர்தி, ஸ்த்ரீ ப்ரக்ர்தி மற்றும் த்ரிதிய ப்ரக்ர்தி என மூன்று விதப் பாலினங்கள் வரையறுக்கப்பட்டுள்ளன. வேத ஜோதிடத்தில் நவகிரகங்களுக்கு பாலினங்கள் உண்டு. புதன், சனி, கேது ஆகியவை த்ரிதிய ப்ரக்ர்தி. இந்து புராணங்களில் அப்சர்ஸ்கள், கந்தர்வர்கள், கிண்ணரர்கள் என தேவர்களுள் மூன்று பால்வகைகள் சொல்லப்படுகின்றன.

கிமு 3ம் நூற்றாண்டைச் சேர்ந்த தமிழ் இலக்கண நூலான தொல்காப்பியம் ஆணுக்கும் பெண்ணுக்கும் இடைப்பட்ட பாலினத்தைப் பற்றிக் குறிப்பிடுகிறது. கிமு 200ல் பதஞ்சலி

இயற்றிய சமஸ்கிருத இலக்கண நூலில் மூன்று பால்கள் சொல்லப்படுகின்றன. மனுஸ்ம்ரிதி, "ஆண் வித்தின் ஆதிக்கம் அதிகம் இருந்தால் ஆண் குழந்தையும், பெண் தன்மையின் ஆதிக்கம் அதிகம் இருந்தால் பெண்ணும், இரண்டும் சமமாக இருந்தால் மூன்றாம் பால் குழந்தை / ஆண் பெண் இரட்டைக் குழந்தை, இரண்டும் தளர்வுற்றிருந்தால் கர்ப்பம் ஏற்படாமலும் போகும்" என்கிறது.

ராமாயணத்தின் சில வடிவங்களில் ராமர் காட்டுக்குப் போகும் போது அயோத்தி மக்கள் பின்னாலேயே செல்கின்றனர். பாதி வழியில் இதை உணர்ந்த ராமர், "ஆண்களே, பெண்களே, ஊர் திரும்புங்கள்" என்கிறார். இரண்டும் அல்லாதோர் ஊர் திரும்பாமல் அங்கேயே நின்று விடுகின்றனர். பதினான்கு வருடங்கள் வனவாசம் அனுபவித்துவிட்டு அதே வழியில் திரும்பும் ராமர் அவர்களைச் சந்திக்கிறார். விஷயமறிந்து அவர்கள் ஒரு நாள் உலகை ஆள்வார்கள் என ஆசீர்வதித்துச் செல்கிறார்.

கிமு 2ம் நூற்றாண்டில் புத்தர் வாய்மொழியாகச் சொன்னதாக நம்பப்படும் வினயா என்ற படைப்பில் ஆண், பெண், உபதோபயஞ்சனகா, பண்டகா என 4 பாலினங்கள் இருப்பதாக வருகிறது. கிமு 4ம் நூற்றாண்டில் ப்ளாட்டோவின் ஸிம்போஸியம் ஆண், பெண், ஆண்ட்ரோகைனஸ் என்ற 3 பாலினங்களைப் பேசுகிறது. வடக்கு தாய்லாந்தின் ராணங்களிலும் 3 பாலினங்கள் சொல்லப்படுகின்றன. இஸ்ரேலில் *Zachar, Nekeveh, Androgynos, Tumtum, Aylonit, Saris* என 6 பாலினங்கள் இருந்தன.

கிழக்கு மெடிட்டரேனியப் பகுதியில் விரைநீக்கம் செய்யப்பட்டவர்களை மூன்றாம் பாலினமாகக் கருதும் வழக்கம் இருந்தது. *Historia Augusta* நூலும் பைபிளின் புதிய ஏற்பாடும் இப்படித்தான் சொல்கின்றன. பண்டைய ரோமில் கல்லி எனப்பட்ட விரைநீக்கம் செய்யப்பட்டவர்களும் மூன்றாம் பாலினர் என்றே கருதப்பட்டனர்.

மாயன் நாகரிகத்தில் மக்காச்சோளக் கடவுளும், நிலவுத்

சி.சரவணகார்த்திகேயன்

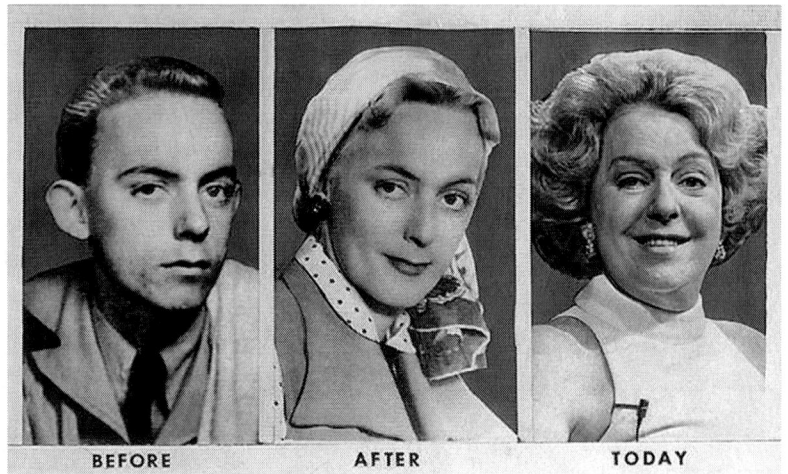

BEFORE   AFTER   TODAY

தெய்வமும் மூன்றாம் பாலினராகக் கருதப்பட்டன. அவர்களின் ஓவியங்களில் ஆண் குறியும் பெண் மார்பும் கொண்ட உருவங்கள் வருகின்றன. இன்கா சாம்ராஜ்யத்தில் கோவிலில் சில ஆண்கள் பெண்ணுடை பூண்டு, அவர்களைப் போலப் பேசி, பழக இருந்தனர்.

இல்லியானாஸின் பூர்வகுடி மக்கள் குழந்தைப்பருவ செயல்களைக் கொண்டு பாலினத்தைத் தீர்மானித்தனர். ஓர் ஆண் குழந்தை ஆண்கள் கையாளும் வில் அம்புக்குப் பதிலாக பெண்கள் பயன்படுத்திய ரம்பம், மண்வெட்டி ஆகியவற்றை விளையாட ஆர்வம் காட்டினால் அவர்களை மூன்றாம் பாலாகத் தீர்மானித்தனர்.

222ல் பெண்ணுடை அணிந்ததற்காகவும், மருத்துவர்களிடம் தனக்கு பெண்குறி ஏற்படுத்தித் தர பேரம் பேசியதற்காகவும், காதலர்களில் ஒருவனை கணவனாக அறிவித்ததாலும் ரோமானியச் சக்கரவர்த்தி எலகாபாலஸ் அடித்து, தெருவில் இழுத்துச் செல்லப்பட்டு, கொல்லப்பட்டார். 1347ல் இத்தாலியின் ரோலாண்டினோ ரோன்காக்லியா என்பவர் பெண்ணுடை தரித்து, குரல், அசைவுகளைப் பெண் போல்

செய்து விபச்சாரத்தில் ஈடுபட்டதற்காகக் கைது செய்யப்பட்டு தண்டனை பெற்றார்.

1395ல் லண்டனில் ஜான் ரைக்னெர் என்ற ஆண் விபச்சாரி பெண்களின் உடையை அணிந்ததற்காகக் கைது செய்யப்பட்டார். 1429ல் 17 வயதுப் பெண் ஜோன் ஆஃப் ஆர்க் ஆணுடை பூண்டு 10,000 விவசாயிகளை சேர்த்துக் கொண்டு இளவரசர் சார்லஸின் அவைக்கு வந்து பிரான்ஸை இங்கிலாந்திடமிருந்து விடுவிப்பதே தனக்கு இறைவன் இட்ட கட்டளை என அறிவித்தார். அந்தப் போராட்டம் வெற்றி பெற்றது. ஆனால் ஆணுடை அணிந்ததற்காக அவர் எரித்துக் கொல்லப்பட்டார்.

1654ல் கௌண்ட் தோஹ்னா என்ற ஆண் வேடமிட்ட ஸ்வீடன் அரசி கிறிஸ்டினா தன் பதவியைத் துறக்க நேர்ந்தது. 18ம் நூற்றாண்டின் ஆரம்பத்தில் Molly Houses என்ற ஆண் விபச்சார விடுதிகளில் பெண்ணுடை அணிவது சகஜமாக இருந்தது. 1755ல் ஆணுடைகள் அணியும் பழக்கம் கொண்ட நடிகை சார்லொட்டி க்ளார்க் A Narrative of the Life of Mrs. Charlotte Clarke என்ற தன் சுயசரிதையைப் பதிப்பித்தார்.

1777ல் ஃப்ரெஞ்ச் உளவாளி செவாலியே டி'இயானைப் பெண்ணாக எண்ணி அவர் ஃபிரான்ஸ் திரும்ப அனுமதிக்க வேண்டுமெனில் பெண்ணுடை அணிந்து தான் வர வேண்டும் என நிபந்தனை விதித்தனர். அவரும் அப்படியே வந்து பெண்ணாகவே வாழ்ந்தார். இறந்தபின் தான் அவர் உடல்ரீதியாக ஓர் ஆண் என்பது தெரியவந்தது.

19ம் நூற்றாண்டில் ரஷ்யாவில் சக்ச்சி மக்களில் yirka-lául பிரிவினர் இருந்தார்கள். உடலால் ஆணாக இருந்த இவர்கள், பெண் சிகையலங்காரம் செய்யத் தொடங்கி, மெல்லப் பெண் ஆடைகள் அணிந்து பழகி, ஆண்களைத் திருமணம் செய்தனர்.

1831ல் ஜார்ஜ் சாண்ட் என்ற பெண் ஆண் பெயரில் Rose et Blanche என்ற தன் நூலைப் பதிப்பித்ததுடன் ஆண் ஆடைகளையே அணிந்து வலம் வந்தார். எளிதில் நூல்

பிரசுரமாகவும், சுதந்திரமாய் நடமாடவும், பெண்கள் சாதாரணமாய் நுழைய முடியா இடங்களுக்குச் சென்று வரவும் இது உதவுவதாக அவர் குறிப்பிட்டார்.

1860 ஹெர்குலின் பார்பின் என்ற பெண்ணை பரிசோதனைக்கு உட்படுத்திய போது அவருக்குள் சிறிய ஆண்குறியும், விதைகளும் இருப்பது கண்டறியப்பட்டது. அவர் விருப்பத்துக்கு மாறாக ஆண் என அறிவிக்கப்பட்டார். இறுதியில் அவர் தற்கொலை செய்து கொண்டார். 1865ல் ஜேம்ஸ் பேரி என்ற ப்ரிட்டிஷ் ராணுவ மருத்துவர் இறந்தபின் அவர் ஒரு பெண் என்பது கண்டுபிடிக்கப்பட்டது.

1869ல் கார்ட் ஃப்ரெட்ரிச் ஓட்டோ வெஸ்ட்ஃபால் திருநர்களைப் பற்றிய முதல் ஆராய்ச்சிக்கட்டுரையை சமர்ப்பித்தார். 1877ல் திருநர்கள் மேல் அக்கறை காட்டிய முதல் செக்ஸாலஜிஸ்டான க்ராஃப்ட் எப்பிங் எழுதிய *Psychopathia Sexualis* நூல் வெளியானது. அவர் மூன்றாம் பால் நோயாளிகளுக்குத் தொடர்ந்து சந்தேகங்கள் தீர்ப்பதும் நம்பிக்கை அளிப்பதுமான காரியங்களை சிரமேற்கொண்டிருந்தார்.

1885ல் இங்கிலாந்தில் அமல்படுத்தப்பட்ட கிரிமினல் சட்டம் ஹோமோசெக்ஸ் நடவடிக்கைகளைத் தடைசெய்தது. பொதுபுத்தியில் மூன்றாம் பாலினராய் இருப்பதும் ஓரினச்சேர்க்கை நடவடிக்கையாகவே கருதப்பட்டதால் அவர்களும் எதிர்ப்பாலின உடையணிந்ததற்கெல்லாம் தண்டனை அனுபவிக்க நேர்ந்தது.

1919ல் மேக்னஸ் ஹிர்ஸ்ச்ஃப்ளெட் என்பவர் பெர்லினில்

செக்ஸாலஜி மையம் தொடங்கினார். திருநர்களுக்கான முதல் தனி மருத்துவமனையாக இது அமைந்தது. 1920ல் ஆணைப் பெண்ணாக மாற்றும் முதல் அறுவைசிகிச்சை இம்மையத்தில் லுட்விக் லெவி, ஃபெலிக்ஸ் ஆப்ரஹாம் என்ற மருத்துவர்களால் நடத்தப்பட்டது.

1920ல் ஜொனதன் கில்பர்ட் Homosexuality and Its Treatment என்ற திருநர் நாவலைப் பதிப்பித்தார். 1927ல் திருநர் வாழ்க்கை சார்ந்த நாடகம் The Drag நிகழ்த்தப்பட்டது.

1930ல் லில்லி எல்பி என்ற டேனிஷ் பெயிண்டர்தான் பால்மாற்று அறுவை சிகிச்சைசெய்து கொண்டதாய்ப் பொதுவில் தெரிந்த முதல் ஆள். 5 அறுவைசிகிச்சைகளை உள்ளடக்கியது இது. ஓராண்டில் அவர் இறந்து போனார்.

1931ல் ஃபெலிக்ஸ் ஆப்ரஹாம் தம் அறுவைசிகிச்சை அனுபவங்களை Genital Reassignment of Two Male Transvestites என்ற நூலாக எழுதினார். 1949ல் லண்டனில் மைக்கேல் தில்லான் 13 தொடர் அறுவைசிகிச்சைகள் மூலம் பெண்ணிலிருந்து ஆணாக மாறும் பால்மாற்றை செய்து கொண்டார். சர் ஹெரால்ட் கில்ஸ் என்ற ப்ளாஸ்டிக் சர்ஜன் செய்த செயற்கை ஆண்குறியை பொருத்திக் கொண்டார்.

1952ல் கிறிஸ்டின் ஜோர்ஜென்சென் பால்மாற்று அறுவை சிகிச்சை கொண்ட பின் அழகி என்ற அடிப்படையில் மிகுந்த பிரபலமடைந்தார். 1958ல் ஒரே ஒரு அறுவைசிகிச்சையில் பெண் ஆணாக மாறும் பால்மாற்று முறை அறிமுகப்படுத்தப்பட்டது.

1960ல் விர்ஜினியா முதல் திருநர் இதழான Transvestia-ஐ ஆரம்பித்தார். 1966ல் ஹாரி பெஞ்சமின் ஹார்மோன் மருத்துவம் பற்றி The Transsexual Phenomenon எழுதினார்.

1968ல் சர்வதேச ஒலிம்பிக் கமிட்டி மூன்றாம் பாலினரைப் போட்டிகளிலிருந்து தடுக்க பெண்களுக்குக் க்ரோமோஸோம் பரிசோதனையை அறிமுகப்படுத்தியது. 1972ல் ஸ்வீடனில் திருநர்கள் தங்கள் பாலினத்தைத் தனியாகப் பதிவு செய்ய அனுமதித்து, இலவச ஹார்மோன் அறுவைசிகிச்சையும்

தரப்பட்டது. 1992ல் அல்தியா காரிஸன் என்பவர் அமெரிக்க ஸ்டேட் லெஜிஸ்லேட்டருக்குப் போன முதல் திருநர். 2000ல் திருநர் கொடி ஃபீனிக்ஸ் அணிவகுப்பில் அறிமுகமானது.

2004ல் *Vagina Monologues* நாடகம் அவர்கள் அனுபவங்கள் போராட்டங்கள் குறித்த ஒரு கூடுதல் பகுதியுடன் 18 புகழ் பெற்ற திருநங்கைகளால் நிகழ்த்தப்பட்டது. 2007ல் கேண்டிஸ் கய்ன் *Dirty Sexy Money* சீரியலில் திருநங்கையாகவே நடித்தார்.

2008ல் ஸ்டூ ராஸ்ம்யூஸ்ஸென் என்ற திருநர் சில்வர்டன் நகர மேயரானார். 2010ல் கின்னஸ் சாதனைப் புத்தகம் தாமஸ் பீட்டி என்ற திருநம்பியை குழந்தை பெற்ற முதல் ஆண் என அறிவித்தது. அதே ஆண்டு விக்டோரியா கோலாகோவ்ஸ்கி என்பவர் அமெரிக்காவின் முதல் திருநர் நீதிபதி ஆனார். 2011ல் சாஸ் போனோ என்ற திருநம்பி *Dancing with the Stars* டிவி நிகழ்ச்சியில் கலந்து கொண்டார். திருநர் சம்பந்தப்படாத பொதுவான ஒரு டிவி நிகழ்வில் ஒரு திருநர் கலந்து கொண்டது அதுவே முதல் முறை. அதே ஆண்டில் ஹார்மோனி சான்டனா என்ற திருநங்கை *Independent Spirit Awards*ல் சிறந்த துணைநடிகை பிரிவில் நாமினேட் செய்யப்பட்டார்.

சந்தோஷ் சிவன் இயக்கிய நவரஸா திரைப்படம் திருநங்கைகளின் வாழ்வியலைத் துல்லியமாக எடுத்தியம்புகிறது. அப்பு, நான் கடவுள், காஞ்சனா ஆகியபடங்களிலும் திருநங்கைகள் பற்றிய சித்தரிப்பு வருகிறது. இந்தியப் பெருநகரங்களில் இன்னமும் திருநங்கைகள் ட்ராஃபிக் சிக்னல்களில் யாசகம் கேட்டு மிரட்டும் காட்சிகளைக் காண முடிகிறது. இப்படிக்கு ரோஸ் நிகழ்ச்சியை ரோஸ் வெங்கடேசன் என்ற திருநங்கை விஜய் டிவியில் தொகுத்து வழங்கினார். லிவிங் ஸ்மைல் வித்யா ஊடகங்களில் இயங்கி வருகிறார். வாடாமல்லி (சு.சமுத்திரம்), அவன் - அது - அவள் (யெஸ்.பாலபாரதி) நாவல்கள் அரவாணிகளின் வாழ்க்கையைப் பேசுபவை. கோபிஷங்கர் திருநர் தொடர்பான கலைச்சொற்களை உருவாக்கியிருக்கிறார்.

தமிழ்நாட்டில் தற்போது திருநர்களுக்கென அடையாள அட்டைகள் வழங்கப்பட்டு அரசு ஆவணங்களில்

தனிப்பாலினமாக அங்கீகரிக்கப்பட்டுள்ளது. ஆனால் இன்னும் மக்கள் மத்தியில் அவர்கள் குறித்த அர்த்தமற்ற அசூயை நீடிக்கத்தான் செய்கிறது.

திருநர் இயற்கையின் கிறுக்கலில் எழுத்துப்பிழை. பிழை பொறுப்பது நம் கடன்.

★

Stats சவீதா

- மொத்த ஜனத்தொகையில் ஆயிரத்தில் ஒருவர் திருநராக இருக்கிறார்.
- 78% அமெரிக்க திருநர்கள் சிறுவயதில் துன்புறுத்தலுக்காளாகி உள்ளனர்.
- 49% அமெரிக்க திருநர்கள் தற்கொலைக்கு முயற்சி செய்திருக்கின்றனர்.
- 19% அமெரிக்க திருநர்களுக்கு மருத்துவ வசதி மறுக்கப்பட்டிருக்கிறது.
- 15% அமெரிக்க திருநர்களின் ஆண்டு வருமானம் 10,000 டாலருக்குக்கீழ்.

திருநர்

ஆண்மாவில் பிசைந்த
பெண் பொம்மை - இது
ஆன்மாவை அசைத்த
உடற்பிழை எவருடை
ஆசைக்கும் தீர்ப்புக்கும்
தொடர்பிலை - இவன்
அர்த்தநாரீஸ்வரன்.

- கவிஞர் கில்மா

18. கற்பழிப்பு

"Rape is the only crime in which the victim becomes the accused."

– Freda Adler, US criminologist and educator

கற்பழிப்பு என்பது ஒருவர் அல்லது அதற்கு மேற்பட்டவர் (பொதுவாய் ஆண்கள்) இன்னொருவரின் (பொதுவாய்ப் பெண்) சம்மதமின்றி வன்முறையாய்க் கட்டாயக் கலவியில் ஈடுபடுதல் ஆகும். கற்பழிப்பு என்பது பிற்போக்கான / ஆணாதிக்கச் சொல்லாடல் என்பதால் பாலியல் வல்லுறவு என்ற பதம் பயன்படுத்தப்படுகிறது.

கிமு 1780ல் பாபிலோனியாவின் ஹம்முராபி சட்டங்களில் கன்னிப் பெண்ணைக் கற்பழிப்பது அவளின் தந்தைக்கு நேரும் சொத்துச் சேதமாகச் சொல்லப்படுகிறது. திருமணமான பெண் கற்பழிக்கப்பட்டால் அவள் நடத்தை கெட்டவள் எனச் சொல்லி ஆற்றில் வீசி எறிந்திருக்கிறார்கள். பின் மோசைக் சட்டத்தில் ஒரு கன்னிப்பெண் கற்பழிக்கப்பட்டால் அவளது தந்தை அல்லது சகோதரர்களில் எவரேனும் தவறு செய்தவனின் குடும்பப்பெண்களில் ஒருவரை கற்பழித்துக் கொள்ளலாம் என்கிறது.

ஹீப்ரூ சட்டம் ஒரு கன்னிப்பெண் நகரத்துக்குள் கற்பழிக்கப்பட்டால் அவளையும், செய்தவனையும் கல்லால் அடித்துக் கொல்லச் சொல்கிறது. நகர எல்லைக்குள் அவள் கத்தி ஊரைக்கூட்டி அதிலிருந்து தப்பியிருக்கமுடியும் என்பதால் அந்நிகழ்வு அவள் சம்மதத்தின் பேரில் நடைபெற்றிருக்கும் என்ற அடிப்படையில் அவளுக்கும் சேர்த்து தண்டனை தரப்பட்டது. அதுவே நகரத்திற்கு வெளியே கற்பழிக்கப்பட்டால், அவள் கத்தி இருப்பாள், ஆனால் உதவிக்கு ஆள் வரவில்லை என்ற சந்தேகத்தின் அடிப்படையில் விடுவிக்கப்பட்டாள். கல்யாணமாகாதவள் எனில் கற்பழித்தவன் அவள் தந்தைக்கு அபராதத்தொகை கொடுத்து திருமணமும் செய்ய வேண்டும்.

பைபிளின் பழைய ஏற்பாடு உபாகமம் 22ல் “நியமிக்கப்படாத கன்னியாஸ்திரீயாகிய ஒரு பெண்ணை ஒருவன் கண்டு, கையைப் பிடித்து அவளோடே சயனிக்கையில், அவர்கள் கண்டுபிடிக்கப்பட்டால், அவளோடே சயனித்த மனிதன் பெண்ணின் தகப்பனுக்கு ஐம்பது வெள்ளிக்காசைக் கொடுக்கக்கடவன்; அவன் அவளைக் கற்பழித்தபடியினால், அவள் அவனுக்கு மனைவியாயிருக்கவேண்டும்; அவன் உயிரோடிருக்குமளவும் அவளைத் தள்ளிவிடக்கூடாது.” (28-29) என்று வருகிறது.

கிரேக்கப் புராணத்தில் கடவுள் ஜீயஸ் யூரோப்பா என்ற பெண்ணையும் கேனிமெட் என்ற ஆணையும் கற்பழித்ததாய்க் கதை உண்டு. லாயஸ் என்பவன் க்ரைஸிப்பஸ் என்பவனைக் கற்பழித்ததற்கு அவன் மட்டுமல்லாது அவன் மனைவி, மகன், பேரக் குழந்தைகள் என அனைவரும் அழிக்கப்பட்ட கதையும் உண்டு (இதன் நீட்சியாய்த்தான் ஆண் கற்பழிப்புகளைப் பொதுவாய் லாயஸ் குற்றம் எனக் குறிப்பிட்டார்கள்).

கிமு 50களில் ரோமானியக் கவிஞர் லுக்ரேஷியஸ் கற்பழிப்பு நாகரிகத்திலிருந்து பின்தங்கிய செயல் என வர்ணிக்கிறார். ரோமானிய சட்டங்களில் *raptus* என்பது கடத்தலையும், விருப்பத்திற்கெதிராக நடந்து கொள்தலையும் குறித்தது. பாலியல் வன்முறை அதில் பிரதானமில்லை. பின்

ரோமானியக் குடியரசு உருவான போது *Raptus ad stuprum* என்று விருப்பத்திற்கெதிராக பாலியல் வல்லுறவில் ஈடுபடுதல் தனியாய்ப் பிரிக்கப்பட்டது. (ரோமானிய முடியாட்சி தூக்கி எறியப்பட்டு குடியாட்சி வந்ததற்குக் காரணமே அரசனின் மகன் லுக்ரேஷியா என்பவளைக் கற்பழித்து அவள் தற்கொலை செய்து கொண்டதுதான் காரணம்). பின் 3ம் நூற்றாண்டில் ஜூலியஸ் சீஸரின் காலத்தில் *Lex Julia de vi publica* என்ற சட்டம் கற்பழிப்பைப் பையன்கள், பெண்களுக்கெதிரான பாலியல் குற்றமாகத் தெளிவாகப் பிரித்தது.

3ம் நூற்றாண்டில் ரோமானிய அரசர் டியோக்ளேஷியன் காலத்தில் இயற்றப்பட்ட சட்டப்படி விபச்சாரத்தில் ஈடுபட்டவர்கள் தண்டிக்கப்பட்டனர்; திருமணத்திலிருந்து விலக்கி வைக்கப்பட்டனர். ஆனால் கற்பழிக்கப்பட்டவர்களுக்கு எந்தத் தண்டனையும் இல்லை; திருமணமும் செய்யலாம். ஆனால் கற்பழிப்புச் சட்டங்கள் வர்க்கரீதியில் இருந்தன. அடிமை கற்பழிக்கப்பட்டால் அது எஜமானரின் சொத்து இழப்பென்றனர்.

ரோமானிய ராஜ்யத்தில் கற்பழிப்பு மரண தண்டனைக்குரிய குற்றம். பெற்றோரைக் கொல்வதற்கு, கோவிலைக் கொள்ளையடிப்பதற்கு இணையான பாவம் என்றனர்.

ஹோமர், லெரோடாட்டஸ், லிவி ஆகியோர் படைப்புகள் வழி கிரேக்க ரோமானியப் படைகள் போர்க்காலங்களில் கற்பழிப்புகளில் ஈடுபட்டிருப்பது தெரிகிறது. தோற்ற நாட்டின் சிறுவர்களை கட்டாயப்படுத்தி ஹோமோசெக்ஸுக்குப் பயன்படுத்தினர்.

ரோமானிய ராஜ்யத்தில் கிறித்தவம் நுழைந்த பின் கற்பழிப்பு பற்றிய பார்வை மாறியது. புனித அகஸ்டின் லுக்ரேஷியா தற்கொலை செய்து கொண்டது கூட அவள் கற்பழிப்புக்கு உடன்பட்ட குற்ற உணர்ச்சியில் தான் என்றார். முதல் கிறிஸ்தவ ரோமானிய அரசர் கான்ஸ்டன்டைன் கற்பழிப்பை தனி மனிதக் குற்றமாக அல்லாமல் பொதுப் பிரச்சனையாக அறிவித்தார். பெண்ணின் சம்மதத்துடன் கற்பழிப்பு நடந்திருந்தால் இருவரையும் உயிருடன் எரித்தனர். அவள் சம்மதம் இல்லாமல் நடந்திருந்திருந்தாலும் அவள் கத்தி உதவி பெற்று தப்பியிருக்க முடியும் என்று சொல்லி தண்டனை தரப்பட்டது. கற்பழித்தவனை அவளுக்குத் திருமணம் செய்விப்பது செல்லுபடியாகாது என அறிவிக்கப்பட்டது.

சில கலாச்சாரங்களில் கன்னிப்பெண்ணைக் கற்பழிப்பது மட்டுமே குற்றம். மனைவி, விதவை, விபச்சாரி போன்றவர்கள் ஏற்கனவே கன்னித்தன்மை இழந்து விட்டதால் அவர்களுடனான கட்டாய உறவு கொள்வது கற்பழிப்பு எனக் கொள்ளப்படவில்லை.

8ம் நூற்றாண்டில் ஐரோப்பாவில் படையெடுத்த ஸ்காண்டிநேவியர்கள் பிரிட்டன், அயர்லாந்து பெண்களை உடமையாக்கிக் கொண்டனர். இஸ்லாமியச் சட்டப்படி கற்பழிப்பில் பெண்களுக்கு தண்டனை இல்லை; செய்தவனுக்கு மரண தண்டனை.

1290ல் *Fleta* என்ற பிரிட்டிஷ் சட்ட நூல் பெண்ணின் சம்மதமின்றி அவள் கருவுற முடியாது என்கிறது. 13ம் நூற்றாண்டில்

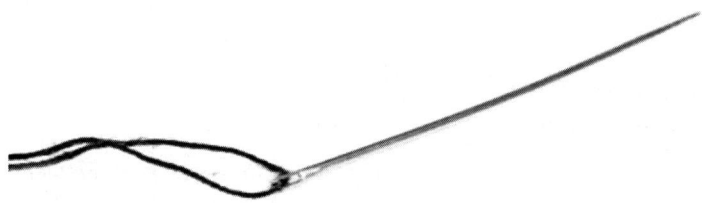

சாக்ஸன் சட்டப்படி கற்பழிக்கப்பட்ட பெண் கன்னியா, மனைவியா, விதவையா, விபச்சாரியா என்பதைப் பொறுத்து தண்டனை நிர்ணயிக்கப்பட்டது. நூற்றாண்டின் இறுதியில் இங்கிலாந்தின் முதலாம் எட்வர்ட் மன்னர் கற்பழிப்பில் கன்னி, கன்னியல்லாதோர் என்ற பாகுபாட்டை உடைத்தார். 12 வயதுக்குக் கீழ் பெண் சம்மதத்துடன் நடந்தாலும் அது கற்பழிப்புதான் என்றார்.

14ம் நூற்றாண்டில் இரண்டாம் ரிச்சர்ட் மற்றும் ஐந்தாம் ஹென்றி காலங்களில் போரின் போதான கற்பழிப்பு குற்றமாக அறிவிக்கப்பட்டது. நூற்றாண்டுப்போரில் கற்பழித்தவர்களைத் தண்டிக்க இச்சட்டமே உதவியது. நெப்போலியன் எகிப்திய படையெடுப்பில் கற்பழிக்கும் வீரர்கள் சுட்டுக் கொல்லப்படுவர் என அறிவித்தார்.

மத்திய கால அரபு அடிமை வியாபாரத்திலும், செங்கிஸ்கான் படையெடுப்புகளின் போதும், அபர்தீனின் உள்நாட்டு யுத்தத்தின் போதும் கற்பழிப்புகள் மிகுந்திருந்தன.

1670ல் கணவன் மனைவியை பாலியல் வல்லுறவுக்கு உட்படுத்துவது கற்பழிப்பு ஆகாது என சர் மேத்யூ ஹேல் என்ற ஆங்கிலேயே நீதிபதி குற்றங்கள் மற்றும் தண்டனைகள் குறித்து எழுதிய புத்தகத்தில் குறிப்பிடுகிறார். கறுப்பினப் பெண்கள் கற்பழிக்கப்பட்டதும் வெள்ளை நீதிப் புத்தகங்களின் படி கற்பழிப்பு கிடையாது.

17ம் நூற்றாண்டில் ஃப்ரான்ஸில் பெற்றோர் சம்மதமின்றித் திருமணம் செய்வதே கற்பழிப்பு என சொன்னார்கள். 18,

19ம் நூற்றாண்டுகளில் கற்பழிப்புப் புகார் கூறும் பெண் எப்படி அந்நிகழ்வை நிரூபிப்பது என்பதில் குழப்பம் நிலவியது. கன்னித்திரை கிழித்திருப்பதையும், விந்துக்கறை படிந்திருப்பதையும் ருசுப்பிக்க வேண்டிஇருந்தது.

1814ல் ஆங்கில மருத்துவர் சாம்யுவல் ஃபார் எழுதிய *Elements of Medical Jurisprudence* நூல் பெண் காமக்களிப்பில் உச்சத்தை அடையாமல் கருவுற முடியாது என்றது. முழுமையான கற்பழிப்பில் பெண் கர்ப்பமடைய வாய்ப்பில்லை எனக் குறிப்பிட்டார்.

1857ல் கிழக்கிந்தியக் கம்பெனிக்கு எதிராக இந்தியாவில் நடந்த முதல் சுதந்திரப் போரில் இந்தியர்களால் பிரிட்டிஷ் பெண்கள் கற்பழிக்கப்பட்டதாக ஆவணங்களைத் தயாரித்தனர். தம் அட்டூழியங்களை நியாயப்படுத்த இதைப் பயன்படுத்தினர்.

19ம் நூற்றாண்டில் டாக்டர் லாசன் டெய்ட் என்பவர் பெண்ணின் சம்மதமின்றி ஆண் அவளைக் கற்பழித்து விட முடியாது என்றார். பெண் தன்னை அசைத்து உதறிக் கொண்டிருந்தால் கற்பழிப்பு சாத்தியமில்லை என்பதைச் சொல்ல ஊசலாடும் ஊசியில் நூல் கோர்க்க இயலாது என்று உவமை சொன்னார்!

1890களில் பெண்ணியவாதிகள் கற்பழிப்பு வழக்குகளில் பெண்ணின் சம்மத வயதை 18 ஆக உயர்த்தக் கோரினர். அதற்குப் போட்டியாக சில சட்ட வல்லுனர்கள் சம்மத வயதை 81 ஆக உயர்த்த வேண்டும் என்று கேலியான கோரிக்கையை விடுத்தனர்.

சீனாவில் பாக்சர் புரட்சியின்போது மேற்கத்திய நாட்டுப்படைகள் சீனப்பெண்களைக் கற்பழித்தனர். பல பெண்கள் தற்கொலை செய்து கொண்டனர். ஜப்பானிய வீரர்கள் மட்டும் உடன் விபச்சாரிகளை அழைத்து வந்ததால் கற்பழிப்பில் ஈடுபடவில்லை.

முதலாம் உலகப்போரில் ஜெர்மானிய வீரர்கள் பெல்ஜியம் நாட்டில் கற்பழிப்பை தினசரிக் கடமையாக வைத்திருந்தனர்.

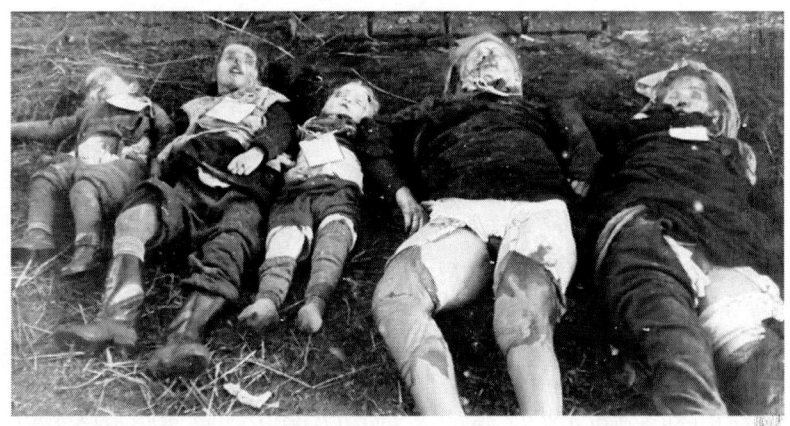

இரண்டாம் உலகப்போரில் சுமார் 2 லட்சம் கொரிய, சீன, தைவான், ஃபிலிப்பைன் பெண்கள் ஜப்பான் ராணுவ முகாம்களில் வைத்துக் கற்பழிக்கப்பட்டனர். இவர்களை Comfort Women என்று அழைத்தனர்.

உலகின் மாபெரும் கற்பழிப்பு என வர்ணிக்கப்படுவது 1944 - 1945 காலகட்டத்தில் இரண்டாம் உலகப்போரின் முடிவில் சோவியத் செம்படை ஜெர்மன் பெண்களின் மீது கட்டவிழ்த்து விட்ட பாலியல் வல்லுறவுகள் தாம். 8 வயதிலிருந்து 80 வயது வரையிலான சுமார் 20 லட்சம் பெண்கள் தொடர்ந்து 60 - 70 முறை பல பேரால் கற்பழிக்கப்பட்டனர். இரண்டரை லட்சம் பெண்கள் இதில் இறந்தனர். பெர்லினில் மட்டும் ஒரு லட்சம் பெண்கள் இதனால் கருக்கலைப்பு செய்து கொண்டனர்.

1972ல் தேசிய பெண்கள் நிறுவனம் (NOW) பெண் விடுதலை அமைப்பு D.C. Rape Crisis Center என்ற மீட்பு மையத்தைத் தொடங்கியது. கற்பழிப்பு ஒரு பெண்ணுக்கு எத்தகைய விளைவுகளைத் தரும் என்ற விழிப்புணர்வை ஏற்படுத்த முயன்றது.

1975ல் கணவன் மனைவியை சம்மதமின்றிப் புணர்ந்தாலும் அது கற்பழிப்புதான் என அமெரிக்காவின் சௌத் டகோட்டா மாகாணத்தில் சட்டம் இயற்றப்பட்டது.

1971ல் பங்களாதேஷ் சுதந்திரப் போர், 1975ல் லைபீரிய உள்நாட்டுப் போர், 1990ல் குவைத்தின் மீதான ஈரான் ஆக்ரமிப்பு, 1980களில் இலங்கையில் இந்திய அமைதிப் படை நடவடிக்கைகள், 1992ல் போஸ்னிய யுத்தம், 1994ல் ருவாண்டா இன அழிப்பு, 1996ல் கொசாவா யுத்தம் - அத்தனையிலும் கற்பழிப்பின் கறை படிந்தே இருந்தது.

1980களில் போதை மருந்து கொடுத்து கற்பழிப்பது முதல்முறை பிரச்சனைக்குரிய விஷயமாக முன்னிலைப்படுத்தப்பட்டது. தேசிய அளவில் பாலியல் புகார்களைக் கவனிக்கும் அமைப்பான RAINN தொடங்கப்பட்டது. கற்பழிப்பு ஆராய்ச்சி, சர்வே செய்வதும் கற்பழிப்பு குறித்த விழிப்புணர்வை ஏற்படுத்தவும் முயற்சி செய்தது.

2000ல் ராண்டி தார்ன்ஹில், க்ரெய்க் பால்மர் என்ற இருவர் *A Natural History of Rape* புத்தகத்தை எழுதினர். சூஸன் ப்ரௌன் மில்லரின் *Against Our Will* முன்வைக்கும் புகழ்பெற்ற சித்தாந்தமான கற்பழிப்பு பாலியல் நோக்கில் செய்யப்படுவதில்லை என்பதை தர்க்கரீதியாக விமர்சித்தது இது. பாலியல் வேட்கை மற்றும் வன்முறை மனப்பான்மையின் காரணமாகவே கற்பழிப்புகள் நிகழ்கின்றன என வாதிட்டது.

கிழக்கு காங்கோ போர், டார்ஃபர் யுத்தம், இராக் யுத்தம், இலங்கை இறுதிப்போர் ஆகியவை யுத்தத்துடன் கற்பழிப்பு கைகோர்த்த சமீபத்திய கோர உதாரணங்கள்,

2011ல் லிபிய உள்நாட்டு யுத்தத்தைக் கலைக்க சர்வாதிகாரி கடாஃபியின் படைகள் கற்பழிப்பை ஆயுதமாகப் பயன்படுத்தின. அதே ஆண்டு ஹைதியில் ஐநா அமைதிப் படை சிறுவர்களைக் கற்பழித்ததாகப் புகார் எழுந்தது. இருவாரம் முன் டெல்லியில் நண்பனுடன் சென்ற மருத்துவக் கல்லூரி மாணவி சிலரால் பேருந்தில் வைத்துக் கற்பழிக்கப்பட்டது கொந்தளிப்பை ஏற்படுத்தி போராட்டங்கள் நடந்து வருகின்றன.

பருத்தி வீரன், புதிய பாதை, ஹே ராம், ஆயிரத்தில் ஒருவன் படங்களில் பாலியல், பணம்,கலவரம், யுத்தம் எனப்பல

பின்புலங்களில் கற்பழிப்பு நிகழ்வதைக் காட்டினர்.

கற்பழிப்பு பெண்ணுக்கான சுதந்திரத்தை மறுக்கும் மனிதத்தன்மையற்ற செயல்.

★

Stats சவீதா

- 6ல் ஒரு பெண்ணும் 33ல் ஓர் ஆணும் பாலியல் தொல்லைக்கு ஆளாகின்றனர்.

- அமெரிக்காவில் கற்பழிக்கப்படும் பெண்களில் 44% 18 வயதுக்குக் கீழானவர்கள்.

- 2 நிமிடங்களுக்கு ஒருமுறை ஒரு பெண் அமெரிக்காவில் கற்பழிக்கப்படுகிறாள்.

- 54% கற்பழிப்புகள் அமெரிக்காவில் போலீஸில் புகார் சொல்லப்படுவதில்லை.

- 3ல் 2 கற்பழிப்புகள் நன்கு தெரிந்த நண்பர், உறவினர்களால் செய்யப்படுகிறது.

கற்பழிப்பு

மனம் தொடாது உடல்
மட்டும் தீண்டிக்களித்த
வல்லுறவில் தெறிக்கும்
ரத்தம், வேர்வையுடன்
கொஞ்சம் அந்தரான்மா
சேர்த்துக்கொல்லப்படும்.

– கவிஞர் கில்மா

19. ப்ரெஸ்ட் இம்ப்ளான்ட்

"If you eat right and you exercise and you get breast implants, you can look like us."

- Gena Lee Nolin, American Actress

ப்ரெஸ்ட் இம்ப்ளான்ட் என்பது அறுவைசிகிச்சை மூலம் சலைன், சிலிக்கோன், காம்போஸைட் என்ற மூன்று வகையான பொருட்களுள் ஏதேனும் ஒன்றினை உள்ளே பதித்து பெண் மார்புகளின் அளவு, வடிவம், விறைப்பு ஆகியவற்றை மேம்படுத்தி அழகுபடுத்துவதாகும். இது தவிர மார்பகப் புற்றுநோய்க்கு சிகிச்சை பெறுகையில் மார்புகளை இழந்த பெண்களும் ப்ரெஸ்ட் இம்ப்ளான்ட் செய்து கொள்கின்றனர். கொழுப்பை அகற்றும் லிப்போசக்ஷன் அறுவைக்கு அடுத்து உலகில் மிக அதிகமாகச் செய்யப்படும் அழகுக்கலை ஆபரேஷன் இது தான்.

1864ல் எலியனார் மார்ஷல் என்பவர் ப்ரெஸ்ட் ப்ரொடெக்டர் (மார்பக பாதுகாப்பான்) என்ற டிசைனை பேடன்ட் செய்ததில் தொடங்குகிறது இக்கதை. ப்ரா போன்ற அது பெண்களின் மார்புகளை பெரிதுபடுத்தி நிமிர்த்திக்காட்ட உதவும் வடிவமைப்பாகும்.

1895ல் வின்சென்ஸ் ஜெர்னி என்ற சர்ஜன் ஒரு பெண்ணின் மார்பகக் கட்டியை அகற்றிய பிறகு லம்பார் எனப்படும் கீழ்முதுகுப் பிரதேசத்திலிருந்த கொழுப்புத் திசுக்களை வெட்டி எடுத்து அவளது குறைமார்பில் வைத்து சரிப்படுத்தினார்.

1889ல் ராபர்ட் கெர்சுனி என்ற ஆஸ்திரிய சர்ஜன் மெழுகினை மார்பினுள் ஊசி வழி செலுத்துவதன் மூலம் பெண் மார்புகளைப் பெரிதுபடுத்தினார். 1890களில் இது பிரபலம் அடைந்தது. ஆனால் மெழுகு லீக் ஆகி உடம்பில் பரவியதால் மார்பில் தொற்றுகளும், கட்டிகளும் உண்டாயின. இதைத் தவிர்க்க ஆரம்பித்தார்கள்.

1920ல் வயிறு, பிருஷ்டம் போன்ற உடம்பின் பிற பகுதிகளிலிருந்து வெட்டி எடுக்கப்பட்ட கொழுப்பைப் பயன்படுத்தி மார்பகத்தைப் பெரிதாக்கும் அறுவை அறிமுகப்படுத்தப்பட்டது. ஆனால் உடல் இந்தக் கொழுப்பை உறிஞ்சிக்கொள்ள கட்டிகள் உருவாயின. ஒன்று சிறிதாக, மற்றது பெரிதாக மார்பகங்கள் மாறின.

1940களில் ஜப்பானிய விபச்சாரிகள், அமெரிக்கப் போர்வீரர்களுக்கு பெரிய மார்புகள் பிடிக்கும் என்ற நம்பிக்கையில் வெண்மெழுகு, கடற்பஞ்சு, ஒருவகை சிலிக்கோன் ஆகியவற்றை ஊசி மூலம் செலுத்தி மார்பினைப் பெரிதாக்கிக்

கொண்டனர். இந்த முறைகளினால் மார்புக்குள் சம்பந்தப்பட்ட பகுதிகளில் பேக்டீரியாத் தொற்று ஏற்பட்டு திசுக்கள் மரித்தன. இதை சிலிக்கோன் அழுகல் நோய் என்றழைத்தனர்.

*1950*களில் அமெரிக்காவில் பெண்கள் மத்தியில் பெரிய மார்புகளுக்கான கவர்ச்சி கலாசாரரீதியாக அதிகரித்தது. ப்ளேபாய் பத்திரிகை, பார்பி பொம்மை ஆகியன அறிமுகமாகி இருந்த காலகட்டம் அது. மர்லின் மன்றோ, ஜேன் ரஸ்ஸல் போன்ற நடிகைகளின் கும்மென்ற தோற்றமும் பெண்களைப் பொறாமை கொள்ளச்செய்தது. பெருத்த மார்புகளைப் பெற பெரும்பாலான பெண்கள் துடித்தனர். *Falsies* எனப்பட்ட பஞ்சடைத்த ப்ரேஸியர்கள் பிரபலம் அடைந்தது. வெற்றிட பம்ப், உறிஞ்சு கருவி, தடவும் களிம்புகள், குடிக்கும் மருந்துகள் எனப் பல வழிகளில் மார்புகளைப் பருக்க வைக்க முயன்றனர். ஆனால் இவற்றைத் தாண்டி நிரந்தரத் தீர்வை விரும்பினர்.

இதனால் பாலிவினைல் பஞ்சுகள் உள்ளிட்ட பலவித செயற்கைப் பஞ்சுகளை மார்பினுள் பதிக்கும் முறை இக்காலத்தே அறிமுகமானது. ஆரம்பத்தில் இது வெற்றிகரமாக வேலை செய்தாலும் ஓரிரு வருடங்களில் தன் வேலையைக் காட்ட ஆரம்பித்தது. உள்ளுக்குள் இவை சுருங்கி, இறுகின. தொற்று ஏற்பட்டது. முதன் முதலாக ப்ரெஸ்ட் இம்ப்ளான்ட்களால் கேன்சர் வருவதாகப் பேசப்பட்டது.

யானைத் தந்தம், குருத்தெலும்பு, மரக்கட்டை, கண்ணாடி உருண்டை, நில ரப்பர், மர ரப்பர், மாட்டின் காது, டெரிலின், எத்திரான், பாலிஎத்திலின், பாலியூரித்தேன், பாலிஸ்டான், பாலியஸ்டர், சிலிக்கோன் ரப்பர், டெஃப்லான் சிலிக்கோன் ஆகியன இதே முறையில் ப்ரெஸ்ட் இம்ப்ளான்ட் அறுவையில் பயன்படுத்தப்பட்டது.

*1961*ல் அமெரிக்க டௌ கார்னிங் கார்ப்பரேஷன் நிறுவனத்துக்காக பணியாற்றிய தாமஸ் க்ரோனின், ஃப்ராங்க் கீரோ என்ற ப்ளாஸ்டிக் சர்ஜரி நிபுணர்கள் சிலிக்கோன் ஜெல் பயன்படுத்தி ப்ரெஸ்ட் இம்ப்ளான்ட் செய்யும் முறையைக்

கண்டுபிடித்தனர். சிலிக்கோன் என்பது சூடு தாங்கக்கூடிய, ரப்பர் போன்ற ஒரு செயற்கை வஸ்து.

எஸ்மெரல்டா என்ற நாய்க்குத்தான் முதலில் இந்த அறுவை செய்து பார்த்தார்கள். 1962ல் டிம்மி ஜீன் லிண்ட்ஸே என்ற பெண் மார்க்கட்டியை அகற்ற டெக்சாஸின் ஜெஃபர்சன் டேவிஸ் மருத்துவமனையில் அனுமதிக்கப்பட்டாள். அந்தக் கட்டியை எடுத்த பின் அவளுக்கு மார்பகத்தைப் பெரிதாக்கும் சிகிச்சை செய்ய அனுமதி கோரப்பட்டது. லிண்ட்ஸே ஒப்புக்கொண்டாள். 2 மணிநேர அறுவைக்குப் பின் கப் Bயிலிருந்து கப் C அளவாயின மார்புகள் - உலகின் முதல் சிலிக்கோன் மார்புப் பெண் ஆனாள் லிண்ட்ஸே. தன் வாழ்நாளில் பெரும்பகுதி அவள் இதைப் பற்றி யாரிடமும் வாய்திறக்கவில்லை. அவளது காதலர் ஒருவருக்கே கடைசிவரை தெரியவில்லை என்பது ஆச்சரியம். இப்போதும் ஆரோக்யமாக வாழ்கிறார் இவர்.

1963ல் க்ரோனின் வாஷிங்டன் சர்வதேச ப்ளாஸ்டிக் சர்ஜன் சொசைட்டியில் இதை விவரித்தபோது இது பிரபலமடைந்தது. தொற்று, கட்டி, வீக்கம், இறுக்கம் எனப் பல புகார்களைத் தாண்டி சுமார் 50,000 பெண்கள் சிலிக்கோன் அறுவை மூலம் தம் மார்புகளை எடுப்பாக்கிக் கொண்டனர். ஹீமாடோமா,

க்ரானுலோமா நோய்கள் ஏற்பட்டபோது சில பெண்கள் மாஸ்டெக்டமி மூலம் மார்புகளை அகற்றினர்.

1964ல் லேபாரட்டரிஸ் ஏரியான் என்ற ஃப்ரெஞ்சுக் கம்பெனி சலைன் ப்ரெஸ்ட் இம்ப்ளான்ட்களை அறிமுகப்படுத்தியது. நோயாளிகளுக்கு சக்தியூட்ட பொதுவாய்ப் பயன்படுத்தும் (நாம் க்ளுக்கோஸ் என்றழைக்கும்) சலைன் திரவத்தை உள்ளே பதித்து மார்பகத்தை உப்பச் செய்து பெரிதாக்கும் முறை இது. சிலிக்கோன் முறையை விட சலைன் முறையில் மார்பில் மிகச்சிறிய வெட்டின் மூலமே பதித்து விட முடியும் என்பதையும் தாண்டி இது அப்போது பிரபலமடையவில்லை.

1976ல் FDA எனப்படும் உணவு மற்றும் மருந்து கட்டுப்பாட்டகம் அழகுபடுத்தும் அறுவைசிகிச்சைகள் எந்தெந்தப் பொருட்களைப் பயன்படுத்தலாம் என்பது குறித்து சட்டத் திருத்தம் கொண்டு வந்தது. 1977ல் க்ளீவ்லேண்டைச் சேர்ந்த ஒரு பெண் தன் மார்பக இம்ப்ளான்ட் கிழிந்ததன் காரணமாக மேற்கொண்டு செய்த அறுவைகள் தனக்கு சொல்லொண்ணா வலி, துன்பம், உளைச்சல் அளித்ததாகக் கூறி வழக்குத் தொடுத்தார். டௌ கார்னிங் கார்ப்பரேஷன் 1,70,000 டாலர் நஷ்ட ஈடு தர நேர்ந்தது.

1980களில் வாஷிங்டனில் இயங்கிய ரால்ஃப் நாடெரின் பொதுமக்கள் ஆரோக்ய ஆராய்ச்சிக் குழுமம் சிலிக்கோன் இம்ப்ளான்ட்கள் கான்சர் ஏற்படுத்துவதாக எச்சரித்தது. 1982ல் FDA சிலிக்கோன் இம்ப்ளான்ட்களை க்ளாஸ் 3 மருத்துவக் கருவியாக வகை பிரித்தது. க்ளாஸ் 3 என்பது பாதுகாப்பு உத்திரவாதம் முழுக்கத் தரப்படாத மருத்துவக் கருவிகளுக்கான முத்திரை. இதனால் தயாரிப்பாளர்கள் மார்க்கெட்டில் அதன் பாதுகாப்பை நிரூபிக்க வேண்டிய நிலை ஏற்பட்டது.

நீதிமன்றங்களில் சிலிக்கோன் இம்ப்ளான்ட் வழக்குகள் குவிந்தன. 1988ல் ஒரு வழக்கில் சிலிக்கோன் பதிக்கப்பட்ட, பாதிக்கப்பட்ட 1,70,000 பெண்களுக்கு டௌ கார்னிங் கார்ப்பரேஷன் 320 கோடி டாலர்கள் நஷ்டஈட்டுத் தொகையைத் தந்தது.

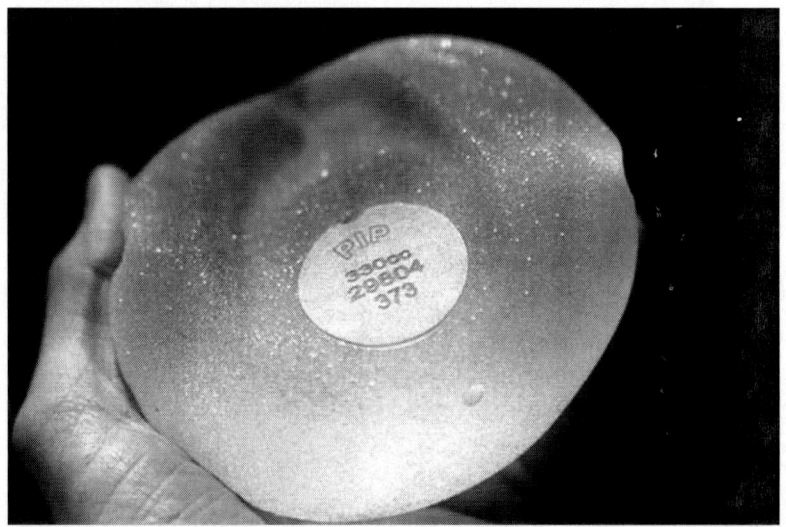

1992ல் FDA சிலிக்கோன் இம்ப்ளான்ட்களில் உடைந்து உடம்புக்குள் பரவுவதன் மூலம் கேன்சர் வரலாம் என்று எச்சரித்து அதைத் தடை செய்தது. இதனால் எல்லோரும் பழைய சலைன் இம்ப்ளான்ட் முறைக்கு மாறத் தொடங்கினர்.

1995ல் சோயாபீன் எண்ணெயில் ப்ரெஸ்ட் இம்ப்ளான்ட் செய்யும் காம்போஸைட் முறை அறிமுகப்படுத்தப்பட்டது. இது இயற்கைமுறை என்பதால் பக்கவிளைவுகள் அற்றது எனக் கருதப்பட்டது. 1999ல் இவை உடம்புக்குள் உடையும்போது நச்சு விளைவுகளை ஏற்படுத்துவது கண்டுபிடிக்கப்பட்டதால் இவையும் விலக்கப்பட்டன.

2000ம் ஆண்டு FDA சலைன் இம்ப்ளான்ட்களை அங்கீகரித்தது. 2001ல் அறுவைசிகிச்சை இல்லா ப்ராவா மார்பு அளவு மற்றும் வடிவ மேம்பாட்டு முறை அறிமுகப்படுத்துப்பட்டது. ப்ரேஸியர் போன்ற ஓர் உபகரணத்தை அணிவதால் அது மார்பின் மேல் வெற்றிடத்தை ஏற்படுத்தி அதனை வளரத் தூண்டும் என்பது எதிர்பார்ப்பு. தினம் 10 மணி நேரங்கள் வீதம் தொடர்ந்து பல மாதங்கள் ஒரு பெண் இதை அணிவதன் மூலம் மார்பை ஒரு கப் அளவு அதிகரிக்கும் என்றனர். ஆனால் இதன் வெற்றி

குறித்த தீர்மானமான முடிவுகள் இன்னும் அறியப்படவில்லை.

இதற்கிடையே 1995ல் அமெரிக்க முடக்கியல் கல்லூரி நடத்திய ஆராய்ச்சியில் சிலிக்கோன் இம்ப்ளான்ட்களில் நோய் ஆபத்தில்லை எனக் கண்டுபிடிக்கப்பட்டது. பின் 1998ல் அமெரிக்க நரம்பியல் அகாடமி நடத்திய ஆராய்ச்சியில் சிலிக்கோன் இம்ப்ளான்ட்களால் நரம்புப் பிரச்சனைகள் வருவதில்லை என உறுதிப்படுத்தியது.

2006ல் FDA 14 வருடங்களுக்குப் பிறகு சிலிக்கோன் மார்புகளை அனுமதித்தது. ஆனால் 22 வயதுக்கு மேற்பட்ட பெண்களுக்கு மட்டுமே இந்த அனுமதி. சலைன் முறைக்கு 18 வயது என்பது வரம்பு. ஆனால் இம்முறை கசிவு ஏற்படாத வண்ணம் கம்மி பியர் என்ற முறையில் சிலிக்கோன் இம்ப்ளான்ட்கள் செய்யப்பட்டன. இவை உடைந்தாலும், வெட்டுப்பட்டாலும் தன் வடிவத்தை இழக்காதவை.

2010ல் ஃப்ரான்ஸில் மெத்தை செய்யப் பயன்படும் சிலிக்கோனைக் கொண்டு ப்ரெஸ்ட் இம்ப்ளான்ட் செய்ததாக பிப் கம்பெனியின் மீது குற்றம் சுமத்தப்பட்டது. இந்த சிலிக்கோன்கள் எளிதில் உடையும் தன்மை பெற்றதால் கசிவு ஏற்பட வாய்ப்பு அதிகம். இந்த அறுவை செய்தவர்கள் அனைவருக்கும் அகற்றிவிட்டனர்.

பூஞ்சை அல்லது தாவரங்களைப் பயன்படுத்தி இயற்கையாக மார்பினைப் பெரிதாக்கும் முறைகளும் புழக்கத்தில் இருக்கின்றன. ஆனால் இவை கூட புற்றுநோய், மலட்டுத்தன்மை, கணைய பாதிப்பை ஏற்படுத்துகின்றன.

சில அல்கொய்தா பெண் தீவிரவாதிகள் ப்ரெஸ்ட் இம்ப்ளான்ட்டில் வெடிகுண்டு வைத்து எடுத்துச் சென்று (ஏர்போர்ட் ஸ்கேனரின் கண்களுக்கு இது தப்பி விடும்) விமானங்களைத் தகர்க்க சதி செய்வதாக சிலகாலம் முன்பு ஒரு செய்தி வந்தது. போன மாதம் பார்சிலோனா ஏர்போர்ட்டில் ஒரு பெண் 1.38 கிலோ கொக்கைன் போதை மருந்தை ப்ரெஸ்ட் இம்ப்ளான்ட்டில் வைத்துக் கடத்திப் பிடிபட்டார்.

பமீலா ஆண்டர்சென், நிகோல் கிட்மன், ஷரன் ஸ்டோன், லிண்ட்ஸே லோஹன், ப்ரிட்னி ஸ்பியர்ஸ், ஜூலியா ராபர்ட்ஸ், ஜேனட் ஜாக்சன், ஜெஸ்ஸிகா ஆல்பா, கேமரூன் டயஸ், டெமி மூர் போன்ற ஹாலிவுட் பிரபலங்கள் இம்ப்ளான்ட் செய்துள்ளனர். ஹாரி பாட்டர் புகழ் ஜே.கே.ரௌலிங் கூட இதைச் செய்துள்ளார்.

இந்தியாவிலும் ப்ரெஸ்ட் இம்ப்ளான்ட்கள் பிரபலமாகி வருகின்றன. இன்றைய மார்க்கெட் விலை ரூ. 50,000 என்கிறார்கள். இந்திய நடிகைகள் சுஷ்மிதா சென், மல்லிகா ஷெராவத், பிபாஷா பாசு, ஆயிஷா தாகியா, செர்லின் சோப்ரா, மினிஷா லம்பா, ராக்கி சாவந்த், பூனம் பாண்டே உள்ளிட்டோர் ப்ரெஸ்ட் இம்ப்ளான்ட் செய்து கொண்டுள்ளதாகத் தெரிகிறது. சென்ற ஆண்டு இந்தியா டுடே இதழ் ஸ்தன புராணம் என்ற ப்ரெஸ்ட் இம்ப்ளான்ட் குறித்த சிறப்பிதழை வெளியிட்டது.

முன்பெல்லாம் பெரிய, நடுத்தர, சிறிய, மிகச்சிறிய என்ற 4 வகை மார்புகள் தாம். இப்போது சுமார் 450 வகைகள் உள்ளன. வேண்டியதைத் தேர்ந்து கொள்ளலாம்.

சிறிதோ பெரிதோ இயற்கையே அழகு. பாதுகாப்பும் கூட.
After all, size doesn't matter!

Stats சவீதா

- உலகம் முழுக்க ஆண்டுக்கு 15 லட்சம் ப்ரெஸ்ட் இம்ப்ளான்ட் செய்யப்படுகின்றன.

- அமெரிக்காவில் சிலிக்கோன் இம்ப்ளான்ட்கள் 62%; சலைன் இம்ப்ளான்ட்கள் 38%.

- அமெரிக்காவில் ஆண்டுக்கு 120 கோடி டாலர்கள் இதற்கு செலவு செய்கிறார்கள்.

- *ப்ரெஸ்ட் இம்ப்ளான்ட் செய்து கொள்பவர்களில் 52.2% பேர் 19 - 34 வயதுக்காரர்கள்.*
- *19 - 34 வயதுக்காரர்கள் செய்யும் சர்ஜரிகளில் முதலிடம் ப்ரெஸ்ட் இம்ப்ளான்ட்டிற்கே.*

ப்ரெஸ்ட் இம்ப்ளான்ட்

அலுக்காமல் ரசித்திருக்க
அதிராமல் அசைந்திருக்க
எடுப்பாய் முகிழ்த்திருக்க
செதுக்கின சிலையழகு
செயற்கைக் கலையழகு
சிலிக்கோன் முலையழகு.

– கவிஞர் கில்மா

20. கருத்தடை

"My best birth control now is just to leave the lights on."

- Joan Rivers, American TV Actress

கருத்தடை என்பது கலவியில் குழந்தை உண்டாவதைத் தடுக்கும் உபாயங்களை, உபகரணங்களைக் குறிக்கிறது. ஆங்கிலத்தில் இதை Contraception என்பர். ஆணுறை, டயஃப்ரம், கருத்தடை பஞ்சு, கருத்தடை மாத்திரை, பிறப்புறுப்பு வளையங்கள், கருவக சாதனங்கள், அறுவைசிகிச்சை எனப் பல முறைகள் புழக்கத்தில் உள்ளன.

கிமு 1850ல் எகிப்தில் பெண் பிறப்புறுப்புக்குள் முதலைச் சாணம், தேன், சோடியம் கார்பனேட் கலவையைப் பஞ்சைப் பயன்படுத்திச் செலுத்தி விட்டால் கலவியின் போது நுழையும் ஆண் விந்தணுக்கள் அதில் அழிந்து விடும். பேரிச்சை, அகாசியா முள்மரம், தேன் என்ற கலவையும் பயன்படுத்தினார்கள். பிரசவமான மூன்றாண்டு வரை குழந்தைக்குத் தாய்ப்பால் தருவதன் மூலமும் கருத்தடை செய்தார்கள்.

கிமு 7ம் நூற்றாண்டில் கிரேக்க மருத்துவர் ஹிப்போக்ரேட்டஸ்

மூலிகைகளைக் கருத்தடைக்குப் பயன்படுத்தியதைக் குறிப்பிடுகிறார். தியோஃப்ராஸ்டஸ் என்ற கிரேக்க தாவரவியல் நிபுணர் சிஃபிலியம் என்ற செடி இப்படிப் பயன்பட்டதாகச் சொல்கிறார். தற்போதைய லிபியாவின் சிறிய நிலப்பகுதியில் மட்டுமே இது விளைந்தது, மற்ற இடங்களில் பயிரிட்டு முளைக்காமல் போனது. இதனால் அதற்கு வெள்ளியைக் காட்டிலும் மிக அதிக விலை இருந்திருக்கிறது. அதன் அதீதப் பயன்பாட்டால் அந்தத் தாவர இனமே கிமு 2ம் நூற்றாண்டில் அழிந்தது. அசஃபோடிடா, வில்லோ, பேரிச்சை, மாதுளை, பென்னிராயல், அர்டிமிசியா, மிர்க், ருயி ஆகிய செடிகளும் கருத்தடைக்குப் பயன்படுத்தப்பட்டன. இவற்றில் சில விஷத்தன்மை வாய்ந்தவை என்பதால் இவற்றுக்குக் குறிப்பிட்ட டோஸ் இருந்தது.

கிமு 4ம் நூற்றாண்டில் அரிஸ்டாட்டில் பிறப்புறுப்பில் ஆலிவ் எண்ணெய்யைத் தடவுவதன் மூலம் கருத்தடை செய்யலாம் என்றார். தேவதாரு எண்ணெய், ஈயக் களிம்பு, ஃப்ரான்கின்சென்ஸ் ஆயில் ஆகியவையும் இதற்குப் பயன்படுத்தலாம் என்று குறிப்பிடுகிறார். கருப்பையின் வாய் மிக மென்மையாக இருந்தால் கருத்தடை கடினம் என்றும் சொல்கிறார். கலவிக்குப் பின் குத்த வைத்து உட்கார்ந்து எழுவது, அடிவயிற்றில் அழுத்தம் கொடுப்பது இவற்றின் மூலம் பிறப்புறுப்புக்குள் நுழைந்த விந்தை வெளியேற்ற முயன்றிருக்கின்றனர்.

The Book of Genesis கலவியின் போது விந்தினை உள்ளே செலுத்தாமல் வெளியே சிந்துவதை கருத்தடை உபாயமாகக் குறிப்பிடுகிறது. *The Talmud* நூல் உறிஞ்சக்கூடிய ஒருவகைப்பஞ்சு விந்தணுக்களைத் தடுக்கபயன்பட்டதாகக் குறிப்பிடுகிறது.

கிமு 7ம் நூற்றாண்டில் சீனரான சுன் சுசு மோ பாதரசத்தையும் எண்ணெயையும் ஒரு நாள் முழுக்க சேர்த்துக் காய்ச்சி அதை பெண்களுக்கு உண்ணக் கொடுத்தால் நிரந்தரமாய் குழந்தை பெற்றுக்கொள்ளும் திறன் போய் விடும் என்று சொல்கிறார்.

இந்தியாவில் பனை ஓலை, சிவப்பு சாக்கட்டி ஆகியவற்றைப் பொடி செய்தும் தேன், நெய், பாறை உப்பு, பலாச மர விதை என்ற விஷயங்களை பிறப்புறுப்பில் செலுத்துவதன் மூலம் பெண்கள் கருத்தடையை சாத்தியப்படுத்தி இருக்கின்றனர்.

10ம் நூற்றாண்டில் பாரசீக மருத்துவர் முகமது இபின் சக்கரியா விந்தினை பிறப்பு உறுப்புக்குள் செலுத்தாமல் வெளியே விடுவதைக் கருத்தடை வழிமுறையாகச் சொல்கிறார். கருப்பை வாயில் யானைச்சாணம், வாலை எச்சம், முட்டைக்கோஸ் போன்றவற்றை செலுத்துவதன் மூலம் கருத்தடை செய்யலாம் என்கிறார். இதே காலகட்டத்தில் அலி இபின் அப்பாஸ் கர்ப்பம் தரித்தால் ஆபத்து என்றிருக்கும் பெண்களுக்கு பாறை உப்பை பிறப்புறுப்பில் பயன்படுத்தச் சொல்லி இருக்கிறார்.

15ம் நூற்றாண்டு ஐரோப்பாவில் பெண்களுக்கான கற்பு பெல்ட்கள் இருந்தன. இதை இடுப்பில் அணிந்து கொள்ளும் பெண் எவருடனும் கலவியில் ஈடுபட முடியாது. அதனால் கர்ப்பமும் ஆக முடியாது. இதைக் கழற்றவும் முடியாது. அதிலிருக்கும் சிறு துவாரங்கள் வழி சிறுநீரும் மலமும் கழிக்கலாம். இவை பெரும்பாலும் ஒரே அளவில் கிடைத்ததால் குண்டான பெண்கள் வலியுடன் இதை அணிய நேர்ந்தது.

1839ல் சார்லஸ் குட்இயர் ரப்பரை உறுதியாக்கும் தொழில்நுட்பம் கண்டுபிடித்ததும் கருவகக் கருத்தடை உபகரணங்கள், கருத்தடைப் பஞ்சுகள், *Womb Veils* எனப்படும் பிறப்புறுப்பில் வைக்கும் விந்துநாசினி, *Douching Syringes* என்ற பிறப்புறுப்பிற்கான இனிமா ஆகியவை தயாரித்தார்கள். 1870கள் வரை இவை பரவிப் பிரபலமாயின.

1873ல் அமெரிக்காவில் காம்ஸ்டாக் சட்டம் இயற்றப்பட்டது.

இதன்படி கருத்தடை முறைகள், சாதனங்கள், அவை பற்றிய விளம்பரங்கள் எல்லாம் ஆபாசமானவை என்ற வரையறையின் கீழ் கொண்டுவரப்பட்டு தடை செய்யப்பட்டன. 1878ல் ஆம்ஸ்டர்டேமில் அலெட்டா ஜேக்கப்ஸ் முதல் கருத்தடை மருத்துவமனை நிறுவினார். 1880களில் டயஃப்ரமின் ஆதிவடிவமான Cervical Cap உருவாக்கப்பட்டது.

1916ல் மார்கரெட் சாங்கர் அமெரிக்காவின் முதல் குடும்பக்கட்டுப்பாடு மற்றும் கருத்தடை மருத்துவமனையை ப்ரூக்ளினில் திறந்தார். சாங்கரின் தாயார் 11 குழந்தைகளைப் பெற்ற பின் அதன் காரணமாகவே இறந்தார் என்பதே அவருக்குத் தூண்டுதலாய் இருந்தது. அவர் மருத்துவமனை திறந்த 9 நாட்களில் போலீஸ் ரெய்ட் செய்து, பொதுமக்களுக்குத் தொந்தரவு தருவதாகச் சொல்லி 30 நாட்கள் சிறையில் அடைத்தது. வெளிவந்த பின் மறுபடி மருத்துவமனையைத் திறந்தார்.

1918ல் டாக்டர் மேரி ஸ்டாப்ஸ் Wise Parenthood என்ற கருத்தடை நூல் எழுதினார். 1921ல் அவர் இங்கிலாந்தின் முதல் கருத்தடை மருத்துவமனை தொடங்கினார்.

1920களில் அமெரிக்காவில் டாய்லெட் சுத்தப்படுத்தப் பயன்பட்ட Lysolஐ கருத்தடை சாதனமாகவும் பயன்படுத்தத் தொடங்கினார்கள். அது விலை குறைவு என்பதால் ஆபத்து அதிகமிருந்தது. ஐரோப்பிய டாக்டர்கள் சிலர் இதைக் கருத்தடைக்குப் பயன்படுத்தலாம் என்று சான்றிதழ் கொடுத்திருப்பதாகச் சொல்லி விளம்பரம் செய்தனர். பிற்பாடு இதனால் கருத்தடை சாத்தியமில்லை என்று கண்டுபிடித்த போது மேற்கொண்டு விசாரித்ததில் ஐரோப்பாவில் அப்பெயரில் டாக்டர்களே இல்லை என்பது தெரிய வந்தது. இதைப் பயன்படுத்தியவர்களுக்கு பிறப்புறுப்பில் எரிச்சல், காயம், வீக்கம் உண்டாயின. சிலர் இறந்து கூடப் போனதாகத் தெரிகிறது.

1930களில் கருவகக் கருத்தடைக் கருவிகளின் முன்னோடியான ஸ்டெம் பெசரி அறிமுகப்படுத்தப்பட்டது. பிறப்புறுப்புக்குள்

சொருகி வைத்துக் கொள்ளும் ரப்பர், உலோகம் அல்லது கண்ணாடியினாலான தண்டு போன்ற மேல் பகுதியும், கப் / பட்டன் போன்ற அகண்ட கீழ்ப்பகுதியும் கொண்ட கருத்தடைக் கருவி இது.

1930ல் ஆங்க்லிகன் பாதிரிகள் கருத்தடையை ஓர் எல்லை வரை அனுமதித்தனர். ஆனால் போப் பதினொன்றாம் பியஸ் கருத்தடைக்கான தேவாலயப் பிரச்சாரம் தொடரும் என அறிவித்தார். 1938ல் அமெரிக்காவில் ஒருவழக்கில் கருத்தடைக்கு எதிரான தடை ரத்து செய்து தீர்ப்பு வழங்கப்பட்டது. அது முக்கியத் திருப்புமுனை.

1951ல் மார்கரெட் சாங்கரின் தூண்டுதலின் பேரில் க்ரெகரி பின்கஸ் கருத்தடை மாத்திரையைக் கண்டுபிடிக்கும் நோக்கில் ஹார்மோன் ஆராய்ச்சி தொடங்கினார். சாங்கர் 1,50,000 டாலர்களும், கேத்தரின் மெக்கார்மிக் ஒரு பெருந்தொகையும் இந்த ஆராய்ச்சிக்கு நிதியுதவியாக அளித்தனர். இந்நேரம் சென்டெக்ஸ், சியர்லே என்ற மருந்துக் கம்பெனிகள் செயற்கை ப்ரொகெஸ்டிரோன் தயாரிக்க ஆரம்பித்திருந்தன. இதனால் பின்கஸ் தன் ஆராய்ச்சியை சுலபமாக மேற்கொள்ள முடிந்தது.

1954ல் ஜான் ராக் என்பவருடன் இணைந்து பின்கஸ் 50 பெண்களுக்கு கருத்தடை மாத்திரைகள் கொடுத்து சோதித்தார். 1960ல் *Enovid* என்ற கருத்தடை மாத்திரையை ஃப்ரான்க் கோல்டன் என்பவர் கண்டுபிடித்தார். *FDA* என்ற அமெரிக்காவின் உணவு மற்றும் மருந்துக் கட்டுப்பாட்டகம் இதை அங்கீகரித்தது. அடுத்த இரண்டாண்டுகளில் 10 லட்சம் பேர் இந்த மாத்திரையை எடுத்துக் கொண்டனர். ஆனால் தொடர்ந்த ஆராய்ச்சிகளில் இதிலிருந்த அதீத செயற்கை எஸ்ட்ரோஜென் அளவுகள் காரணமாக ஹார்ட் அட்டாக், ரத்தக் கட்டி, ஸ்ட்ரோக் ஆகியன ஏற்படும் எனத் தெரியவந்தது.

1960களில் *Intrauterine devices (IUDs)* எனப்படும் கருவகக் கருத்தடை உபகரணங்கள் அமெரிக்காவில் விற்பனைக்கு வந்தன. 1965ல் அமெரிக்க உச்ச நீதிமன்றம் மணம் ஆனவர்களுக்கு கருத்தடைக்கான தடையை ரத்து செய்தது. அந்தக் காலகட்டத்தில் அமெரிக்காவில் 65 லட்சம் பேர் கருத்தடை மாத்திரை பயன்படுத்தி வந்தனர்.

1968ல் போப் ஆறாம் பால் அனுப்பிய *Humanae Vitae* என்ற தேவாலயக் கடிதத்தில் கருத்தடை மாத்திரைக்கான தனது எதிர்ப்பைப் பதிவு செய்தார். 1969ல் பார்பரா ஸீமன் என்பவர் *The Doctor's Case Against the Pill* நூலில் கருத்தடை மாத்திரைகளால் ஏற்படும் உடற்கோளாறுகளை விவரித்திருந்தார். 1970ல் இந்த மாத்திரைகளின் பாதுகாப்பு குறித்த கவலை செனட்டில் எழுப்பப்பட்டது. 1972ல் அமெரிக்காவில் மணமாகாதவர்களுக்கும் கருத்தடையை அனுமதித்து சுப்ரீம் கோர்ட் தீர்ப்பளித்தது,

1975ல் *Dalkon Shield* என்ற கருவகக் கருத்தடை சாதனம் பெண்களுக்கு மலட்டுத் தன்மையை ஏற்படுத்தியதால் மார்க்கெட்டிலிருந்து திருப்பிப் பெறப்பட்டது. மற்ற ப்ராண்ட் *IUD*க்களும் இதனால் பாதிக்கப்பட்டன. 1976ல் *T* வடிவிலான கருவகக் கருத்தடை சாதனத்தை *FDA* அங்கீகரித்தது. இதைத் தேர்ந்த மருத்துவர்கள் பிறப்புறுப்புக்குள் பதித்தனர்.

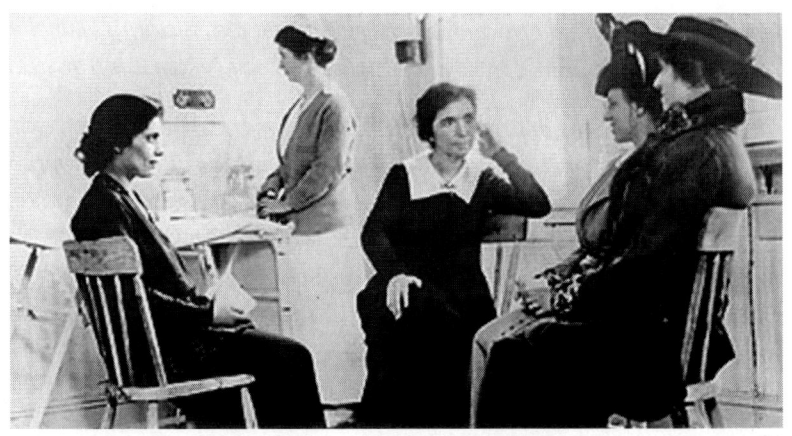

பத்தாண்டுகள் வரை இதன் மூலம் கருத்தடை சாத்தியமானது. இந்தியாவிலும் காப்பர் டி என்ற பெயரில் இது பிரபலமானது.

1980களில் குறைந்த டோஸ் கருத்தடை மாத்திரைகள் சந்தைக்கு வந்தன. அந்தக் காலத்தில் அமெரிக்காவில் 1 கோடி பேர் கருத்தடை மாத்திரை பயன்படுத்தினர். 1992ல் Depo-Provera என்ற ஹார்மோன் ஊசியை FDA அங்கீகரித்தது. ஒரு மாதத்தில் பலமுறை இதைப் போட்டுக் கொள்வதன் மூலம் கர்ப்பத்தைத் தடுத்தனர். 3 கோடி பேர் இதைப் பயன்படுத்தினர். 1998ல் *The Morning-after Pill* என்ற அவசரக் கருத்தடை மாத்திரை அறிமுகமானது - கலவி கொண்ட 72 மணி நேரத்துக்குள் இதை உட்கொள்ள வேண்டும்.

2000ம் ஆண்டு ஜென்னிஃபர் எரிக்சன் என்ற சியாட்டில் பார்மாசிஸ்ட் தன் நிறுவன கருத்தடை மாத்திரைக்கு காப்பீடு இல்லை எனப் பெண்கள் தொடர்ந்து சொல்லும் புகாருக்குப் பதிலளித்து ஓய்ந்து போனவர், கம்பெனி மீது வழக்குத் தொடுத்தார். கருத்தடை மாத்திரைகளுக்கும் காப்பீடு வழங்க வேண்டும் என்று தீர்ப்பு வந்தது

2000 முதல் 2002 வரை 4 புதிய கருத்தடை சாதனங்கள் அமெரிக்க மார்க்கெட்டில் நுழைந்தன: *Ortho Evra* - உடம்புக்குள்

செலுத்தும் பேட்ச், *NuvaRing* - பிறப்புறுப்பு வளையம், *Lunelle* - ஹார்மோன் ஊசி, *Mirena* - கருவகக் கருத்தடை சாதனம்.

2003ல் *Seasonale* என்ற தொடர் கருத்தடை மாத்திரைகள் அறிமுகப்படுத்தப்பட்டன. இதைப் பயன்படுத்துவதால் வருடத்திற்கு 4 மாதவிடாய் சுழற்சிகள் மட்டுமே உண்டாகும். மற்ற காலங்களில் கருவுண்டாகும் செழிப்பிருக்காது. 2005ல் *Today Sponge* என்ற கருத்தடைப் பஞ்சினை *FDA* அங்கீகரித்தது. இதை கருப்பை வாயில் வைத்துக் கொண்டால் உள்நுழையும் விந்தணுக்களைக் கொன்று விடும்.

2006ல் *Implanon* என்ற மெல்லிய உட்பதிக்கும் கருத்தடை உபகரணம் கொண்டு வரப்பட்டது. இது பெண்ணின் கைகளில் தோலுக்குள் பதித்து விடுவர். இது கரு உண்டாவதற்கு எதிரான ஹார்மோன்களைத் தூண்டும். மூன்று ஆண்டுகள் இது பயன்படும். 2007ல் *Lybrel* என்ற குறைந்த டோஸ் கருத்தடை மாத்திரையை *FDA* அங்கீகரித்தது. இது மாதவிலக்கை விரும்பும் போது நிறுத்தி வைத்தது. 2010ல் 46,000 பெண்களிடம் நடத்தப்பட்ட சர்வேயில் கருத்தடை மாத்திரை எடுப்பவர்கள் மற்றவர்களை விட நீண்ட நாள், நல்ல ஆரோக்கியத்தில் வாழ்வது தெரிந்தது. புற்றுநோய், இதயப்பிரச்சனைகள் போன்றவையும் இவர்களை அண்டுவதில்லை.

அதீத மக்கட்தொகை கொண்ட இந்தியா போன்ற வளரும் நாடுகளுக்கு இது ஒரு வரப்பிரசாதம். பாதுகாப்பான முறைகளை அங்கீகரிக்கப்பட்ட இடங்களில் பெறுவதுதான் கருத்தடை செய்ய சரியான வழி. தற்போது கருத்தடை அறுவைசிகிச்சை அதிகம் புழக்கத்தில் இருக்கிறது. இது கருத்தடைக்கான நிரந்தரத் தீர்வாகும்.

ஒருவகையில் கருத்தடை சாதனங்கள் பெண் சுதந்திரத்தின் நவீன அடையாளம்.

★

Stats சவீதா

- உலகில் 10 கோடி பேர் கருத்தடை மாத்திரைகள் எடுத்துக்கொள்கின்றனர்.

- கருத்தடை மாத்திரை எடுத்துக்கொண்டும் 6% பேர் கர்ப்பம் அடைகின்றனர்.

- 28% பேர் கருத்தடை மாத்திரைகளை கர்ப்பத்தடைக்கு உபயோகிக்கின்றனர்.

- 78% பெண்கள் 85% ஆண்கள் முதல் கலவியில் கருத்தடை செய்கின்றனர்.

- திருமணத்துக்கு முன்பு கருத்தடை பயன்படுத்துபவர்கள் எண்ணிக்கை 84%.

கருத்தடை

மாத்திரை - பெண்ணுள்
யாத்திரை நீந்தி வரும்
ஒரு கோடி அணுக்கள்
கருமுட்டை அண்டாது
வென்றோ கொன்றோ
நன்றாம் உயிர்த்தடை.

— கவிஞர் கில்மா

21. செயற்கைக் கருத்தரிப்பு

"No test tube can breed love and affection. No frozen packet of semen ever read a story to a sleepy child."

- Shirley Williams, British politician & academic

செயற்கைக் கருத்தரிப்பு என்பது இயற்கையாக ஆண் பெண்ணிடையே நிகழும் கலவியின் மூலம் அல்லாமல் மருத்துவ முயற்சிகள் மூலம் கர்ப்பமுறுதல் ஆகும். ஆய்வுக்கூடக் கருவுறல் (In Vitro Fertilisation - IVF) செயற்கை முறை விந்து புகுத்தல் (Artificial Insemination) ஆகியன பிரதானமாய்ப் பின்பற்றப்படும் முறைகள்.

IVFல் ஆணின் விந்து பெண்ணின் கருமுட்டை இரண்டையும் வெளியே எடுத்து பரிசோதனைக்கூடத்தில் கரு உண்டாக்கி, வளர்ந்த பின் மீண்டும் பெண்ணின் கருப்பையிலேயே வைத்து வளர விடுவார்கள். இதனை சோதனைக் குழாய் குழந்தை (Test Tube Baby) என்பர். Artificial Inseminationல் ஆணின் விந்து மட்டும் வெளியே எடுக்கப்பட்டு பெண்ணின் கருப்பைப் பாதையில் செலுத்தி விடுவர். கருமுட்டையுடன் செலுத்தப்பட்ட விந்தணுக்கள் இணைந்து கரு உண்டாக்கும்.

இதில் சிலசமயம் விந்து, கருமுட்டை அல்லது கரு தானம் பெற்றதாய் இருக்கும். சிலவற்றில் கரு சுமக்கும் பெண்ணே வேறொருவராய் இருப்பார். இவர் வாடகைத் தாய் *(Surrogate Mother)*. மேலைநாடுகளில் விந்து தானம் செய்பவர்கள் *(Sperm Donors)*, விந்து வங்கிகள் *(Sperm Banks)* பிரபலம். இந்தியாவில் வாடகைத் தாய்கள் அதிகம்.

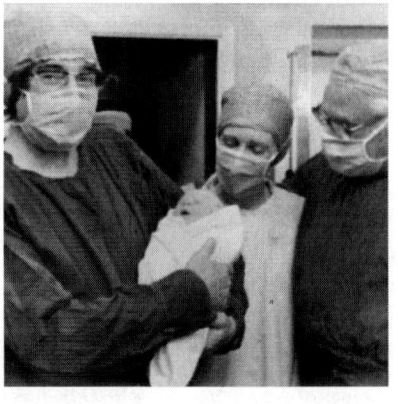

15ம் நூற்றாண்டில் கேஸில் ராஜ்யத்தை ஆண்ட 4ம் ஹென்றி மன்னனால் தன் மனைவி ஜுவானவைக் கர்ப்பமுற வைக்க முடியாததால் அவளுக்கு செயற்கை முறையில் விந்து புகுத்தும் முறை முயற்சி செய்யப்பட்டதாகக் குறிப்புகள் உண்டு.

1779ல் இத்தாலிய மருத்துவர் லாஸாரோ ஸ்பல்லஸானி கருமுட்டையும் விந்தணுவும் இணைவதால் தான் கரு உண்டாகிறது எனக் கண்டுபிடித்தார். தவளை, மீன், நாய் போன்றவற்றுக்கு செயற்கை முறையில் விந்து புகுத்தி வெற்றி கண்டார். 1790ல் ஸ்காட்லாந்து அறுவை நிபுணர் ஜான் ஹன்டர் ஒரு லைனன் வியாபாரியின் மனைவிக்கு விந்தைச் செலுத்தி கரு உண்டாக்கினார்.

1855ல் நியூயார்க்கில் மருத்துவர் மரியான் சிம்ஸ் இரு வருடங்களில் 55 முறை ஓர் ஆணின் விந்தை அவன் மனைவியின் கருப்பையில் செலுத்திப் பார்த்ததில் ஒரே ஒரு முறை அப்பெண் கருத்தரித்தார். அதுவும் கருச்சிதைவில் முடிந்தது.

1884ல் ஃபிலடெல்ஃபியாவைச் சேர்ந்த மருத்துவர் வில்லியம் பேன்கோஸ்ட் தம் மாணவர்களிலேயே அழகானவனைத் தேர்ந்தெடுத்து, அவனிடம் பெறப்பட்ட விந்தை குழந்தைப்

பேறின்மை சிகிச்சைக்கென வந்த ஒரு பெண்ணுக்கு மயக்க மருந்து கொடுத்து உள்ளே செலுத்தினார். அடுத்த ஒன்பதாவது மாதம் ஓர் ஆண் மகவைப் பெற்றெடுத்தாள். இது தான் தானம் பெற்ற விந்தைக் கொண்ட முதல் வெற்றிகரமான செயற்கை முறை விந்து செலுத்தல் முயற்சி. ஆனால் அவள் கணவனின் வேண்டுகோளிற்கிணங்க எப்படிக் கருவுற்றாள் என்ற விஷயம் அவள் உட்பட யாருக்கும் சொல்லப்படவில்லை. 25 வருடங்கள் கழித்து 1909ல் Medical World பத்திரிக்கையில் இந்த விந்து தான விஷயம் வெளியானது. பேன்கோஸ்ட் கடுமையாக விமர்சிக்கப்பட்டார். கத்தோலிக்க தேவாலயம் அனைத்து வகை செயற்கைமுறை விந்து புகுத்தல்களையும் ஒட்டுமொத்தமாகத் தடை செய்தது.

1906ல் ராபர்ட் டமோரிஸ் மலட்டுப் பெண்ணுக்கு சினைப்பை மாற்று அறுவைசிகிச்சையை (Ovarian Transplantation) முயன்றார். அதன் காரணமாக அப்பெண் கருவுற்றார். அது தான் அவ்வகையிலான முதல் மற்றும் ஒரே முயற்சி.

1932ல் அல்டஸ் ஹக்ஸ்லியின் விஞ்ஞானப் புனைவு Brave New World வெளியானது. அதில் சோதனைக் குழாய்க்குழந்தைகளால் ஆன ஒரு சமூகத்தைக் காட்டியிருந்தார்.

1934ல் ஹார்வார்ட் விஞ்ஞானி க்ரெகரி பின்கஸ் முயல்களில் IVF பரிசோதனை நிகழ்த்தி அதை மனிதரிடையே முயற்சி செய்யலாம் என்றார். அது விமர்சிக்கப்பட்டது.

1937ல் ஜான் ராக் New England Journal of Medicine இதழின் தலையங்கத்தில் IVFன் சாத்தியக்கூறுகள் குறித்து விதந்தோதி எழுதி இருந்தார். 1938ல் பின்கஸிடம் வேலை பார்த்த மிரியம் மென்கின் என்பவரை உதவிக்கு வைத்துக் கொண்டு மனிதர்களில் IVF பரிசோதனை செய்ய ஆரம்பித்தார். 1944ல் ராக்கும் மென்கினும் 800 கருமுட்டைகளைச் சேகரித்து அதில் 138ஐ கருத்தரிக்க வைக்க முயன்றனர். அனைத்தும் தோல்வியுற்றன. பின் மென்கின் கருமுட்டையும் விந்தணுவும் சேர்ந்திருக்கும் நேரத்தை அதிகரித்து மீண்டும் முயன்றனர். இம்முறை 4 கருமுட்டைகள்

கருவுண்டாயின. இதுதான் முதல் வெற்றிகரமான IVF முயற்சி. ஆனால் இப்படி உண்டாக்கிய கருக்களை பெண்களுக்குள் பதிக்க முயலவில்லை.

1949ல் போப் 12ம் பியஸ் உடலுக்கு வெளியே கரு உண்டாக்கும் முறைகளைக் கண்டித்தார். அவர்கள் கடவுளின் வேலையை எடுத்துக் கொள்கிறார்கள் என்றார்.

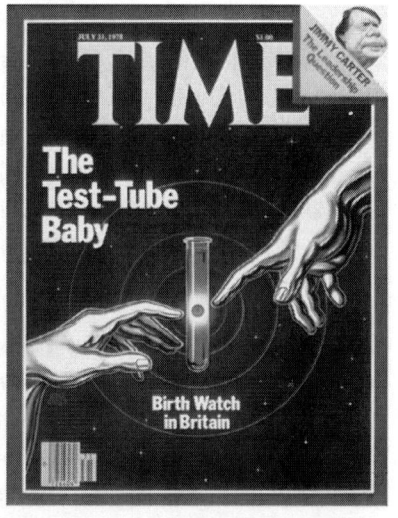

நாஜி ஜெர்மனியில் யூதர்கள், ஜிப்ஸிக்கள், வதை முகாம்களில் இருந்தவர்கள் ஆகியோரிடையே செயற்கைமுறை விந்துசெலுத்தல் சோதனை நிகழ்த்தினார்கள். 1949ல் விந்தை உறையச் செய்ய மீண்டும் வெதுவெதுப்பாக்க புதிய முறைகள் கண்டுபிடிக்கப்பட்டன. 1950ல் கார்னல் பல்கலைக்கழக மாணவர்கள் விந்துக் கரைசலில் ஆன்ட்டிபயாட்டிக்குகள் சேர்க்கலாம் என்பதைக் கண்டுபிடித்தனர். 1953ல் ஆஸ்திரேலியாவின் ஃபாக்ஸ்டன் கல்லூரியில் முதல் முறையாக உறைய வைத்த விந்தைச் செலுத்தி செயற்கைக் கருவுறலை வெற்றிகரமாகச் செய்தனர். 1954ல் இல்லினாயிஸ் நீதிமன்றம் விந்து தானம் செய்வதன் மூலம் செயற்கைக் கருவூட்டல் (Artificial Insemination by Donor - AID) சட்டபூர்வமானது என அறிவித்தது.

1951ல் லேன்ட்ரம் ஷெட்டில்ஸ் என்ற நியூயார்க் மருத்துவர் ராக் மென்கினைப் பின்பற்றி IVF முயன்றார். 1960ல் ஷெட்டில்ஸ் கருமுட்டையின் படிநிலைகளைக் காட்டும் 1000 புகைப்படங்களைக் கொண்ட Ovum Humanum நூலை வெளியிட்டார்.

1962ல் முட்டையிலிருந்து கரு உண்டாக்கி அதை ஒரு பெண்ணின் கருப்பைக்குள் வைத்து அவளைக் கர்ப்பமுறச் செய்ததாக ஷெட்டில்ஸ் பிற்பாடு சொன்னார். அது உண்மையாக இருப்பின் ஒரு மைல்கல் சம்பவமாக இருந்திருக்கும். ஆதாரங்களை அவர் காட்டவில்லை. 1971ல் *Look* இதழ் ஷெட்டில்ஸின் சாதனைகளை விளக்கிய *"The Test Tube Baby Is Coming"* கட்டுரையின் மூலம் அவரைப் பிரபலப்படுத்தியது.

1968ல் டோரிஸ் டெல்ஸியோ என்ற பெண்ணுக்கு ஃபெல்லோப்பியன் குழாய்களில் அடைப்பு இருந்ததால் கர்ப்பமுற முடியாமல் போனது. 1970ல் ஃபெல்லோப்பியன் குழாய் அறுவைசிகிச்சை நடந்து, பின் கர்ப்பமானார். அது சிதைந்தது. 1971ல் செயற்கைமுறை விந்துசெலுத்தியும் முயற்சி செய்யப்பட்டது. அதுவும் சரிப்படவில்லை.

1973ல் டாக்டர் வில்லியம் ஸ்வீனி என்பவர் அவரது உடம்பிலிருந்து அறுவைசிகிச்சை மூலம் கருமுட்டைகள் வெளியே எடுத்து கொலம்பியாவிலிருக்கும் ப்ரெஸ்பைடெரியன் மருத்துவமனைக்கு டோரிஸின் கணவர் ஜானின் மூலம் அனுப்பி வைத்தார். அங்கே இருந்த ஷெட்டில்ஸ் ஜானிடம் விந்து சாம்பிள் பெற்று அதனைக் கருமுட்டை இருந்த சோதனைக்குழாய்களில் கலந்து இன்குபேட்டரில் வைத்தார். 4 நாட்கள் இப்படி வைத்து கருமுட்டைகளைக் கருவுறச் செய்த பின் அதனை டோரிஸின் கருப்பையில் பதிப்பது அவர் திட்டம். ஓரிரு தினங்களில் ஷெட்டில்ஸின் இந்த ஆராய்ச்சி அவரது துறையின் சேர்மன் ரேமண்ட் வேண்டி வீய்லேவின் காதுகளை எட்டியது. அது கொலம்பிய சட்டதிட்டங்களுக்கு எதிரானது என அவருக்குத் தோன்றியதால் அவர் ஷெட்டில்ஸை சோதனைக் குழாய்களுடன் தன் முன் உடனடியாக ஆஜராகப் பணித்தார். நீண்ட வாதத்துக்குப் பிறகு இதைச் செய்யவேண்டாம் என அவருக்கு அறிவுறுத்தப்பட்டது. இடைப்பட்ட நேரத்தில் இன்குபேட்டரில் இல்லாமல் சாதாரண வெப்பநிலையில் சோதனைக்குழாய்கள் இருந்ததால் முழுக்க வீணானது. இதையறிந்து டோரிஸ் மிக வருந்தினார்.

1974ல் டோரிஸ் வேண்டி வீய்லேவுக்கும் ப்ரெஸ்பைடெரியன் மருத்துவமனைக்கும் எதிராக மன உளைச்சலுக்கு ஆளானதாக வழக்குத் தொடுத்தார். 1978ல் நீதிமன்றம் 50,003 டாலர்கள் நஷ்ட ஈடு வழங்கித் தீர்ப்பளித்தது (அந்த 3 டாலர்கள் கணவருக்கு!).

1968ல் போப் 6ம் பால் Humanae Vitae கடிதத்தை தேவாலயங்களுக்கு அனுப்பினார். உடலுக்கு வெளியே கரு உண்டாக்கும் முறைகளை அது தடை செய்தது. 1969ல் அமெரிக்கர்களிடையே எடுக்கப்பட்ட ஹாரிஸ் கருத்துக்கணிப்பில் கணிசமானோர் IVF கடவுளின் விருப்பத்திற்கு எதிரானது எனக் கருத்து தெரிவித்திருந்தனர்.

1968ல் பல ஆண்டு கருவூட்டல் பரிசோதனைகளில் தோல்வி தழுவிய ப்ரிட்டிஷ் மருத்துவர் ராபர்ட் எட்வர்ட்ஸ், பேட்ரிக் ஸ்டெப்டோ என்ற கைனகாலஜிஸ்டைச் சந்தித்தார். ஸ்டெப்டோ லேப்ராஸ்கோப்பியின் மூலம் கருமுட்டையை பெண் உடலிலிருந்து வெளியே எடுக்கும் அறுவை முறையைக் கண்டுபிடித்திருந்தார். எட்வார்ட்ஸும் ஸ்டெப்டோவும் இணைந்து முட்டைகளை சோதனைக்கூடத்தில் கருவூட்டும் ஆராய்ச்சியில் ஈடுபட்டனர். 1969ல் Nature இதழில் IVF ஆராய்ச்சி

முடிவுகளை வெளியிட்டனர். 1975ல் ஒரு பெண்ணிடம் முதன்முதலாக IVFஐ முயன்றனர். கருப்பைக்குப் பதில் ஃபெல்லோப்பியன் குழாய்களில் அது பதிக்கப்பட்டதால் கருச்சிதைந்தது. 1976ல் மீண்டுமொரு பெண்ணுக்கும் இதே நடந்தது.

அதே ஆண்டு 29 வயதுப் பெண் லெஸ்லி ப்ரௌன் தன் கணவர் ஜான் உடன் ஸ்டெப்டோவிடம் குழந்தைப்பேறின்மை சிகிச்சைக்கு வந்தனர். அப்பெண்ணின் ஃபெல்லோப்பியன் குழாயில் அடைப்பு இருந்தது. 1977ல் அறுவைசிகிச்சை மூலம் லெஸ்லியின் கருமுட்டை வெளியே எடுக்கப்பட்டது. இரண்டு நாட்களில் அவரது கருமுட்டை கருவூட்டப்பட்டு மீண்டும் லெஸ்லியின் கருப்பையில் பதிக்கப்பட்டது. லெஸ்லி கர்ப்பமானார். ஜூலை 25, 1978ல் லூயிஸ் ஜாய் ப்ரௌன் என்ற உலகின் முதல் சோதனைக் குழாய் குழந்தை சிஸேரியனில் பிறந்தாள். அந்த முழுப் பிரசவ நிகழ்வும் அரசாங்கக் குழுவினரால் வீடியோ செய்யப்பட்டது. புகழின் உச்சிக்கு ஏறிய ப்ரௌன் தம்பதியர் தங்களின் கதையை ஒரு ப்ரிட்டிஷ் பத்திரிக்கைக்கு அரை மில்லியன் டாலர்களுக்கு விற்றதாகச் சொல்லப்பட்டது.

1978ல் கொல்கத்தாவைச் சேர்ந்த சுபாஷ் முகோபாத்யாய் என்ற அவ்வளவாய்ப் பிரபலமில்லாத இந்திய மருத்துவர் தம் பழைய உபகரணங்களையும், வீட்டில் பயன்படுத்தும் ஒரு ஃப்ரிட்ஜையும் வைத்துக் கொண்டு சோதனைக் குழாய் குழந்தை ஒன்றை உருவாக்கியதாகத் தெரிகிறது. அதன் மூலம் துர்கா (எ) கனுப்ரியா அகர்வால் என்ற குழந்தை 3 அக்டோபர் 1978ல் பிறந்தது. ஆனால் அரசு அதிகாரிகள் அவரது கண்டுபிடிப்பை உலக அரங்கில் கொண்டு செல்ல விடாமல் தடுத்து விட்டார்கள். இதனால் அவருக்குச் சரியாக அங்கீகாரம் கிடைக்கவில்லை.

1971ல் மனிதக் கரு ஆராய்ச்சிக் குழு கரு ஆராய்ச்சிக்கு நிதியுதவி அளிக்கலாமா என்ற நீண்ட விவாதத்தை நிகழ்த்தி முடிவில்

ஒப்புக்கொண்டது. ஆனால் இந்த அறிக்கை அரசாங்கத்தில் நிராகரிக்கப்பட்டது. 1972ல் அமெரிக்க மருத்துவக் கழகம் IVF ஆராய்ச்சிக்கு தற்காலிகத் தடை விதித்தது. ஆனால் அமெரிக்க கருவூட்டல் சொசைட்டி தொடர்ந்து இந்த ஆராய்ச்சியை ஊக்குவித்தது. 1975ல் அமெரிக்க அரசு தேசிய அறிவியல் அறிவுரைக்குழுமம் சிபாரிசு செய்யும் கருப்பரிசோதனைகளுக்கு மட்டுமே நிதியுதவி வழங்கப்படும் என அறிவித்தது. ஆனால் 1978ல் தான் இந்தக் குழுமத்தையே அமைத்தார்கள். இதனால் 1970களின் மத்தியில் அமெரிக்காவில் IVF ஆராய்ச்சியே அவ்வளவாய் நடக்கவில்லை. 1979ல் IVF ஆராய்ச்சிகள் அரசு நிதியுதவி பெற அங்கீகாரம் கிடைத்தது. 1978ல் அமெரிக்கர்களிடையே நடத்தப்பட்ட ஒரு ஹாரிஸ் கருத்துக்கணிப்பில் 60% அமெரிக்கர்கள் IVFஐ ஆதரித்தனர்.

1999ல் நடாலி ப்ரௌன் (லூயிஸ் ப்ரௌனின் சகோதரி) சோதனைக் குழாய்க் குழந்தைகளுள் முதன்முதலாக இயற்கையாகக் கருத்தரித்துத் தாயானார்.

2000களில் IVF உலகெங்கும் சகஜமாகி விட்டது. இன்னமும் அது காஸ்ட்லியான சமாச்சாரமாகவே இருந்து வருகிறது. தமிழகத்தில் டாக்டர் கமலா செல்வராஜ் இத்துறையில் புகழ்பெற்றவர். 2010ல் சோதனைக் குழாய் குழந்தைக்காக ராபர்ட் எட்வார்ட்ஸுக்கு மருத்துவ நொபேல் பரிசு வழங்கப்பட்டது. ஒப்பீட்டளவில் விந்து தானம் மூலம் செயற்கை முறை விந்து செலுத்தல் குறைவாகவே இருக்கிறது. பெரும்பாலும் லெஸ்பியன்கள், தனித்து வாழும் பெண்டிரே முயல்கின்றனர். ஓராண்டு முன் சென்னையைச் சேர்ந்த தம்பதி செயற்கை விந்து செலுத்தத்திற்கு ஐஐடி மாணவரின் விந்து தேவை என விளம்பரம் தந்தது பரபரப்பாகப் பேசப்பட்டது.

கருவினை உருவாக்கியதில் மருத்துவர்கள் கடவுளுக்கு அருகே சென்றுவிட்டனர்.

★

Stats சவீதா

- *27% IVF முயற்சிகள் வெற்றிகரமான குழந்தையாக வெளி வருகிறது.*
- *86% செயற்கை முறை விந்து செலுத்தல் முறை வெற்றி பெறுகிறது.*
- *இங்கிலாந்தில் 1.5% குழந்தைகள் சோதனைக்குழாய் மூலம் பிறக்கின்றன.*
- *இங்கிலாந்தில் 1.8% குழந்தைகள் விந்து தானத்தின் மூலம் பிறக்கின்றன.*
- *ஆஸ்திரேலியாவில் 30 வயதுக்குக் குறைவான பெண்களிடையே IVF வெற்றி விகிதம் 47%.*

செயற்கைக் கருத்தரிப்பு

சுக்கிலமோ கருமுட்டையோ
பக்குவத்தில் உதித்த கருவோ
வக்கணையாய் கருப்பையோ
அக்கறையாய்க் கடன்பெற்று
சூலகத்தில் உயிரூற்றிப் பின்
பாலகனைப் பெற்றெடுத்தல்.

- கவிஞர் கில்மா

22. ஆண்மைக்குறைவு

"To succeed with the opposite sex, tell her you're impotent. She can't wait to disprove it."

- Cary Grant, American Actor

ஆண்மைக்குறைவு என்பது கலவியில் ஈடுபட இயலாத ஆண் குறியின் நிலை ஆகும். இதை ஆங்கிலத்தில் Impotence அல்லது Erectile Dysfunction (ED) என்பர். பொட்டாஸியம் குறைபாடு அல்லது ஆர்ஸனிக் உட்கொள்தல் ஆகியன இதற்கான நேரடிக் காரணங்கள். இதய நோய், சர்க்கரை வியாதி, நரம்புத்தளர்ச்சி, ஹார்மோன் கோளாறுகள், சில மருந்துகளை உட்கொள்ளுதல் ஆகியற்றின் பக்கவிளைவாகவும் ஆண்மைக்குறைவு ஏற்படும். மனரீதியான பிரச்சனைகளும் கூட காரணமாகலாம்.

Impotence என்பது பெண் உறுப்புக்குள் ஆண் உறுப்பை உட்செலுத்தத் திராணியற்ற நிலையைக் குறிக்கும் Impotentia Coeundi என்ற லத்தீன் வார்த்தையிலிருந்து வந்தது.

பண்டைய எகிப்தியர் ஆண்மைக்குறைவை இருவகையானதாகப் பிரிக்கிறார்கள்: இயற்கையாகக் கலவியில் ஈடுபட முடியாமல் போவது, கெட்ட ஆவிகள் ஜெபித்து ஆண்மைக்குறைவை

உண்டாக்குவது. கிமு 1600ஐச் சேர்ந்த Ebers என்ற எகிப்திய பேப்பிரஸில் ஆண்மைக்குறைவு உள்ளிட்ட 811 நோய்கள் பட்டியலிடப்பட்டுள்ளது. முதலைக் குட்டியின் இதயத்தை எடுத்து குறிப்பிட்ட விகிதத்தில் மர எண்ணெய் விட்டுக் கலந்து அதை ஆண்குறியில் தடவுவதன் மூலம் ஆண்மைக்குறைவைச் சரி செய்யலாம் என்று இவர்கள் நம்பி இருக்கிறார்கள். இது போக கரோப், ஜுனிப்பர், தேவதாரு, தர்பூசணி மற்றும் பல எண்ணெய்கள் உள்ளிட்ட 37 வஸ்துக்களைக் கலந்து செய்த ஒரு மருந்தைக் குடிக்கவும் செய்திருக்கிறார்கள்.

கிரேக்கர்கள் சிறுவயதில் நடந்த பாலியல் பாதிப்புகளே ஆண்மைக்குறைவுக்குக் காரணம் என்று நம்பினார்கள். கிரேக்க புராணத்தில் ஃபைலாகஸ் என்ற அரசன் தன் மகன் இஃபிக்ளஸுக்கு இருந்த ஆண்மைக்குறைவை சரிசெய்ய மெலாம்பஸ் என்ற மருத்துவரை அணுகினான். அவர் அவனை சோதித்துப் பார்த்துவிட்டு சிறு வயதில் ஒருமுறை ஃபைலாகஸ் ரத்தம் தோய்ந்த கத்தியுடன் இஃபிக்ளஸை நோக்கி நடந்து வந்த காட்சி அவன் மனதில் அப்படியே பதிந்து, தந்தை தனக்கு ஆண்மை நீக்கம் செய்யத்தான் வருகிறாரோ என்ற பயம் இந்தப் பாதிப்பை ஏற்படுத்தி விட்டது என்றார். மெலாம்பஸ் ஒரு மரத்தின் கீழ் புதைக்கப்பட்டிருந்த அந்தக் கத்தியைத் தோண்டி எடுக்கச் சொல்லி அதன் துருவை உதிர்த்து வைனில் கலக்கி இஃபிக்ளஸுக்கு அருந்தக் கொடுத்து ஆண்மைக்குறைவைப் போக்கினார்.

பைபிளின் பழைய ஏற்பாட்டின் I இராஜாக்கள் 1ம் அதிகாரத்தில் “தாவீதுராஜா வயதுசென்ற விர்த்தாப்பியனானபோது, வஸ்திரங்களினால் அவனை மூடினாலும், அவனுக்கு அனல் உண்டாகவில்லை. அப்பொழுது அவனுடைய ஊழியக்காரர் அவனை நோக்கி: ராஜசமூகத்தில் நின்று, அவருக்குப் பணிவிடை செய்யவும், ராஜாவாகிய எங்கள் ஆண்டவனுக்கு அனல் உண்டாகும்படி உம்முடைய மடியிலே படுத்துக்கொள்ளவும் கன்னியாகிய ஒரு சிறு பெண்ணை ராஜாவாகிய எங்கள் ஆண்டவனுக்குத் தேடுவோம் என்று சொல்லி இஸ்ரவேலின்

எல்லையிலெல்லாம் அழகான ஒரு பெண்ணைத் தேடி, சூனேம் ஊராளாகிய அபிஷாகைக் கண்டு, அவளை ராஜாவினிடத்தில் கொண்டுவந்தார்கள்" (1-3) என்று வருகிறது.

கிமு 8ம் நூற்றாண்டில் இந்திய மருத்துவர் சுஷ்ருதா எழுதிய சமிதா என்ற நூலில் ஆண்மைக்குறைவு ஏற்படுவதற்கான நால் வகைக் காரணங்கள் சொல்லப் படுகின்றன: தன்னிச்சைப்படி ஏற்படுத்தல், பிறவியிலேயே குறைபாடு, முன்கூட்டியே வயதுக்கு வருதல், பிறப்புறுப்பில் நோய் வருதல். ஆட்டின் விரையை பாலுடன் சேர்த்து கொதிக்க வைத்து அதில் எள்ளு கலந்து உண்பது, ஆட்டின் விரையுடன் பொடி செய்யப்பட்ட மிளகிடப்பட்ட மீன், தெளிந்த வெண்ணெய், உப்பு சேர்த்து கலந்து உண்பது என சில ஆண்மைக்குறைவு மருந்துகள் இந்நூலில் சொல்லப்படுகிறது. இந்து மதத்தில் விருப்பமில்லாத பெண்ணுடன் கலவியில் ஈடுபட நேர்ந்தால் ஆண்மைக்குறைவு ஏற்படும் என்ற மனவியல் நம்பிக்கையும் இருந்திருக்கிறது.

கிமு 320ல் கிரேக்க தத்துவ ஞானி தியோஃப்ராஸ்டஸ், ஸாட்ரியான் மூலிகையை எடுத்துக்கொண்டால் ஓர் ஆண் தொடர்ச்சியாய் 70 முறை கலவியில் ஈடுபடலாம் எனச் சொல்கிறார். 50ல் ரோமானிய மருத்துவர் ப்ளினியஸ் செகண்டஸ், இஞ்சி, ட்ரஃபிள் காளான், சேவலின் விரைகள், பிணந்திண்ணிக் கழுகின் நுரையீரல், கூஸ் வாத்தின் நாக்கு ஆகியவற்றை ஆண்மைக்குறைவு நோய்க்கான வைத்தியத்தில் பயன்படுத்தினார். 1000ல் காமசூத்ராவிலும், ஆயுர்வேத நூல்களிலும் ஆண்மைக் குறைவைப் பற்றிய குறிப்புகள்

வருகின்றன. செம்மறியாட்டின் விரைகளை பாலில் போட்டு கொதிக்க வைத்துக் குடிப்பது ஒரு பிரபல மருத்துவமாக இருந்திருக்கிறது.

9ம் நூற்றாண்டு முதல் 16ம் நூற்றாண்டு வரை முகமது இபின் ஸக்கரியா ராஸி, தாபிட் பின் குர்ரா, இபின் அல் ஜாஸர், இபின் அல் பைடர், இபின் அல் நஃபீஸ், அவிசென்னா, அவெர்ரோஸ் உள்ளிட்ட இஸ்லாமிய மருத்துவர்கள் ஆண்மைக் குறைவுக்கு சிகிச்சையளிக்க முயற்சி செய்திருக்கிறார்கள். வீரிய மருந்துகள் முதன் முதலில் ஆண்மைக் குறைவுக்கான சிகிச்சைக்காகவே கண்டுபிடிக்கப்பட்டதாகத் தெரிகிறது. உணவும் மருந்தும் இணைந்து சிகிச்சை தரப்பட்டது. வாய் வழி மருந்துகள் தவிர்த்து உறுப்பில் பிரயோகிக்கும் மருந்துகளும் இருந்தன.

1234ல் கத்தோலிக்கச் சட்டத்தில் ஆண்மைக்குறைவை விவாகரத்துக் கோர ஒரு காரணமாகச் சொல்ல வழி செய்யப்பட்டது. ஆண்மைக்குறைவு கொண்டவர்கள் திருமணம் செய்வதைத் தடுக்க, போப் 9ம் க்ரெகரி திருமணமான ஆணும் பெண்ணும் தீ வெளிச்சத்தில் கலவியில் ஈடுபடுவதை ஒரு செவிலி கண்ணால் பார்த்து சான்றளித்தால் தான் திருமணம் செல்லும் என்று உத்தரவு பிறப்பித்தார்.

13 முதல் 17ம் நூற்றாண்டு வரை ஆண்மைக்குறைவே உயர்குடி விவாகரத்துக்கு பெரும்பான்மைக் காரணமாக இருந்தது. மதக்கோட்பாட்டின்படி ஆண்மைக்குறைவு உள்ளவன் திருமணம் செய்து கொள்வது பெரும் பாவமாகக் கருதப்பட்டாலும், அப்படிச் செய்வதைத் தடுக்கும் சட்டங்கள் ஏதும் நடைமுறையில் இல்லை.

1400ல் சீனாவில் பச்சைக்கல் மற்றும் யானைத் தந்தத்தால் செய்த வளையங்கள் கலவியின் போது அணிந்து கொண்டு நீண்ட விறைப்புக்குப் பயன்படுத்தினர்.

மத்திய காலத்தில் சூனியக் காரிகளின் கைங்கர்யமே ஆண்மைக்குறைவு என நம்பப்பட்டது. 1486ல் ஒரு கத்தோலிக்கரால் எழுதப்பட்ட *Malleus Malleficarum* என்ற

ஜெர்மானிய நூலில் தான் இது முதன்முதலில் பேசப்பட்டது. மோதிரத்தையோ சாவியையோ கயிறு அல்லது லெதர் வைத்துக் கட்டி முடிச்சிட்டு மறைத்து வைப்பதன் மூலம் திருமணத்தில் மணமகனின் ஆண்மையைப் பறிக்கலாம் என்று நம்பினார்கள். அந்த முடிச்சைக் கண்டுபிடித்து அகற்றுவதன் மூலமே இதைச் சரி செய்ய முடியும். மந்திரத்தால் கட்டுதல் என இதைக் குறித்தார்கள். திருமணத்துக்கு முந்தின நாள் இரவில் திருமண மோதிரத்தின் வழி மணமகனை சிறுநீர் கழிக்கச் செய்வதே இந்தக் கட்டுக்கு எதிரான தற்காப்பு நடவடிக்கை எனக் கருதப்பட்டது.

1605ல் ஷேக்ஸ்பியர் "மது ஆசையைச் தூண்டும்; ஆனால் ஆண்மையைக் குறைக்கும்" எனத் தன் மெக்பத் நாடகத்தில் ஒரு வசனம் வைத்திருக்கிறார்.

1659ல் ஃப்ரான்ஸில் கொக்கோ பானம் முதன்முறையாக வந்தது. உடன் அது ஒரு வீரிய மருந்தாகக் கருதப்பட்டது. 16 மற்றும் 17ம் நூற்றாண்டுகளில் ஃப்ரான்ஸில் ஆண்மைக்குறைவு என்பது தண்டனைக்குரிய குற்றம். அதைக் காரணம் காட்டி விவாகரத்துப் பெறுவது சகஜமானது. 1677ல் ஆண்மைக்குறைவு வழக்குகளில் தொடர்புடையவர்களைப் பரிசோதிப்பது ஆபாசமானதாக அறிவிக்கப்பட்டது.

1700களில் பச்சை நிற ஸ்பானிஷ் ஈ வீரிய மருந்தாக ஐரோப்பாவில் புகழ்பெற்றது.

19ம் நூற்றாண்டு ஆரம்பத்தில் ஃப்ரெஞ்சு விஞ்ஞானி வின்டென்ட் மேரி மொன்டட் ஆண்மைக்குறைவு சிகிச்சைக்கென ஆண்குறி பம்ப் ஒன்றை உருவாக்கினார். அதே நூற்றாண்டின் பிற்பகுதியில் கதிர்வீச்சு டானிக், மின்சார ஷாக் உள்ளிட்ட

பல முறைகள் ஆண்மைக்குறைவு சிகிச்சையில் பயன்படுத்தத் தொடங்கினார்கள்.

19ம் நூற்றாண்டில் சுயக்கட்டுப்பாடின்மை, பாலியல் ஒழுங்கீனம் ஆகியவற்றால் தான் ஆண்மைக்குறைவு ஏற்படுகிறது என்ற நம்பிக்கை இருந்தது. சுய இன்பத்தின் மூலமாகவும், *Spermatorrhoea* மூலமாகவும் விந்து இழப்பு ஏற்படுவதால் ஆண்மை இழக்கிறார்கள் என விக்டோரியன் காலத்தில் பேசினார்கள் (சுய இன்பத்தினால் ஆண்மை இழப்பு ஏற்படும் என்று தொலைக்காட்சி, அச்சு ஊடகங்கள் வழி இன்றும் தமிழகத்தில் சில மருத்துவர்கள் பயமுறுத்தி வருவதை இதனுடன் ஒப்பிடலாம்).

இதற்கு அபின், சுரப்பட்டயம், டிஜிடாலிஸ் மருந்து ஆகியன பயன்படுத்துவது, குளிர்விக்கப்பட்ட உப்பு நீரால் காலை 5 மணிக்கு ஸ்பாஞ்ச் வைத்து துடைப்பது என பல சிகிச்சைகள் முயற்சி செய்யப்பட்டது. பிறப்புறுப்பு, ஆசனவாய்க்கு இடைப்பட்ட பகுதியில் துளையிட்டு கொஞ்சம் ரத்தத்தை வெளியேற்றி விட்டு அதன் மீது பாதரசத்தால் ஆன ஒரு ஆயின்மென்ட்டைத் தடவினர். இதை 5 - 10 நிமிடங்கள் அப்படியே வைத்திருந்து சிறுநீர்க்குழாயை சுற்றியுள்ள ரத்தக்குழாய்களின் சுருக்கம் குறைப்பதன் மூலம் ஆண்மைக்குறைவை சரி செய்யலாம் என நம்பப்பட்டது.

1912ல் சிக்மண்ட் ஃப்ராய்ட் ஆண்மைக்குறைவுக்குக் காரணம் உடற்கோளாறுகள் அல்ல; மன அழுத்தம் மற்றும் அடக்கப்பட்ட ஆசைகளின் விளைவே அது என்றார்.

1920களில் டாக்டர் ஜான் ஆர். ப்ரின்க்லி நவீன ஆண்மைக்குறைவு ஆராய்ச்சியை அமெரிக்காவில் தொடங்கினார். ஆட்டு சுரப்பியைப் பதிப்பது, மெர்க்யூரோக்ரோம் என்ற பாதரச சேர்மத்திலான ஊசிகள் போடுவது போன்ற மிகுந்த செலவு பிடிக்கும் சிகிச்சை முறைகளைக் கொண்டு வந்தார். செர்க் வோரனாஃப் என்பவரின் அறுவைசிகிச்சை முறைகளை ஆதரித்தார். இது குறித்து சில வானொலி நிகழ்ச்சிகளையும்

நடத்தினார். 1930ல் கன்சாஸ் மருத்துவ போர்ட் அவரது டாக்டர் லைசென்ஸை ரத்து செய்தது. ஃபெடரல் ரேடியோ கமிஷன் அவரது ரேடியோ உரிமத்தைத் தடை செய்தது. ப்ரின்க்லி தன் சிகிச்சைகளை மெக்ஸிகோவுக்கு ஜாகை மாற்றினார். வேறு ரேடியோ நிலையத்தைப் பயன்படுத்தி தொடர்ந்து நிகழ்ச்சிகள் நடத்தினார்.

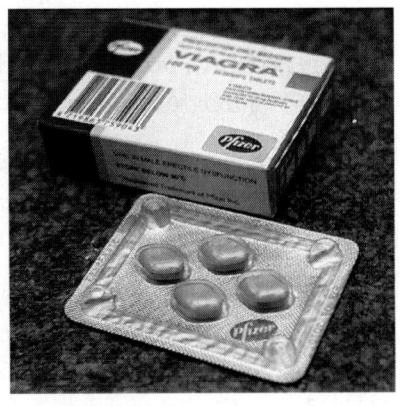

1948ல் அல்ஃப்ரெட் கின்ஸி வெளியிட்ட Sexual Behavior in the Human Male ஆண்மைக் குறைவு நினைத்திருந்ததை விடவும் அதிகம் பரவலாய் இருப்பதைக் காட்டியது.

1970ல் மாஸ்டர்ஸ் மற்றும் ஜான்சன் Human Sexual Inadequacy நூலை வெளியிட்டனர். பத்தாண்டுகளுக்கு மேலாக செயிண்ட் லூயிஸிலிருக்கும் இனவிருத்தி உயிரியல் ஆராய்ச்சி மையத்தில் 790 கேஸ்களை ஆராய்ந்ததன் அடிப்படையில் இந்த நூலை எழுதி இருந்தார்கள். அது வரை அரைநூற்றாண்டாய் ஃப்ராய்டின் சித்தாந்தத்தைப் பின்பற்றியே ஆண்மைக்குறைவு சிகிச்சைகள் இயங்கின. இவர்கள் உடற்கூறு பிரச்சனைகளே ஆண்மைக்குறைவுக்குக் காரணம் என்றனர். அவசியம் ஏற்பட்டால் ஒழிய ஆண்மைக்குறைவுக்கு மனோதத்துவ சிகிச்சை தேவையில்லை என்றனர். கலவி என்பது பரஸ்பரமானது என்று சொல்லி ஆண்மைக்குறைவு என்ற ஆணின் பிரச்சனைக்கு கணவன் மனைவி இருவரையும் அழைத்து சிகிச்சை தந்தனர்.

1970களில் பெரிதாக்கப்பட்ட ஆண்குறி பதிப்புகள் ஆண்மைக் குறைவு சிகிச்சையில் அறிமுகப்படுத்தப்பெற்றது. 1983ல் ப்ரிட்டிஷ் மருத்துவர் கைல்ஸ் ப்ரிண்ட்லி அமெரிக்க சிறுநீரகவியல் அமைப்பின் கூட்டத்தில் பெண்டோலமைன் மூலம் தூண்டப்பட்ட விறைப்பு பற்றிய தன் கண்டுபிடிப்பை

நிரூபிக்க மேடையில் தன் பேண்ட்களை அவிழ்த்து விட்டார். ஆண்குறியில் போடப்பட்ட இந்த ஊசி மிருதுத்தசைகளைத் தளர்த்தி இம்மாதிரியான அசாத்திய விறைப்பை நல்கியது.

1993ல் புலியின் ஆண்குறி, காண்டாமிருகத்தின் கொம்பு என அரிய வன உயிர்கள் ஆண்மைக்குறைவு மருத்துவத்துக்கென கொல்லப்படுவதாக விமர்சனம் எழுந்தது.

1998ல் வயாக்ரா அறிமுகப்படுத்தப்பட்டது. ஒரு குறிப்பிட்ட என்ஸைமைத் தடை செய்வதன் மூலம் வயாக்ரா ஆண்மைக்குறைவைச் சரி செய்தது. 2003ல் லெவிட்ரா, சியாலிஸ் ஆகிய மருந்துகள் அறிமுகப்படுத்தப்பட்டன. இவையும் வயாக்ராவின் இயங்குதத்துவத்தைப் பின்பற்றியே இருந்தன. உள்ளடக்கம்தான் வித்தியாசம். இன்னமும் வயாக்ராவே முன்னணியில் உள்ளது. அடுத்தது சியாலிஸ். இயற்கை மருத்துவம் மூலம் ஆண்மைக்குறைவைக் குணப்படுத்தும் முறைகளும் உள்ளன.

ஆரண்ய காண்டம் படத்தில் ஜாக்கி ஷெராஃபுக்கு வயதானதால் ஆண்மைக்குறைவு ஏற்பட்டதாகக் காட்டப்பட்டிருக்கும், சத்தம் போடாதே படத்தில் நிதின் சத்யா அதீத மதுநுகர்வின் காரணமாக ஆண்மைக்குறைவு அடைவதாகச் சொல்லப்பட்டிருக்கும்.

ஆண்மைக்குறைவு இன்றைய நவீன யுகத்தில் சரிசெய்யக்கூடிய பிரச்சனை தான். ஆனால் நல்ல மருத்துவரும், நல்ல மருத்துவமும் தேடிக் கண்டுபிடிக்க வேண்டும்!

★

Stats சவீதா

- உலகில் 10ல் ஓர் ஆண் ஆண்மைக்குறைவால் பாதிக்கப்பட்டிருக்கிறார்.

- *80% ஆண்மைக்குறைவுக்கு இதயநோய், சர்க்கரை வியாதியே காரணம்.*
- *புகை பிடிப்பவர்களுக்கு ஆண்மை குறைய 50% அதிக வாய்ப்பு இருக்கிறது.*
- *ஆண்மைக்குறைவு உள்ள ஆண்களில் 33% தான் சிகிச்சை எடுக்கின்றனர்.*
- *20% திருமண முறிவுகள் ஆண்மைக்குறைவைக் காரணம் காட்டுகின்றன.*

ஆண்மைக்குறைவு

இயலாக்குறி ஈடுதரா
முயலாக் குறியீடாகி
ஆண்மை குறைந்தால்
அண்மை குறைப்பாள்
அன்பை முறிப்பாள்
கலையாக்களைப்பில்.

- கவிஞர் கில்மா

23. ஆண்மை நீக்கம்

"The impulse of the American woman to geld her husband and castrate her sons is very strong."

— John Steinbeck, American Writer

ஆண்மை நீக்கம் என்பது அறுவைசிகிச்சை, ரசாயன முறை அல்லது பிற வழிகள் மூலம் ஆணின் விரைகளைச் செயலிழக்கச் செய்தலாகும். இப்படிச் செய்த பின் அவர் கலவியில் ஈடுபட முடியாது, குழந்தை பெறவும் இயலாது. விரை நீக்கம், காயடித்தல் என்றும் இதைக் குறிப்பிடுவர். ஆங்கிலத்தில் Castration. ஆண்மை நீக்கப் பெற்றவர்களை Eunuch என்பர். இந்த அறுவைசிகிச்சையை Inguinal Orchiectomy என்பர்.

பழங்காலத்தில் மொத்த ஆணுறுப்பையும் நீக்குவதன் மூலம் ஆண்மை நீக்கம் செய்யப்பட்டது. ஆனால் இதனால் ஏற்படும் ரத்தப்போக்கின் காரணமாக நிறைய மரணங்கள் நிகழ்ந்தன. விரைகளை மட்டும் நீக்குவது ஒப்பீட்டளவில் பாதுகாப்பு.

கிமு 2281ல் சீனாவில் யூ ஷுன் என்ற அரசன் ஆண்மைநீக்கத்தை குற்றங்களுக்குத் தண்டனையாக அறிவித்தான். கிமு 950ல் மு

என்ற அரசனின் குற்றவியல் துறை அமைச்சராக இருந்த மார்க்யூஸ் லூ மரண தண்டனைக்குப் பதிலாக ஆண்மை நீக்கத்தை அறிமுகம் செய்தார். ஷாங் அரச மரபில் போர்க்கைதிகளுக்கு ஆண்மை நீக்கம் செய்வது வழக்கத்தில் இருந்தது. கிரிமினல் குற்றவாளிகளுக்கு சீனாவில் அளிக்கப்படும் 5 தண்டனைகளில் ஒன்றாக ஆண்மை நீக்கம் இருந்தது. ஷோவு மரபில் மனைவிக்கு துரோகம் செய்யும் ஆண்களுக்கு ஆண்குறி நீக்கம் செய்தனர்.

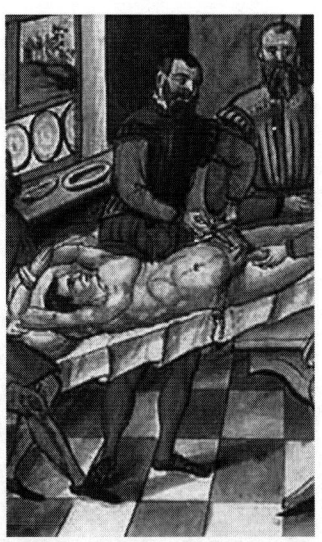

ஹான் மரபிலும் அரச ஆண்மை நீக்கம் தண்டனையாகத் தொடர்ந்தது. சிமா கியான் என்ற பிரபல சீன வரலாற்றறிஞர் அரசுக்கு எதிராகக் கருத்துச் சொன்னதற்காக ஆண்மை நீக்கம் செய்யப்பட்டார். மற்றொரு நிகழ்வில் அரசு தஸ்தாவேஜுகளைப் பிரதி எடுப்பவர்கள் எல்லோரும் (அதன் தலைமைப் பதவியில் இருந்தவர் உட்பட) கும்பலாக ஆண்மை நீக்கம் செய்யப்பட்டனர். சீனாவில் ஆண்மை நீக்கம் என்பது ஆண்குறியையும் விரைகளையும் ஒரே நேரத்தில் கத்தி கொண்டு துண்டிப்பதாகும்.

Kyuukei என்ற பெயரில் ஜப்பானிய சட்டதிட்டங்களின்படி ஆண்மை நீக்கம் ஒரு தண்டனையாக இருந்திருக்கிறது. *Rasetsu* என்பது ஆண்குறியை மட்டும் நீக்குவது.

கொரியாவில் ஆரம்ப காலத்தில் ஆணை நிர்வாணப்படுத்தி, ஆண்குறியில் மலம் பூசி விடுவார்கள். பின் ஒரு நாயை அவன் மீது ஏவுவார்கள். கடித்துக் குதறுவதில் அவனுக்கு ஆண்மை நீக்கம் தானாய் நிகழ்ந்து விடும் (கலகலப்பில் ஜான் விஜய் வைரப் பையை பேன்ட் பாக்கெட்டில் வைக்கும் சீன்

நினைவிருக்கிறதா?). யுவான் அரச மரபின் காலத்தில் ஆண்மை நீக்கம் செய்யப்பட்டவர்கள் நல்ல விலைக்குப் போனதால் & போனதால் இக்கொடூர முறைக்குப் பதில் அறுவைசிகிச்சையைக் கையாண்டனர்.

3ம் நூற்றாண்டின் இறுதியில் கிறித்துவத்தைப் பின்பற்றியவர்கள் உடலின் மீதான காம இச்சையைத் தடுக்க ஆண்மை நீக்கத்தை ஓர் உபாயமாகக் கையாண்டனர். பைபிள் புதிய ஏற்பாடில் மத்தேயு அதிகாரம் 19 வசனம் 12 "தாயின் வயிற்றிலிருந்து அண்ணகர்களாய்ப் பிறந்தவர்களும் உண்டு; மனுஷர்களால் அண்ணகர்களாக்கப் பட்டவர்களும் உண்டு; பரலோகராஜ்யத்தினிமித்தம் தங்களை அண்ணகர்களாக்கிக் கொண்டவர்களும் உண்டு; இதை ஏற்றுக்கொள்ள வல்லவன் ஏற்றுக்கொள்ளக் கடவன் என்றார்" என்கிறது. ஓரிஜென் என்ற கிறித்துவர் இதைப் படித்து தனக்குத் தானே ஆண்மைநீக்கம் செய்துகொண்டார். பிற்பாடு 19ம் நூற்றாண்டில் ஆப்ரஹாம் லிங்கனின் கொலையாளியைக் (ஜான் பூத்) கொன்ற அமெரிக்க வீரர் பாஸ்டன் கார்பெட் இதே பைபிள் வரிகளின் பாதிப்பில் ஆண்மைநீக்கம் செய்து கொண்டார். 325ல் முதலாம் நைஸியா கௌன்சில் இப்படிச் செய்தவர்களைத் தடைசெய்தது.

யூத மதத்தில் விலங்குகளுக்கோ மனிதர்களுக்கோ ஆண்மை நீக்கம் செய்வது தடை செய்யப்பட்டிருந்தது. ஆண்மை நீக்கம் செய்த மிருகங்கள் கோயில்களில் பலியிடப்பட அனுமதி இல்லை. ஆண்மைநீக்கம் செய்த பாதிரிகள் வழிபாடுகள் மற்றும் பலிகள், தியாகங்களில் பங்கு கொள்ளத் தகுதியற்றவர்கள் ஆகிறார்கள்.

பண்டைய எகிப்தில் கள்ளத்தொடர்பு கொண்டதற்குத் தண்டனையாக ஆண்மை நீக்கம் செய்தனர். 4ம் நூற்றாண்டில் பைஸன்டைன் சாம்ராஜ்யத்தில் ஆண்மை நீக்கத்தை மரண தண்டனைக்கு இணையான தண்டனையாகப் பாவித்தார்கள்.

போரில் எதிரிகளை சித்ரவதை செய்யவும், மனரீதியாகப் பலவீனப்படுத்தவும் ஓர் உத்தியாக ஆண்மை நீக்கம்

கையாளப்பட்டது. தோற்ற நாடுகளின் பெண்களை முழுமையாகத் தமதாக்கிக் கொள்ளவும் அவர்களின் ஆண்களுக்கு ஆண்மை நீக்கம் செய்தார்கள். 11ம் நூற்றாண்டில் நார்மன்கள் இத்தாலி மற்றும் சிசிலியின் மீது படையெடுத்த போது தோல்வியுற்ற வீரர்களுக்கு ஆண்மை நீக்கம் செய்தனர்.

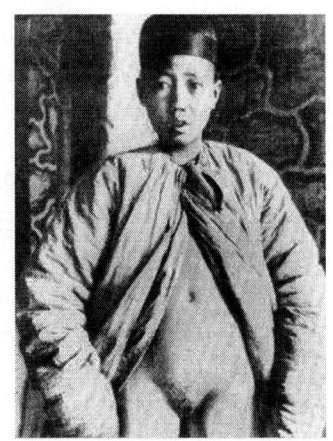

12ம் நூற்றாண்டில் மேற்கு ஐரோப்பாவில் கற்பழிப்புக்குத் தண்டனையாக ஆண்மை நீக்கம் செய்தனர். 12ம் நூற்றாண்டு இங்கிலாந்தில் தேசத்துரோகக் குற்றங்களுக்கு ஆண்மை பறிப்பும், ஒரு கண்ணைப் பிடுங்குதலும் தண்டனையாக இருந்தது. 13ம் நூற்றாண்டில் ஃப்ரான்ஸில் ஹோமோசெக்ஸ் குற்றங்களுக்கு இதே தண்டனை.

12ம் நூற்றாண்டில் பிரிட்டிஷ் சாகசப் பயணி பிஷப் வைமுண்ட் ஆண்மை நீக்கம் செய்யப்பட்டார். வில்லியம் வாலேஸ் என்ற ஸ்காட்லாந்துப் போராளி பிரிட்டனை எதிர்த்துப் போராடிய குற்றத்திற்காக ஆண்மை நீக்கம் செய்து தண்டிக்கப்பட்டார்.

மத்திய காலத்தில் ஜார்ஜியா அரசில் தன் குடும்பத்தினரை பலப்படுத்த வேண்டி, ஆட்சிக்கு வரவிருந்த டெம்னாவைப் பிடித்து ஆண்மை நீக்கம் செய்தார் அவரது மாமாவான மூன்றாம் ஜார்ஜ். ஃப்ரெஞ்சு தத்துவ ஞானி மற்றும் துறவியான பியரி ஏப்லார்ட் அவரது காதலியின் உறவினர்களால் ஆண்மை நீக்கம் செய்யப்பட்டார்.

14ம் நூற்றாண்டில் சீனாவில் மங்கோலிய ஆட்சி வெல்லப்பட்டு மிங் அரச வம்சம் ஆட்சிக்கு வந்தபோது பல மங்கோலியர்கள் காயடிக்கப்பட்டனர். 18ம் நூற்றாண்டில் மியோ புரட்சியில் சீன தளபதிகள் மியோ ஆண்களை விரை நீக்கம் செய்தனர்.

16ம் நூற்றாண்டில் ஐரோப்பாவில் ரோமன் கத்தோலிக்க ஆலயங்களில் பெண்கள் ஸ்தோத்திரப் பாடல்கள் பாடத் தடை இருந்தது. அதனால் விடலை ஆண்களை அவர்கள் வயதுக்கு வரும் முன் அதாவது குரல் உடையும் முன் ஆண்மை நீக்கம் செய்து அவர்களுக்கு பெண்களுக்கிணையான மென்மைக் குரல் வரச் செய்தனர். இவர்களை *Castrati* என்றழைத்தனர். இக்குரல்களை ஒபேரா இசையமைப்பாளர்கள் மிக விரும்பிப் பயன்படுத்தினர். ஃபேரினெல்லி, செனெஸினோ, கேரெஸ்டினி ஆகியோர் பிரபல *Castrati*கள். 19ம் நூற்றாண்டில் இவ்வழக்கம் தடை செய்யப்பட்டது.

13 நூற்றாண்டுகளாக அடிமை வர்த்தகத்தில் 2.8 கோடி ஆப்பிரிக்கர்கள் மத்திய கிழக்கு ஆசியாவுக்கு கொண்டு செல்லப் பட்டிருக்கின்றனர். இவர்களில் 80% பேருக்கு ஆண்மை நீக்கம் செய்தனர். எப்படி காளையை வியாபாரம் செய்யும் போது அதைக் கொண்டு இனப்பெருக்கம் செய்து விடலாகாது எனக் காயடித்து விற்பார்களோ, அடிமைகளை விற்கும் போதும் அதைப் பின்பற்றினர். (ஏழாம் உலகம் நாவலில் பண்டாரம் ஊனமுற்ற பிச்சைக்காரர்களை கலவி செய்ய வைத்து முடமான குழந்தைகளை உருவாக்குவது போல). நீக்ரோக்களுக்கு அடக்கமுடியாத காம இச்சைகள் உண்டு என நம்பப்பட்டதும் ஒரு காரணம்.

ஐரோப்பாவிலிருந்து கொண்டு செல்லப்பட்ட அடிமைகளுக்கும் இஸ்லாமியத் தடைகளைக் கடக்க வேண்டி சில சமயம் விரை நீக்கம் செய்தனர். மத்திய ஐரோப்பாவில் இதற்கென பிரத்யேகமான காயடிக்கும் மையங்கள் இருந்தன.

1778ல் வெர்ஜினியாவில் தாமஸ் ஜெஃபெர்ஸன் கற்பழிப்பு, பலதார மணம், ஓரினப் புணர்ச்சி ஆகியவற்றுக்கு மரணதண்டனைக்குப் பதிலாக ஆண்மை நீக்கத்தைத் தண்டனையாக்கும் சட்டத்தைக் கொண்டு வந்தார். 18ம் நூற்றாண்டில் ஈரானில் அக்கா மொகமத் கான் காஜர் ஸாண்ட் அரச வம்சத்தினரால் காயடிக்கப்பட்டார். பின் அந்த வம்சத்தின் கடைசி அரசனான லோட்ஃப் அலி கானை

காஜர் போரில் வீழ்த்திய போது பழி வாங்கும் நடவடிக்கையாக அவருக்குக் காயடித்தான்.

1879ல் சீனாவில் புரட்சிக்காரனான யாக்கூப் பெக், அவரது மகன்கள், பேரன்கள் அனைவருக்கும் தண்டனையாக ஆண்மை நீக்கம் செய்யப்பட்டு அரண்மனையில் அடிமை வேலைக்கு அனுப்பப்பட்டனர். 19ம் நூற்றாண்டில் வடமேற்கு பிரிட்டிஷ் இந்திய மாகாணங்களில் (இப்போதைய ஆஃப்கானிஸ்தான்) வாழ்ந்த பாஸ்துன் இனப் பெண்கள் ஆங்கிலேய ஆஃப்கானிய யுத்தங்களின் போது சிறைபிடிக்கப்பட்ட பிரிட்டிஷார், சீக்கியர் போன்ற முஸ்லிமல்லாதவர்களுக்கு விரைநீக்கம் செய்தனர்.

அமெரிக்காவில் போர்க்கைதிகளுக்கும், அடிமைகளுக்கும் விரைநீக்கம் செய்தனர். 19ம் நூற்றாண்டின் ஆரம்பத்தில் அமெரிக்காவில் யூஜெனிக்ஸ் இயக்கம் மனநலம் குன்றியவர்களிடமிருந்து சமூகத்தைக் காக்கும் பொருட்டு அவர்களுக்கு ஆண்மை நீக்கம் செய்தது. நாஜி ஜெர்மனியில் மனநலமற்றவர்கள், செக்ஸ் குற்றவாளிகள், ஓரினச்சேர்க்கையாளர்கள், யூதர்களுக்கு கட்டாய ஆண்மை நீக்கம் செய்யப்பட்டது.

1929ல் டென்மார்க் முதன்முதலாக அறுவைசிகிச்சையின் மூலம் ஆண்மை நீக்கம் செய்வதை சட்டப்பூர்வம் ஆக்கியது. பின் ஜெர்மனி, நார்வே, ஃபின்லாந்து, எஸ்தோனியா, ஐஸ்லாந்து, லாட்வியா, ஸ்வீடன், செக் குடியரசு ஆகிய நாடுகள் ஆண்மை நீக்கத்தை சட்டபூர்வமாக்கின. தவிர, ஸ்விட்சர்லாந்து, நெதர்லாந்து, க்ரீன்லாந்து ஆகிய நாடுகளும் சட்டமியற்றாவிட்டாலும் இதைப் புழக்கத்தில் வைத்திருக்கின்றன. 1899 முதலே அமெரிக்காவில் இது புழக்கத்தில் இருக்கிறது.

1950களில் ரோமன் கத்தோலிக்க பாதிரிகள் சிறுவர்களை பாலியல் தேவைகளுக்குப் பயன்படுத்துவது தெரிய வந்த போது, அச்சிறுவர்களுக்கு விரை நீக்கம் செய்தனர்.

சூடானில் ஃபார்ஃபர் பகுதியில் அரபு உரிமைகளுக்குப் போராடும் ஜன்ஜவீட் என்ற பழங்குடி இனப் படை வீரர்கள் அவ்வப்போது கையில் சிக்கும் கிராமத்தவர்களை ஆண்மை நீக்கம் செய்து, ரத்தப் போக்கில் மரணமடைய விடுகின்றனர். செக் குடியரசு பாலியல் குற்றங்களுக்கு அறுவைசிகிச்சை மூலம் ஆண்மை நீக்கம் செய்வதை தண்டனையாக வைத்திருக்கிறது. மறுபடி தவறு செய்யாமல் இயல்பு வாழ்க்கை நடத்த இது உதவியாக இருக்கிறது எனக் கைதிகளே நினைக்கின்றனர்.

சமீபத்தில் நேபாள விடலைப் பையன்களை மும்பை, ஹைதராபாத், புதுதில்லி, லக்னோ, கோரக்பூர் போன்ற இடங்களிலிருக்கும் விபச்சார விடுதிகளுக்கு விற்ற சம்பவம் நிகழ்ந்தது. கிட்டத்தட்ட 50 பேர் இப்படி கடத்தப்பட்டு, அடைக்கப்பட்டு, பட்டினியிடப்பட்டு, சுன்னத் செய்யப்பட்டு, சிலர் ஆண்மை நீக்கம் செய்யப்பட்டதாகத் தெரிகிறது. தெற்கு ஆசியாவில் ஆண்களிலிருந்து பெண்ணாக மாறும் ஹிஜ்ராக்கள் ஆண்மை நீக்க அறுவை சிகிச்சை செய்து கொள்கின்றனர்.

தெற்கு ஆசியா, ஆப்பிரிக்கா, கிழக்கு ஆசியா ஆகிய பகுதிகளில் தான் மத, சமூகக் காரணங்களுக்காக ஆண்மை நீக்கம் செய்வது பரவலாக இருக்கிறது. பாலியல் குற்றங்களுக்கு ரசாயன முறையில் தற்காலிக ஆண்மை நீக்கம் செய்வது

பல நாடுகளில் புழக்கத்தில் இருக்கிறது. சமீபத்திய டெல்லி கற்பழிப்புச்சம்பவத்துக்குப் பின் இந்திய அரசு ஆண்மை நீக்கத்தைப் பரிந்துரைத்தது. ஆனால் நீதிபதி வர்மா பேனல் அரசியலமைப்புக்கும் மனித உரிமைக்கும் எதிரானது என நிராகரித்தது.

ப்ரோஸ்டேட் புற்றுநோய் வந்தால் விரைகளை அகற்றுவதையோ, ரசாயன ஆண்மை நீக்கம் செய்வதையோ சிகிச்சையாகச் செய்கின்றனர். சில ஏழை நாடுகளில் ஆண்மை நீக்கத்தை கர்ப்பத்தடை முறையாகப் பின்பற்றுகின்றனர். பால்மாற்று அறுவைசிகிச்சையிலும் காயடித்தல் முக்கிய இடம் வகிக்கிறது.

சமீபத்திய ஆராய்ச்சியில் சிறுவயதிலேயே ஆண்மை நீக்கம் செய்யப்பட்டவர்கள் சாதாரண ஆண்களை விட அதிக ஆண்டுகள் உயிர் வாழ்வது கண்டுபிடிக்கப்பட்டது.

தமிழ் சினிமாவில் மேலோட்டமாக இது உண்டு. கமல்ஹாசன் படங்களிலும், வடிவேலு, விவேக் காமெடிகளிலும் ஆண்குறியில் அடிபடுவது காட்டப்படும்.

கேன்சர் உயிர் பறிக்கும் நோய்களிலிருந்து காக்கும் சந்தர்ப்பங்கள் தவிர மற்ற விஷயங்களில் ஆண்மை நீக்கம் என்பது அப்பட்டமான மனித உரிமை மீறலே.

Stats சவீதா

- *ரசாயன விரைநீக்கத்துக்குப் பின் 95% பேர் பாலியல் குற்றங்களில் மீண்டும் ஈடுபடுவதில்லை.*

- *ஒரு லட்சத்தில் 14 ரக்பி வீரர்களுக்குக் காயம் காரணமாக ஆண்மை நீக்கம் தேவைப்படுகிறது.*

- *விரைமுறுக்குப் பிரச்சனை கொண்டவர்களில் 34% பேருக்கு ஆண்மை நீக்கம் தேவைப்படுகிறது*

- ஜெர்மனியில் ஆண்டுக்கு 5 பேருக்கும் குறைவாக ஆண்மை நீக்க தண்டனை வழங்கப்படுகிறது
- 94 - 2008 வரை பத்தாண்டுகளில் செக் குடியரசில் விரைநீக்க தண்டனை பெற்றவர் எண்ணிக்கை

ஆண்மை நீக்கம்

அடிமைவியாபாரச் சரக்கானவன்
அதிமதுரக்குரலுடை பதின்மன்
பெண்களைப்புறம் சிதைத்தவன்
போர்முனையில் சிறைபட்டவன்
விவாகத்துரோகம் விழைந்தவன்
விரைப்புற்றினிலே விழுந்தவன்
ஆண்மை பறித்தெறி என்ப விதி.

- கவிஞர் கில்மா

★★★

24. பால்வினை நோய்கள்

"Morality is a venereal disease. Its primary stage is called virtue; its secondary stage, boredom; its tertiary stage, syphilis."

- Karl Kraus, Austrian Writer

பால்வினை நோய்கள் என்பன நேர்ப் பாலினர் அல்லது எதிர்ப் பாலினர் மத்தியிலான கலவி உள்ளிட்ட பாலியல் நடவடிக்கைகள் மூலமாகப் பரவும் வியாதிகள் ஆகும். ஆங்கிலத்தில் இவற்றை *Sexually Transmitted Diseases (STD) / Venereal Diseases (VD)* எனக் குறிப்பிடுவர். இவற்றில் சில ஊசிகள், கர்ப்பம், தாய்ப்பால் வழியாகக் கூட பரவும். எய்ட்ஸ், சிஃபிலிஸ் (கிரந்தி), கொனோரியா (மேக நோய்), ச்லாமிடியா, ஹெர்ப்ஸ் (அக்கி), சில ஹெபாடிடிஸ் நோய் வகைகள் ஆகியன பிரபலமான உதாரணங்கள்.

பண்டைய கிரேக்கத்தில் ஹெர்ப்ஸ் இருந்திருக்கிறது. நோய்க்கொப்புளம் வந்த இடத்தின் தோலின் மீது காய்ச்சிய இரும்பைப் பிரயோகிப்பது வைத்தியமாக இருந்தது. அவர்களிடம் மருத்துவ அறிவும், வசதியும் குறைவாக இருந்ததால் சமூக

சிகிச்சைகளைக் (கட்டுப்பாட்டு விதிகள்) கையாள்வதன் மூலம் நோய் பரவுவதைத் தடுத்தனர். முத்தமிட்டுக் கொள்வது கூடத் தடை செய்யப்பட்டது.

பண்டைய எகிப்தியர்களிடையே கொனோரியா இருந்தது. பண்டைய ரோமானிய எழுத்தாளர்கள் இதைப் பதிவு செய்துள்ளனர். பைபிளில் வரும் ஆண்களுக்கான Zav, பெண்களுக்கான Vavah நோய்க்குறிப்புகளை கொனோரியா என்கின்றனர் சிலர்.

போர், பயணம் போன்றவையே பாலியல் நோய்கள் பரவ காரணங்களாக இருந்தன. புதிய நகரங்களை நிர்மாணித்ததும் மக்கள் அங்கு இடம்பெயர்ந்ததும்கூட காரணம்.

1161ல் ப்ரிட்டிஷ் பார்லிமென்ட் கொனோரியா போன்ற அறிகுறிகள் ("the perilous infirmity of burning") கொண்ட ஒரு நோயைக் குறைக்கத் தீர்மானம் நிறைவேற்றி இருக்கிறது. 1256ல் ஃப்ரான்ஸின் 9ம் லூயி இந்த அறிகுறி பெற்றவர்களை நாடு கடத்த சட்டம் கொண்டு வந்தார். ஏக்கர் என்ற இஸ்ரேலிய நகரத்தில் சிலுவைப் போர் நடந்த போதும் இந்த அறிகுறிகள் தென்பட்டிருக்கின்றன. ஆரம்பகாலத்தில் சிறுநீர்க் குழாயில் ஊசி மூலம் பாதரசத்தைச் செலுத்தி சிகிச்சை அளித்தனர்.

1492ல் கிரிஸ்டோஃபர் கொலம்பஸ் அமெரிக்காவைக் கண்டுபிடித்துத் திரும்பியபோது அவரது மாலுமிகள் சிஃபிலிஸ் நோயை ஐரோப்பா எடுத்து வந்தனர். 1494ல் ஃப்ரெஞ்சுப்படை இத்தாலிய நேப்பள்ஸை முற்றுகையிட்டபோது முதன்முதலாக சிஃபிலிஸ் கண்டுபிடிக்கப்பட்டது. இதனால் ஃப்ரெஞ்ச் நோய் என அழைக்கப்பட்டது.

வெகு சீக்கிரம் சிஃபிலிஸ் ஐரோப்பா முழுக்கப் பரவி ஐம்பது லட்சம் பேரை பலி வாங்கியது. 1498ல் வாஸ்கோடகாமா கடற்பயணம் இதை இந்தியாவுக்கு எடுத்து வந்தது. 1520ல் இந்நோய் ஆப்பிரிக்கா, சீனாவிலும் நுழைந்தது. 1530ல் இத்தாலிய மருத்துவர் மற்றும் கவிஞரான கிரோலாமோ ஃப்ராகாஸ்டோரோ

தான் எழுதிய கவிதையில் Syphilis என்ற சொல்லை இந்த நோயை வர்ணிக்கப் பயன்படுத்தினார்.

மத்தியகால ஐரோப்பாவில் கொனோரியா போன்ற பால்வினை நோய்கள் பரவியதை ஒட்டி சில சமூக மாற்றங்கள் நிகழ்ந்தன. அரசாங்கங்கள் பொதுச் சுகாதார மருத்துவர்களைப் பணியமர்த்தி குடிமக்கள் சம்மதம் பற்றி கவலைப் படாமல் அவர்களுக்கு சிகிச்சை தரத் தொடங்கின. மருத்துவர்கள் விபச்சாரிகள், தொழுநோயாளிகள், மற்றும் பிற கொள்ளை நோய் வந்தவர்களுக்கு சிகிச்சை அளிக்க வேண்டி இருந்தது. போப் போனிஃபேஸ் மருத்துவர்கள் பணி செய்ய கத்தோலிக்க பாதிரிப் படிப்பு முடித்திருக்க வேண்டும் என்ற விதி தளர்த்தினார். இதனால் பலர் பாலியல் மருத்துவ சேவையில் இறங்க வாய்ப்பு ஏற்பட்டது.

1746ல் பாலுறுப்பு நோய்களுக்கு லண்டனில் லாக் ஹாஸ்பிடல் திறக்கப்பட்டது. 19ம் நூற்றாண்டின் இரண்டாம் பகுதியில் இங்கிலாந்தில் தொற்றுநோய்ச்சட்டம் மூலம் பல விபச்சாரிகள் கைது செய்யப்பட்டனர். லாக் ஹாஸ்பிடல்களில் வைத்து இவர்களுக்குக் கட்டாய சிகிச்சை அளிக்கப்பட்டது. 1886ல் பெண்கள் அமைப்பினர் போராட்டத்துக்கு செவிசாய்த்து இச்சட்டம் வாபஸ் பெறப்பட்டது.

16ம் நூற்றாண்டு முதல் 19ம் நூற்றாண்டு வரை கொனோரியா, சிஃபிலிஸ் இரண்டுக்கும் வித்தியாசம் கண்டுபிடிக்க சிரமப்பட்டனர். அறிகுறிகளை வைத்து இரண்டையும் ஒன்று

என்றே பலர் நம்பினர். பலருக்கும் இரண்டு நோய்களும் ஏககாலத்தில் வந்திருந்ததும் இந்தக் குழப்பம் ஏற்படக் காரணமாக இருந்தது.

18ம் நூற்றாண்டில் ஜான் ஹன்டர் என்ற பிரிட்டிஷ் மருத்துவர் கொனோரியா நோயாளியிடமிருந்து எடுக்கப்பட்ட சாம்பிளை தன் ஆண்குறிக்குள் செலுத்தி ஆராய்ச்சி செய்தார். அவரும் இரண்டும் ஒன்றே என்ற முடிவுக்கே வந்தார்.

இதனால் சிஃபிலிஸுக்கும் பாதிக்கப்பட்ட இடத்தில் பாதரசத்தைச் செலுத்துவதே சிகிச்சையாக இருந்தது. சிஃபிலிஸ் புண்கள் தாமாக ஆறிவிட பாதரச சிகிச்சை மேல் பலத்த நம்பிக்கை ஏற்பட்டது. பாதரசம் இதைக் குணப்படுத்தாது என்று புரிய 20ம் நூற்றாண்டு வரை ஆனது. இடைப்பட்ட நெடுங்காலத்தில் பல போலி மருத்துவர்கள் சிகிச்சை அளித்து மக்களை ஏமாற்றி நல்ல காசு பார்த்தனர்.

19ம் நூற்றாண்டின் மத்தியில் தான் ஃபிலிப் ரிக்கார்ட் என்ற ஃப்ரெஞ்ச் மருத்துவர் சிஃபிலிஸுக்கும் கொனோரியாவுக்கும் வித்தியாசத்தை விளக்கினார். தொடர்ந்து ரூடால்ஃப் விச்செள, ரத்தத்தின் மூலம் சிஃபிலிஸ் பரவும் எனக் கண்டுபிடித்தார்.

19ம் நூற்றாண்டில் கொனோரியாவுக்கு பாதரசத்துக்குப் பதில் சில்வர் நைட்ரேட், சில்வர் ப்ரோட்டினேட் போன்றவற்றைப் பயன்படுத்தி சிகிச்சை அளித்தனர். 1940களில் ஆன்டிபயாட்டிக்குகள் வரும் வரை இவை புழக்கத்தில் இருந்தன.

1879ல் கொனோரியா நுண்ணுயிர் கண்டுபிடிக்கப்பட்டது. 1905ல் சிஃபிலிஸ் கிருமி கண்டுபிடிக்கப்பட்டது. ஜெர்மன் பேக்டீரியா விஞ்ஞானி பால் எர்லிச் சல்வர்சன் என்ற ஆர்சனிக் சிகிச்சை முறையை சிஃபிலிஸ் நோய்க்கு அறிமுகப்படுத்தினார். அறிகுறிகள் தென்படும் முன்பே நோயைக் கண்டுபிடித்து சிகிச்சை தொடங்கும் ஒரு பரிசோதனை முறையும் அறிமுகப்படுத்தப்பட்டது. சல்ஃபா மருந்துகள் மற்றும் ஆன்ட்டிபயாட்டிக்குகளையும் இந்த நோய் சிகிச்சைக்குப்

பயன்படுத்தினர்.

1932ல் அலபாமாவில் டஸ்கிஜி கல்லூரியின் ஆதரவில் அமெரிக்க பொதுச் சுகாதார சேவை சிஃபிலிஸ் ஆராய்ச்சியைத் தொடங்கியது. சிஃபிலிஸ் எப்படி வளர்கிறது என ஆராய்வது இதன் நோக்கம். 1947ல் சிஃபிலிஸ் சிகிச்சைக்கு பெனிசிலின் அறிமுகப்படுத்தப்பட்ட போதும், இங்கே அதை நோயாளிகளுக்குத் தராது ஆராய்ச்சியைத் தொடர்ந்தது சர்ச்சைக்குள்ளானது. கௌட்டேமாலாவில் 1946ல் உள்நாட்டு சுகாதார அமைச்சக உதவியுடன் கைதிகள், நோயாளிகள், மனநலம் குன்றியவர்கள் மீது அமெரிக்கா சிஃபிலிஸ் ஆராய்ச்சிகளை நடத்தியது. 2010ல் இதைத் தவறென ஒப்புக்கொண்டு பகிரங்க மன்னிப்பு கேட்டுக் கொண்டது.

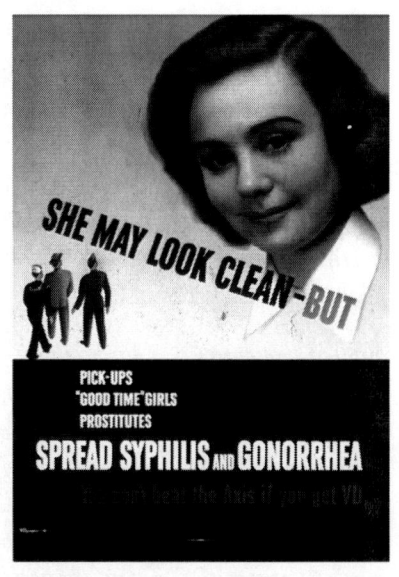

1960களிலும் 1970களிலும் சிகிச்சை தாண்டி பிரச்சாரங்கள் மூலம் இந்நோய்களைத் தடுக்க முயற்சி மேற்கொள்ளப்பட்டது. நோயாளிகளுடன் பாலியல் தொடர்பில் இருந்தவர்களைக் கண்டுபிடித்து பரிசோதிப்பதும் முக்கியத்துவம் பெற்றது. 1999ல் சிஃபிலிஸை 2005க்குள் ஒழிக்கும் திட்டம் அமெரிக்காவில் தொடங்கப்பட்டது.

1930களில் மத்திய ஆப்பிரிக்காவில் குரங்குகளிடமிருந்து மனிதர்களுக்குப் பரவி இருக்கலாம் என ஆராய்ச்சியாளர்கள் கருதுகின்றனர். 1959ல் காங்கோவின் கின்ஷாசாவில் பாண்ட்டு இன மக்களிடையே எடுக்கப்பட்ட திசு சாம்பிள்களை 2008ல் ஆராய்ந்ததில் நன்கு பரிணாமமடைந்த ஹெச்ஐவி சாயல்கள் இருந்தன.

1959ல் டேவிட் கார் என்ற அச்சுத் தொழிலாளி எதிர்ப்பு சக்தி குறைந்து நிமோனியா வந்து இறந்து போனார். அவரது திசு சாம்பிள்களை பாதுகாத்து வைத்தனர். 1990ல் ஆராய்ந்தபோது அதில் ஹெச்ஐவி கிருமிகளிருந்தது கண்டுபிடிக்கப்பட்டது. அவர் எய்ட்ஸ் வந்து இறந்திருக்கிறார். இதே போல் காங்கோ லியோபோல்ட்வில்லியில் 1959ல் ஒரு ஆசாமியின் ரத்த சாம்பிளிலும், 1960ல் ஒரு பெண்ணின் பயாப்ஸி சாம்பிளிலும் ஹெச்ஐவி கிருமிகள் இருந்தது பிற்பாடு கண்டுபிடிக்கப்பட்டது.

1969ல் ராபர்ட் ரேஃபோர்ட் என்ற 15 வயதுப்பையன் (ஆப்பிரிக்க அமெரிக்கன்) இறந்து போனான். 1987ல் அவனது ரத்த, திசு சாம்பிள்களை ஆராய்ந்தபோது கிட்டத்தட்ட ஹெச்ஐவி போன்ற வைரஸ் இருந்தது கண்டுபிடிக்கப்பட்டது. அவன் விபச்சாரத்தில் ஈடுபட்டிருந்திருக்கக் கூடும் என்பது டாக்டர்களின் நம்பிக்கை. 1976ல் அர்விட் நோ என்ற நார்வே நாட்டு மாலுமி, அவர் மனைவி, மகள் ஆகியோர் இறந்தனர். 1969ல் ஆப்பிரிக்க கடற்பயணத்தின்போதே அவருக்கு கொனோரியா இருந்திருக்கிறது. 1988ல் அவர் திசு சாம்பிள்களை ஆராய்ந்ததில் ஹெச்ஐவி வைரஸ் கண்டுபிடிக்கப்பட்டது.

1969ல் ஹைதியிலிருந்து வந்த ஒரு தனி நபர் மூலம் அமெரிக்காவில் எய்ட்ஸ் காலடி எடுத்து வைத்தது. ஹைதிக்கு 1966ல் மத்திய ஆப்பிரிக்க காங்கோவிலிருந்து வந்திருக்கும் எனச் சொல்கிறார்கள். முதலில் அமெரிக்காவின் பெருநகரங்களில் இருந்த ஆண் ஓரினச் சேர்க்கையாளரிடையே எய்ட்ஸ் பரவியது. எய்ட்ஸ் வந்தது வெளிப்படையான அறிகுறிகள் மூலம் தெரிய நீண்ட காலம் ஆகும் என்பதால் அறியாமல் அதைப் பலருக்கும் பரப்பினார்கள். அமெரிக்கா சுதாரிக்கும் முன்பே இந்தக் குழுக்களில் 5% பேர் எய்ட்ஸ் பெற்றிருந்தனர். இது நகர்ப் புறங்களிலிருந்து கிராமங்களுக்குப் பரவியது. ஆசியாவிலும் இந்தியா, சீனாவில் நுழைந்தது.

1983ல் அமெரிக்காவின் நோய்க் கட்டுப்பாட்டு மையத்தில் (CDC) இருந்த டாக்டர் வில்லியம் டாரோ, கேட்டன் டூகாஸ்

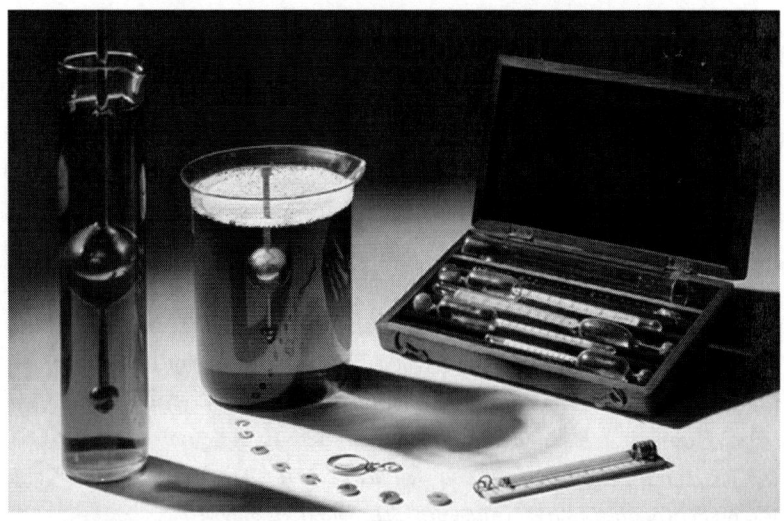

என்ற கனடிய விமானப் பணியாளரைப் பரிசோதித்து விட்டு பேஷன்ட் ஸீரோ என்று பெயரிட்டார். பலரும் இவர் தான் வட அமெரிக்காவில் முதல் எய்ட்ஸ் நோயாளி என்று நினைத்தனர். ஆனால் அவருக்கு அந்தப் பெயரிடக் காரணம், அன்றைய தேதியில் எய்ட்ஸ் இருந்ததாக உறுதி செய்யப்பட்ட 248 பேரில் குறைந்தபட்சம் 40 பேருடன் நேரடியாகவோ மறைமுகமாகவோ உடற்தொடர்பு இருந்தது. இவரது கதையை வைத்து And the Band Played On என்ற புத்தகமும், அதே பெயரில் படமும் வெளியிடப்பட்டது.

ஜூன் 5, 1981ல் அதிகாரபூர்வமாக எய்ட்ஸ் கொள்ளை நோயாக அமெரிக்காவில் அறிவிக்கப்பட்டது. ஆண் ஓரினச் சேர்க்கையாளர்களிடம் அதிகம் காணப்பட்டதால், ஜூன் 1982ல் இதற்கு Gay Related Immune Deficiency (GRID) என்று பெயரிடப்பட்டது. ஆனால் விரைவில் இது ஆண் - பெண் கலவி, போதைமருந்து பயன்படுத்துவதன், ரத்தம் கொடுப்பதன் மூலமும் பரவுவது கண்டுபிடிக்கப்பட்டது. ஆகஸ்ட் 1982ல் CDC இந்த நோய்க்கு Acquired Immune Deficiency Syndrome (AIDS) என்று பெயர் சூட்டியது.

1983ல் ஃப்ரான்ஸ் மருத்துவர் லுக் மாண்டாக்னியர் எய்ட்ஸ் நோயை ஏற்படுத்தும் வைரஸைக் கண்டுபிடித்து அதற்கு *Lymph-adenopathy Associated Virus (LAV)* எனப் பெயர் இட்டார். 1984ல் அமெரிக்க மருத்துவர் ராபர்ட் கால்லோ இதே வைரஸைக் கண்டுபிடித்து *Human T Lymphotropic Virus - Type III (HTLV-III)* எனப் பெயர் சூட்டினார். 1985ல் இந்த வைரஸ்கள் குறித்த விரிவான ஆராய்ச்சி நடத்தப்பட்டது. வைரஸ்களுக்குப் பெயரிடும் சர்வதேசியக் கமிட்டி இந்த இரண்டு பெயர்களையும் நிராகரித்து *Human Immunodeficiency Virus (HIV)* என்று 1986ல் பெயர் சூட்டியது. 2008ல் மாண்டாக்னியர் மற்றும் அவருடன் பணி செய்த ஃப்ரான்காய்ஸ் பேர்ரி இருவருக்கும் ஹெச்ஐவி கிருமியைக் கண்டுபிடித்ததற்காக மருத்துவ நொபேல் வழங்கப்பட்டது. கால்லோ பெயர் சேர்க்கப்படவில்லை. இது ஏமாற்றமளிப்பதாக இருவருமே தெரிவித்தனர்.

இந்தியாவில் 90களில் தொடங்கி 20 வருடங்கள் எய்ட்ஸ் உள்ளிட்ட பாலியல் நோய்களுக்கு எதிரான பிரச்சாரத்தை தீவிரமாக முன்னெடுத்தது பலனளித்தது. ரத்தக்கண்ணீர், மிருகம் போன்ற படங்கள் பால்வினை நோயாளிகளின் ஆரம்பகால ஆட்டங்களையும் நோயின் எதிர்மறை பாதிப்புகளையும் வலுவாய்ப் பதிவு செய்தன.

பால்வினை நோய்களைத் தவிர்ப்பதே சுலபவழி. மீறி அந்நோய் பெற்றவர்களுக்கு சிகிச்சைதான் அவசியமே ஒழிய சமூகத்தின் ஒதுக்கலும் வெறுப்பும் அல்ல.

★

Stats சவீதா

- 50% பேருக்கு வாழ்நாளில் ஒருமுறையேனும் பால்வினை நோய் வருகிறது.
- அமெரிக்காவில் பால்வினை நோய் கொண்டவர்கள் எண்ணிக்கை 6.5 கோடி.

- நான்கில் ஒரு டீனேஜ்காரர்களுக்கு ஏதேனும் பால்வினைநோய் இருக்கிறது.
- ட்ரைக்கோமோனியாசிஸ் நோய் ஆண்டுக்கு 80 லட்சம் பேரைத் தாக்குகிறது.
- ஆண்டுக்கு 800 கோடி டாலர் பால்வினை நோய் சிகிச்சைக்கு செலவாகிறது.

பால்வினை நோய்கள்

கலவி தரும் சுகம் உடன்
கலந்தே வரும் ரணமும்
உயிரழியும் பிழைத்தும்
மயிருதிர மதிப்பகலும்
ஒழுக்கம் நன்றன்றேல்
பழுதகற்றிப் பாலியங்கு.

– கவிஞர் கில்மா

25. மலட்டுத்தன்மை

"People with fertility problems are not alone."

- Michael Zaslow, American Actor

மலட்டுத்தன்மை என்பது கர்ப்பமுற ஆணோ பெண்ணோ உடல்ரீதியாக பங்களிக்க இயலாத நிலைமையைக் குறிப்பது. ஆங்கிலத்தில் இதை *Infertility* என்பர். இந்நிலை தற்காலிகமானது; சிகிச்சையின் மூலம் குணப்படுத்தக்கூடியது. நிரந்தரமாக கர்ப்பம் அடையவியலாநிலையை *Sterility* என்பர். மலட்டுத்தன்மைக்கும் ஆண்மைக்குறைவு / பெண்மைக்குறைவுக்கும் *(Impotency)* எவ்விதத் தொடர்புமில்லை. கலவியிலேயே ஈடுபடவியலா நிலை அது. இது கலவி கொண்டும் கர்ப்பம் தரிக்கவியலா நிலை.

ஒரு ஜோடி எந்தக் கருத்தடை முறைகளையும் பயன்படுத்தாமல், தொடர்ந்து இரு ஆண்டுகளுக்கு கலவியில் ஈடுபட்டும் கர்ப்பமடையாத நிலையே மலட்டுத்தன்மை என உலக சுகாதார நிறுவனம் வரையறுக்கிறது. அமெரிக்காவில் இதையே 35 வயதுக்குட்பட்ட பெண்களுக்கு ஒரு வருடம், அதற்கு மேற்பட்ட பெண்களுக்கு ஆறு மாதங்கள் என கெடு

நிர்ணயித்துள்ளனர். அதுவரை குழந்தையே இல்லாத நிலை முதல்நிலை மலட்டுத்தன்மை (Primary Infertility); ஏற்கனவே குழந்தை இருந்து தற்போது கர்ப்பமுறா நிலை (Secondary Infertility) இரண்டாம் நிலை மலட்டுத்தன்மை.

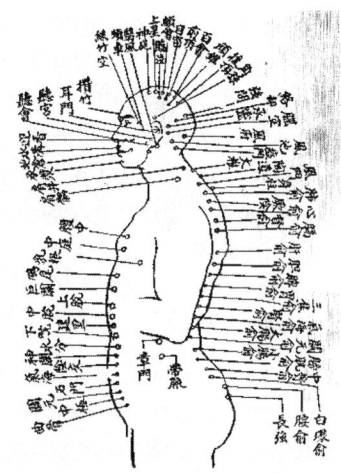

சர்க்கரை நோய், நாளமில்லாச் சுரப்பிகளில் பிரச்சனைகள், மரபணுச் சிக்கல்கள், குடி, புகைப் பழக்கம், சுற்றுச்சூழல் கேடுகள், கருப்பை, ஃபெல்லோப்பியன் குழாய் உள்ளிட்ட பெண் இனப்பெருக்க உறுப்புகளில் பிரச்சனைகள், விந்தணுக்களில் குறைபாடுகள், உடல் பருமன் போன்றவை மலட்டுத்தன்மைக்கான காரணங்கள்.

பண்டைய எகிப்தில் பெண்கள் ஆண்களுக்குச் சமமாய் நடத்தப்பட்டனர். அதனால் பெண் கர்ப்பமடையாதது ஒரு குறையாகவோ தண்டனையாகவோ கருதப்படாமல், சிகிச்சை தேவைப்படும் நோயாகவே பாவிக்கப்பட்டது. கிமு 1900ல் எழுதப்பட்ட கர்ப்பப் பிரச்சனைகள் குறித்த எகிப்திய ஆவணங்கள் பெண் இனப்பெருக்கப் பாதை குறித்துப் பேசுகின்றன; விந்தணுக்கள் எலும்பிலிருந்து சுரப்பதாகச் சொல்கின்றன. ஆண் மலட்டுத்தன்மை கூட இந்த மருத்துவ ஆவணங்களில் பேசப்பட்டிருக்கிறது.

மருத்துவம் மாந்திரீகத்தின் ஒரு பகுதியாகவே கருதப்பட்டதால், நோய்களுக்குக் காரணமான சேக்மத் என்ற பெண் கடவுளைத் திருப்திப்படுத்துவதன் மூலம் குழந்தைப் பிறப்பைத் தூண்டலாம் என நம்பினர். குழந்தையற்ற பெண்களுக்கென மலட்டுத்தன்மை கொண்ட ஒரு தனி பெண் கடவுள் நெஃப்திஸ் இருந்தார்.

மலட்டுத்தன்மையைக் கண்டறிய விரிவான பரிசோதனை

முறைகளை பண்டைய எகிப்தியர்கள் பின்பற்றினர். பிறப்புறுப்புகள் செரிமான மண்டலத்தின் தொடர்ச்சி எனக் கருதினர். குழந்தைப்பேறில்லாமல் இறந்த பெண்களின் கல்லறைகளில் நிர்வாணமான பெண்ணை அருகே கருப்பைக்குள் ஒடுங்கிப் படுத்தவாறிருக்கும் குழந்தையுடன் சேர்த்து வரைந்தனர். இறந்தபின் போகும் இரண்டாம் உலகத்தில் அது குழந்தை பாக்கியத்தை அளிக்குமென நம்பினர். ஆனால் பண்டைய எகிப்திய மலட்டுத்தன்மை மருத்துவங்கள் குறைந்த வெற்றி வாய்ப்பையே கொண்டிருந்தன.

பைபிளில் மலட்டுத்தன்மை பற்றிய குறிப்புகள் வருகின்றன. தேவன் ஆதாமையும் ஏவாளையும் நோக்கி "பல்கிப் பெருகி, பூமியை நிரப்பி" என்று ஆசீர்வதிப்பதாக பழைய ஏற்பாட்டின் ஆதியாகமத்தில் வருகிறது (அதிகாரம் 1 வசனம் 28). குழந்தை பிறப்பை கடவுளின் பரிசாகச் சொல்கிறது பைபிள். "கர்த்தரால் ஒரு மனுஷனைப் பெற்றேன்" என்றே ஏவாள் ஆதியாகமத்தில் சொல்கிறாள் (அதிகாரம் 4 வசனம் 1).

ஆதியாகமத்தில் நீண்ட காத்திருப்புக்குப் பின் பிள்ளை பெறும் ராகேல் "தேவன் என் நிந்தையை நீக்கிவிட்டார்" என்று சொல்கிறாள் (அதிகாரம் 30 வசனம் 23). அதாவது குழந்தை இல்லாமல் இருப்பது ஒருவிதக் குற்றம் அல்லது குறை என்றே கருதப்பட்டிருக்கிறது. இன்றும் உலகம் முழுக்க இதே நிலை தான்.

பண்டைய கிரேக்கத்தில் மலட்டுத்தன்மை குறித்த புரிதல் இருந்திருக்கிறது. பொதுவாய் மந்திர தந்திரங்களை நம்பியிருந்த மலட்டுத்தன்மை சிகிச்சை, ஹிப்போக்ரேடஸ் வருகைக்குப் பின் தர்க்கரீதியான மருத்துவ முறையாக மாறியது. பெண்களின் மலட்டுத்தன்மை ஒரு நோயாகக் கருதப்பட்டு சிகிச்சை அளிக்கப்பட்டது. ஹிப்போக்ரேடஸ் இதற்கெனப் பல வழிகள் கையாண்டார்.

கருப்பைவாய் மிக இறுக்கமாக மூடிக்கொண்டால், சிவப்பு நட்ரேட், சீரக, பசை மற்றும் தேன் கலந்து பிறப்புறுப்புக்குள் செலுத்தி துளையை அகண்டதாக்கினார். ஈயத்தாலான

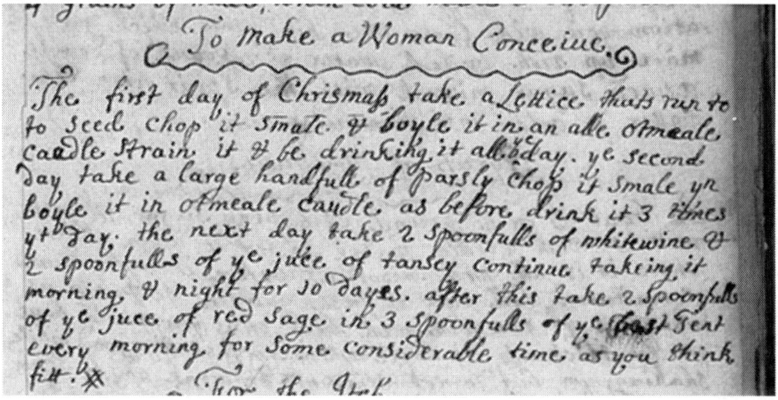

To make a Woman Conceive.

The first day of Chrismass take a Lettice that's run to to seed chop it smale & boyle it in an alle otmeale caudle strain it & be drinking it all ye day. ye second day take a large handfull of parsly chop it smale yn boyle it in otmeale caudle as before drink it 3 times ye day. the next day take 2 spoonfulls of whitewine & 2 spoonfulls of ye juce of tansey continue takeing it morning & night for 10 dayes. after this take 2 spoonfulls of ye juce of red sage in 3 spoonfulls of ye best Tent every morning for some considerable time as you think fitt.

குடைவான கழி போன்ற அறுவைக் கருவி ஒன்றைப் பயன்படுத்தி பிறப்புறுப்புக்குள் மென்மையாக்கும் வஸ்துக்களை ஊற்றி சிகிச்சையளித்தார்.

கிரேக்கத்தில் குழந்தைப் பேறற்ற பெண்கள் சாப தண்டனை பெற்ற ஆண்கள் என வர்ணிக்கப்பட்டனர். அவர்களின் கருப்பையே எல்லா வித நோய்களுக்குக் காரணம் என்று கருதினர். அரிஸ்டாட்டிலும் ப்ளாட்டோவும் காய்டஸ் என்ற விஷயத்தை உடலில் சுரக்காத பெண்களுக்கே மலட்டுத்தன்மை ஏற்படுகிறது என நம்பினர்.

பண்டைய ரோமானிய காலகட்டத்திலும் மலட்டுத்தன்மை என்பது கடவுள் சம்பந்தப்பட்ட ஒன்றாகவே இருந்திருக்கிறது. மார்ஸ் கடவுளுக்கான விருந்து நிகழ்வின் போது சாமியார்கள் ஆட்டுத்தோல் சாட்டையால் மலட்டுத்தன்மை கொண்ட பெண்களின் வயிற்றில் கசையடி கொடுத்தபடி நகரத்தைச் சுற்றி ஓடி வருவர். மாதவிலக்கிற்கு முன்பு கருப்பை அதிக பாரத்தால் நிரம்பி விடுவதால் அது முடிந்த பிறகு தான் கரு உண்டாகும் என நம்பினர். ரோமானிய ராஜ்யத்தில் குறுகிய அளவிலேயே மலட்டுத்தன்மை குறித்த மருத்துவ அறிவு இருந்தது.

சில பண்டைய கலாசாரங்களில் கரு உண்டாகாத மனைவியை

அவளது கணவன் தூக்கிலிட்டுக் கொல்வதற்கு அனுமதி இருந்தது. இங்கிலாந்தில் ரீஜென்ஸி காலகட்டத்தில் (1811 - 1820) வாரிசு உருவாக்காத பெண்களுடனான திருமணத்தை ரத்து செய்து, அவளைத் தள்ளி வைக்க ஆண்கள் அனுமதிக்கப்பட்டிருக்கிறார்கள்.

220ல் பதிப்பிக்கப்பட்ட *Shang Han Lun* என்ற உலகின் பழமையான சீன மருத்துவப் பாடநூல் அக்குபஞ்சர் மூலம் மலட்டுத்தன்மையை குணமாக்கலாம் என்கிறது. 1237ல் சீனாவில் வெளியான *The Complete Book of Effective Prescriptions for Diseases of Women* நூல் மலட்டுத்தன்மை நிலம், நீர் இரண்டாலும் ஏற்படுகிறது என்று சொல்கிறது.

பைஸன்டைன் காலத்திலும் மலட்டுத்தன்மை சிகிச்சையில் சற்று முன்னேற்றம் இருந்தது. மத்திய காலத்தில் குழந்தைப்பேறு என்பது மனித இனத்தைத் தொடரச் செய்ய முக்கியமான தேவையாகக் கருதப்பட்டது. கலவி செய்யும் ஜோடியின் நோக்கம் குழந்தைப் பிறப்பாக இல்லை என்றால் மலட்டுத்தன்மை ஏற்படும் என நம்பினர். பாவங்கள் செய்வது, துணையைச் சந்தேகிப்பது, இறைவனைத் தூற்றுவது போன்ற காரணங்களாலும் மலட்டுத்தன்மை ஏற்படலாம் என நினைத்தனர். மலடு என்பதைக் காண்பித்து திருமணத்தை ரத்து செய்ய முடியாது. மலட்டுத்தன்மை என்பது மத்திய காலகட்டத்தில் பயமுறுத்தும் ஒரு விஷயமாகவே இருந்தது.

1553ல் எட்டாம் ஹென்றியின் மகளான மேரி ஒரு பெண் ஆட்சிக்கு வரலாகாது என்ற கடுமையான எதிர்ப்புகளை மீறி இங்கிலாந்தின் அரசி ஆனார். அவருக்கு ஒரு குழந்தை பெற்று அதனைத் தன் பதவிக்குப் பாதுகாவலாக வைப்பது நோக்கம். ஆனால் ஆண்டுகள் பல கழிந்தும் அவருக்குப் பிள்ளைப்பேறு உண்டாகவில்லை. ஒருமுறை எடை அதிகரித்து, மாதவிடாய் நின்று, மசக்கை ஏற்பட்ட போதிலும் குழந்தை மட்டும் உருவாகவில்லை. இறுதிவரை மலடாக இருந்து மறைந்தார்.

ஐரோப்பிய மறுமலர்ச்சிக் காலகட்டத்தில் லியோனார்டா டாவின்ஸி உள்ளிட்டோர் பங்களிப்பின் காரணமாக

பெண்ணுடல் பற்றிய புதிர்களுக்கும், மலட்டுத்தன்மை குறித்த சந்தேகங்களுக்கும் விடை கிடைத்தன. 1562ல் பார்டோலோமியோ என்பவர் கலவிக்குப் பின் கணவர்கள் தம் விரலை பெண்ணின் உறுப்புக்குள் வைப்பதன் மூலம்

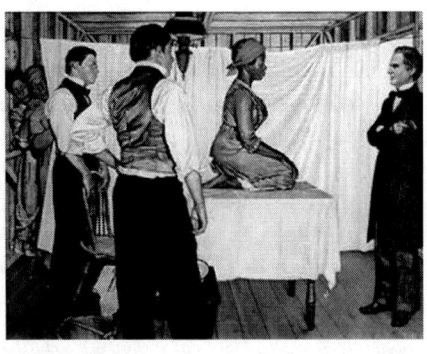

கர்ப்பமடையும் வாய்ப்பை அதிகரிக்கலாம் எனச் சொன்னார். 1672ல் அரிஸ்டாட்டிலின் சித்தாந்தங்களை ஒட்டி டி க்ராஃப் என்பவர் கருமுட்டையைக் கண்டுபிடித்தார். 1752ல் ஸ்மெல்லி என்பவர் முதன்முதலில் மலட்டுத்தன்மை குறித்து மருத்துவப் பரிசோதனைகளின் மூலம் ஆராய்ச்சி நடத்தினார். ஆனால் மலட்டுத்தன்மை என்பது பெண்களுக்கு மட்டுமே உரியது என்று நம்பப்பட்டது. ஆண்கள் மலட்டுத்தன்மைக்கு குற்றம் சாட்டப்படுவது மிக அரிதாகவே நிகழ்ந்தது.

1600களில் கருவுறுதல் என்பது கலவியின் போது ஆணும் பெண்ணும் வெளியிடும் விதைகள் கலப்பதால் நிகழ்வதாகக் கருதப்பட்டது. 1700களில் கரு உண்டாவதில் முக்கியப் பங்கு வகிப்பது கருமுட்டையா விந்தணுவா எனக் குழப்பம் நிலவியது. பெண்கள் கலவியின் போது மகிழ்ச்சிகரமாக இருந்தால் தான் கருப்பை பரவச நிலையை அடைந்து கரு உண்டாகும் எனக் கருதினர். 1797ல் பென்சில்வேனியா பல்கலைக்கழக மாணவர் ஜேம்ஸ் வாக்கர் மலட்டுத்தன்மையைக் கண்டுபிடிக்கும், சிகிச்சையளிக்கும் பணியைத் தாதிகளிடமிருந்து மருத்துவர்கள் எடுத்துக் கொள்ள வேண்டும் என அறிவித்தார். விர்ஜினியன் ஆராய்ச்சித்தொகுதி மலட்டுத்தன்மை ஒரு நோய், அதற்கு மருத்துவர்கள் மட்டுமே சிகிச்சை அளிக்க முடியும் என்றது.

1880களில் மலட்டுத்தன்மை கொண்ட பெண்ணுக்கு கருப்பை வாயில் பிரச்சனை இருப்பது கண்டுபிடிக்கப்பட்டால் அறுவை சிகிச்சை சிபாரிசு செய்யப்பட்டது. இதே காலகட்டத்தில்

மரியான் சிம்ஸ் என்ற மருத்துவர் அடிமைப் பெண்களை வைத்து மலட்டுத்தன்மை குறித்த பரிசோதனைகளை நிகழ்த்தினார் (இவர் 1852ல் *On the Treatment of Vesico-Vaginal Fistula* என்ற குழந்தைப்பேறு நூலினை எழுதியவராவார்).

18ம் நூற்றாண்டில் மருத்துவ அறிவு வளர்ச்சியுற்றாலும் பெண்களே குழந்தைப் பேறின்மையால் வெளிப்படையாக உடைந்து போனதால் அவர்களையே மலடு என்றனர். 1800களின் இறுதியில் ஹார்வார்ட் மருத்துவர் எட்வார்ட் களார்க் பெண்கள் கல்வி கற்பதாலேயே மலட்டுத்தன்மை அடைகின்றனர் என்றார்.

பொதுவாக மலட்டுத்தன்மைக்கு பெண்கள் தாம் காரணம் என்றொரு எண்ணம் பரவலாக இருக்கிறது. ஆனால் தரவுகள் ஆண்களும் பெண்களுக்கிணையாக குழந்தைப் பேறின்மைக்குக் காரணம் என்பதைத் தெளிவுபடுத்துகின்றன. ப்ரிட்டனில் மலட்டுத்தன்மைக்கு 50% பெண்ணும் 25% ஆணும் 25% இருவரும் காரணம் என்கிறது ஓராய்வு. ஆஸ்திரேலியாவில் மலட்டுத்தன்மைக்கு 40% பெண்ணும் 40% ஆணும் 10% இருவரும் காரணம். ஸ்வீடனில் மலட்டுத்தன்மைக்கு 33% பெண்ணும் 33% ஆணும் 33% இருவரும் காரணம் எனச் சொல்கிறது.

மலட்டுத்தன்மை என்பது பெரும்பாலும் சிகிச்சைகளின் வழி குணப்படுத்தக்கூடிய ஒரு குறைபாடே. இதில் ஆண் பெண் பாகுபாடெல்லாம் இல்லவே இல்லை.

பெருமாள்முருகனின் மாதொருபாகன் நாவல் குழந்தை பேறில்லாத தம்பதியர் சந்திக்கும் அவமானங்களையும், மனக்குமுறல்களையும் மிக நுட்பமாகப் பதிவு செய்கிறது. கல்கி திரைப்படம் மலட்டுத்தன்மை கொண்ட பெண்ணின் உணர்வுகள் குறித்துப் பேசுகிறது. எஜமான் படத்திலும் இது மேலோட்டமாகத் தொடப்படுகிறது. மன்மதன் அம்பு படத்தின் பாடலொன்றின் வரிகளில் “நாம் வாழும் வாழ்க்கைக்கு சான்றாவது இன்னோர் உயிர் தானடி” என்று எழுதியிருப்பார் கமல்ஹாசன்.

குழந்தை என்பது இயற்கை அளிக்கும் பெரும்பேறு என்பது நிஜமே. ஆனால் அஃதற்றவர் எவ்வகையிலும் மற்றவர்களை விடக் குறைந்து விடுவதில்லை.

★

Stats சவீதா

- இந்திய ஆண்களில் 8 முதல் 12 % பேர் மலட்டுத்தன்மை கொண்டவர்கள்.

- இந்தியப் பெண்களில் 25 முதல் 38% பேர் மலட்டுத்தன்மை கொண்டவர்கள்.

- ஆறில் ஒரு தம்பதியருக்கு மலட்டுத்தன்மைப் பிரச்சனை இருக்கிறது.

- 35 வயதுக்கு மேல் 3ல் ஒரு பெண்ணுக்கு மலட்டுத்தன்மை ஏற்படுகிறது.

- அமெரிக்காவில் ஆண்டுக்கு 15 லட்சம் பெண்களுக்கு மலட்டுத்தன்மை ஏற்படுகிறது.

மலட்டுத்தன்மை

சுக்கிலத்தில் பஞ்சமோ
அகப்பையில் வஞ்சமோ
அகவையோ சூழலோ
அரும்பும் வியாதியோ
காமக்கடும்புனலோடும்
கலவிப்பெருங்கடலில்
மச்சம் ஒன்றுமில்லை.

– கவிஞர் கில்மா

26. கலவி

"Sex is a part of nature. I go along with nature."

- Marilyn Monroe, American Actress

கலவி என்பது ஆணும் பெண்ணும் உடலின்பத்தின் பொருட்டு (இயற்கை விதிப்படி மறைமுகமாக இனப்பெருக்கத்தின் பொருட்டு) இணைந்து உறவு கொள்தல். இதைப் புணர்ச்சி, உடலுறவு என்றும் சொல்வர். ஆங்கிலத்தில் *Sexual Intercourse.* சுருக்கமாக செக்ஸ். நம்மூரில் 'மேட்டர்' என்ற மிதமான சொல்லும் உண்டு.

முன்விளையாட்டு, ஆசன புணர்ச்சி, வாய்ப் புணர்ச்சி போன்ற பல விஷயங்கள் இதில் இருந்தாலும் ஆண் குறி பெண் குறியில் நுழைந்து கலக்கும் புணர்ச்சியே பொதுவாய் கலவியில் பிரதானம். போலவே ஒரே பாலினத்தவர்கள் கலப்பதும், சிறுவர்களோடு உறவு கொள்வதும் விலங்குகளுடன் புணர்வதும் கூட கலவி தான் என்றாலும் நாம் பேசவிருப்பது பொதுவான ஆண் பெண் புணர்ச்சி பற்றி மட்டுமே!

கலவியின் வரலாற்றை எழுதுவதென்பது கிட்டத்தட்ட ஒட்டுமொத்த மானுட குல வரலாற்றை எழுதுவதற்கு ஒப்பானது.

அதனால் பதிவு செய்யப்பட்ட கலவியின் கதையை மட்டும் பார்க்கலாம். சீனாவில் 16.5 கோடி ஆண்டுகளுக்கு முந்தைய, இரு பூச்சிகள் கலவிகொண்ட நிலையில் புதைபடிவம் ஒன்று கிடைத்துள்ளது. அது தான் கலவி தொடர்பாய் நம்மிடம் இருக்கும் மிகப் பழமையான சான்று.

ஜெர்மனியில் 7,200 ஆண்டுகளுக்கு முந்தைய ஆண் பெண் உடலுறவு பற்றிய கல் வெட்டு ஒன்று கிடைத்துள்ளது. கலவி பற்றிய பழமையான மனிதப் படைப்பு இது.

இந்தியாவில் ஆதி காலந்தொட்டே கலவி குறித்த விஷயங்கள் பல நூல்களில் பேசப்பட்டு வந்திருக்கிறது. வேதங்களில் திருமணம், கலவி, குழந்தைப்பேறு, சம்பந்தப்பட்ட வழிபாட்டுப் பாடல்கள் காணப்படுகின்றன. இதிகாசங்களான ராமாயணமும் மகாபாரதமும் ஒரு தம்பதியின் மிக முக்கியமான கடமை என கலவியில் பரஸ்பரம் சமமாக திருப்தி செய்வதையே குறிப்பிடுகிறது.

கிமு 5500ஐச் சேர்ந்த சிந்து சமவெளி நாகரிகத்தில் கலவி தொடர்பான எந்தச் சமூகப் பார்வையும் இருந்ததற்கான சான்று இல்லை. ஆனால் அவர்கள் குழந்தைப்பேறு சம்பந்தப்பட்ட சில சடங்குகளை மேற்கொண்டுள்ளனர்.

வாத்ஸாயனரின் காமசூத்ரா ஆண் பெண் கலவியின் வெவ்வேறு முறைகளை நுட்பங்களை இன்பங்களை விளக்கமாய்ச் சித்தரிக்கிறது. இது இந்தியாவிலிருந்து புத்த மத கல்வெட்டுகளின் வழியாக சீனாவுக்குச் சென்றது. சீனாவிலும் இதை ஒட்டி கலவி தொடர்பான நூல்கள் இயற்றப்பட்டன. தொடர்ந்து ரதிரகஸ்யா, பஞ்சசஹ்யா, ரதிமஞ்சரி, அனுகருங்கா, கொக்கோகம், காமசாஸ்திரா எனப் பல காமம் மற்றும் கலவி தொடர்பான நூல்கள் இந்தியாவில் இயற்றப்பட்டன. கஜுராஹோ கோயில்களில் கலவி நிலைகளின் சிற்பங்கள் இடம் பெற்றன.

இந்திய தாந்த்ரீக மரபில் கலவி என்பது ஒரு மனிதனின்

புனிதக் கடமையாகச் சொல்லப்படுகிறது. யோனி தாந்த்ரீகம் முரட்டுத்தனமான கலவியைப் பற்றிப் பேசுகிறது. புத்த மத தாந்த்ரீகம் விந்து வெளியேற்றுவதை ஒரு குற்றமாகச் சொல்கிறது. அதாவது கலவி என்பது உன்னதமான ஞானத்தை அடைவதற்கான மார்க்கம் மட்டுமே ஒழிய, அற்பமான உடல் இன்பத்துக்காக அல்ல என்கிறது.

பின் இந்தியாவில் நுழைந்த இஸ்லாமிய ஆட்சியும், ப்ரிட்டிஷ் ஆட்சியும் நம் நாட்டில் நிலவிய கலவி குறித்த முற்போக்கான பார்வைகளைப் பின்னிழுத்தன. இன்றைய தேதி வரை அதன் பாதிப்பை நாம் கண்டு வருகிறோம். தற்போது இந்த நிலைமை மெல்ல மாறி வருகிறது என்றாலும் இன்னமும் கிராமங்களில், அதுவும் படிப்பறிவில்லா மக்களிடையே கலவி குறித்த திறந்த பார்வை இல்லை. இந்த உலகத்திற்கே காமம் உரைத்தவர்கள் இன்று கட்டுப்பெட்டிகளாய் இருக்கிறோம்.

பண்டைய சீனாவில் *I Ching* என்ற புத்தகத்தில் இந்த உலகத்தை விளக்கவே கலவியைத்தான் பயன்படுத்தி இருக்கிறார்கள். அதாவது சொர்க்கம் பூமியுடன் கலவி செய்வதாக அந்நூல் குறிப்பிடுகிறது. இது போக *Zhuang Zi, Yingying Zhuan, Fu Sheng Liu Ji , Jin Ping Mei, Hong Lou Meng* எனப் பல புத்தகங்களிலும் கலவி பற்றிய குறிப்புகள் உண்டு. *Rou Bu Tuan* என்ற நாவல் சிறப்பான கலவிக்கு இன்ன பிற மிருகங்களின் உறுப்புகளை மாற்றி அறுவை செய்வதைப் பற்றிப் பேசுகிறது. தாவோயிஸமும் கலவி பற்றிய விஷயங்களை முன்வைக்கிறது. அவர்களின் உடலுறவு வித்தைகளுக்கு மூன்று நோக்கம்: ஆரோக்கியம், ஆயுள், ஆன்மீகம்.

உலகின் முதல் நாவலான *Genji Monogatari* ஜப்பானில் எட்டாம் நூற்றாண்டில் எழுதப்பட்டது. அது கெஞ்சி என்ற இளவரசனின் காம வாழ்வை சித்தரிக்கிறது. இசை போல், இன்ன பிற கலைகள் போல் கலவியும் ஒரு கலாசாரப்பூர்வமான வாழ்க்கை முறைக்கு மிக அத்தியாவசியமானது என அந்நூல் சொல்கிறது. மெய்ஜி மறுசீரமைப்புக் காலகட்டம் வரை கலவி என்பதைத் தவறான

காட்பீஸ் அணிந்து நிற்கும் எட்டாம் ஹென்றி மன்னர்

ஒரு விஷயமாக ஜப்பானிய கலாச்சாரத்தில் பார்த்ததற்கு ஆதாரங்கள் ஏதுமில்லை.

பண்டைய கிரேக்கத்தில் பெண்கள் வாரிசுகளை உருவாக்கித் தரும் கருவியாகவே பார்க்கப்பட்டனர். *Eromenoi, Hetaeras* மற்றும் அடிமைப் பெண்கள் எனத் தம் சொந்த வீட்டுக்குள்ளேயே அவர்கள் விபச்சாரிகளுடன் போட்டி போட வேண்டி இருந்தது. பெண்கள் ஆண்களின் குறிகளைக் கண்டு பொறாமை கொள்வர் என நம்பினர்.

பண்டைய ரோமானிய சாம்ராஜ்யத்தில் உடல் இச்சையை அடக்கி கட்டுப்பாடாய் இருப்பதையே ஆண்களுக்கும் பெண்களுக்கும் ஒழுக்கம் என வகுத்திருந்தனர். ஆனால் பல வெளிப்படையான கலவிக் கலைகளும் இலக்கியங்களும் கூட உருவானது அங்கேதான். பொம்பெய், ஹெர்குலேனியம் ஆகிய இடங்களில் பல கலவி முறைகளையும் சம்பவங்களையும் செதுக்கி வைத்திருந்தார்கள். ஓவிட் என்ற கவிஞரின் *The Art of Love* என்ற நூல் ஆணும் பெண்ணும் எப்படி காதல் கொண்டு இன்புறுவது என விளக்குகிறது. லூக்ரெடியஸ், செனெகா ஆகியோர் கிரேக்க மரபை ஒட்டி கலவி குறித்த விரிவான சித்தாந்தங்களை உருவாக்கினர்.

சிசேரோ என்ற ரோமானிய அறிஞர் கலவிக்கான இச்சையே குடியரசுக்கான விதை என்றார். அதாவது கலவி ஆசையே திருமணம் செய்யத் தூண்டும், குடும்பத்தை உருவாக்கும், சமூகக் கட்டமைப்பைப் பலப்படுத்தும், குடியரசுக்கு அடித்தளமாகும்.

ஃப்ரெஞ்ச் பாலினேஷியா தீவுகளில் கலவி விஷயத்தில் பொதுவாய் மேற்கத்திய கலாச்சாரத்தில் தவறாகப் பார்க்கப்பட்ட பல விஷயங்கள் இயல்பாகப் புழங்கின. உதாரணமாய் தாய் தந்தையுடன் ஒரே அறையில் இருக்க நேர்ந்த குழந்தைகள் அவர்களின் கலவியைக் கண்ணுற்றன. அப்படிப் பார்த்த சிறுவர்களைப் பாலியல் தூண்டுதல்களுக்குப் பயன்படுத்தினார்கள். வயது வந்தவுடன் நிஜக் கலவிக்கும்.

அந்தத் தீவு பற்றி சார்லஸ் பியரி மற்றும் எட்டினி மர்ச்சண்ட் என்ற மாலுமிகள் எழுதிய நூல் ஒன்றில் 8 வயதுச் சிறுமி தகாத கலவி நடவடிக்கைகளில் அதுவும் பொது இடத்தில் தயக்கமின்றி ஈடுபட்டிருந்ததைக் கண்டதாகக் குறிப்பிடுகிறார்கள். ஆதம் ஜோஹன் என்பவர் தன் நூலில் ஒரு தந்தை தன் 10 வயது மகளை பல கப்பல் மாலுமிகளுடன் கலவி செய்ய வைத்ததைக் கண்டதைக் குறிப்பிடுகிறார்.

யூத மதம் திருமண பந்தத்துக்குள் நடக்கும் கலவியை மட்டும் பாவமில்லை என சலுகை வழங்கியது. ஆனால் விந்து உள்ளிட்ட காமக் கழிவுகள் உடலுக்கு வெளியே சிந்துவதை அபச்சாரமாகக் கருதி சுத்தப்படுத்துவதை வலியுறுத்தியது.

பண்டைய கிறிஸ்துவம் கலவியைப் பிள்ளைப் பேறுக்கான வழிமுறை என்பதாக மட்டுமே பார்த்தது. பெண் மாதவிலக்காக இருக்கும்போது அவளுடன் கலவி செய்தல் கூடாது என்கிறது. பைபிளின் பழைய ஏற்பாட்டில் லேவியராகமத்தில் 18ம் அதிகாரத்தில் 19ம் வசனத்தில் "ஸ்திரீயானவள் சூதகத்தால் விலக்கத்தில் இருக்கையில், அவளை நிர்வாணமாக்க அவளோடே சேராதே" என வருகிறது.

புனித அகஸ்டின் ஆதாம் தடைசெய்யப்பட்ட கனியை உண்ணும் முன் கலவி என்பதில் காமம் கலந்திருக்கவில்லை, அது இனப்பெருக்கத்துக்கான வழியாக மட்டுமே இருந்தது என்கிறார். பிற்காலக் கிறிஸ்துவமும் இந்தக் கருத்தை வழிமொழிகிறது. உடலுறவில் காமம் கலந்திருப்பதைப் பாவச்செயல் என்கிறது.

இது பிற்பாடு திருமணத்துக்கு வெளியே கொள்ளும் காமம் மட்டும்

பாவம் என்பதாய் மாறியது. கிறிஸ்துவம் திருமணம் என்பதற்கான நோக்கம் என மூன்று விஷயங்களை வரையறுக்கிறது. பரஸ்பர ஊக்கம், ஆதரவு, சந்தோஷம், குழந்தைப் பெறுதல், வேறு ஆளுடன் தவறான உறவு எனும் பாவத்தைத் தடுத்தல் என்கிறது.

மடோன்னாவின் Sex புத்தகத்திலிருந்து ஒரு புகைப்படம்

இஸ்லாமும் திருமணத்துக்கு வெளியே கலவியை பாவம் என வரையறுக்கிறது. புனித குர்ஆன் இதை ஸினா என்று அழைக்கிறது. இதற்கு தண்டனையும் உண்டு.

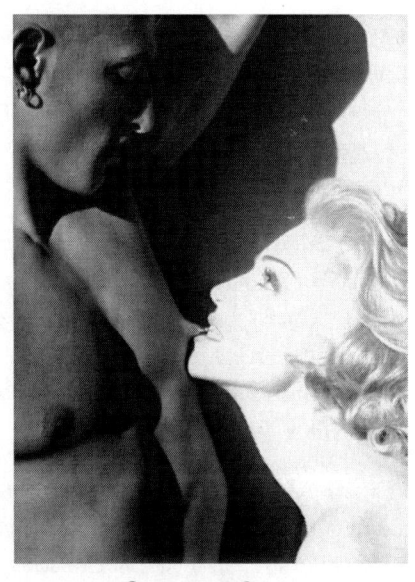

மத்திய காலத்தில் சர்ச்கள் குறிப்பிட்ட நிலைகளில் மட்டுமே கலவி செய்யலாம் என்றன. ஆல்பர்டஸ் மேக்னஸ் ஐந்து நிலைகளே ஏற்றுக்கொள்ளப்பட்டவை என வரிசைப்படுத்துகிறார். 1. ஆண் மேலே, பெண் கீழே 2. பக்கவாட்டில் படுத்தல் 3. நின்று கொள்தல் 4. அமர்ந்து செய்தல் 5. பின்புறத்திலிருந்து செய்தல். மற்ற நிலைகளில் உறவு கொள்வது பாவம். ஆனால் உடல் பருமன் போன்ற பிரச்சனை கொண்டவர்களுக்கு வசதியான பிற கலவி நிலைகளும் அனுமதிக்கப்பட்டன.

இதே காலகட்டத்தில் காமத்தை ஒட்டிய சில ஃபேஷன் சமாச்சாரங்கள் உயர்குடி ஆண்கள் மத்தியில் பரவலாய்க் காணப்பட்டன. காட்பீஸ் என்பது பஞ்சு அல்லது மரத்தூளால் நிரப்பப்பட்ட ஒரு பொருள். அதைப் பேன்ட்டில் ஆண் குறிக்கருகே பொருத்திக் கொள்வர். அது உறுப்பைப் பெரிதாக்கிக் காட்டும். இது ஆண்மையின் அடையாளமாகக் கருதப்பட்டது. அதே போல் பௌலைன் என்ற கூரான முனை கொண்ட நீளமான ஷூக்களையும் அணிந்தனர். அதுவும்

குறியின் நீளத்தையும் வீரியத்தையும் குறித்தது. இங்கிலாந்து அரசர் எட்டாம் ஹென்றியின் ஓவியம் ஒன்றில் அவர் இது இரண்டையுமே அணிந்துள்ளார். வழக்கம் போல் அக்கால சர்ச்கள் இது போன்ற ஃபேஷன் விஷயங்களையும் பாவம் என்றே சொல்லின.

1800களில் தொழிற்புரட்சி ஐரோப்பாவில் நடந்தபோது வேலையிடங்களில் ஆண்களும் பெண்களும் நெருங்கிப் பழக நேர்ந்தது. இந்தக் காலத்தில் தான் திருமணத்திற்கு வெளியே உறவுகள் பெருகின. இது கலவியை அதிகரித்தது. இந்த விஷயத்தில் சுதந்திரமயமாக்கல் நுழைந்ததால் முதல் கலவிப் புரட்சி எனலாம்.

இதன் தொடர்ச்சியாக 19ம் நூற்றாண்டில் பெண்கள் பிற ஆடவருடன் கலக்காமல் கற்புடனிருக்க வைப்பதற்காக இரும்பால் ஆன பெல்ட்களை இடுப்பில் பேன்டீஸ் போல் அணிவித்தனர். இந்தக் கருவியை கற்பு பெல்ட்கள் என அழைத்தனர்.

1960களிலும் 1970களிலும் கலவியில் இரண்டாவதாய் ஒரு புரட்சி ஏற்பட்டது. நவீனக் கருத்தடை மாத்திரைகளும், பாதுகாப்பான கருக்கலைப்பு முறைகளும் புழக்கத்துக்கு வந்த காலகட்டம் அது. இரண்டு விஷயங்களும் சட்டபூர்வமாகப் பல நாடுகளில் அங்கீகரிக்கப்பட்டன. அதனால் ஆண்களும் பெண்களும் கர்ப்பமுறுதல் குறித்த கவலை இன்றி சுதந்திரமாகக் கலவியில் ஈடுபடத் தொடங்கினார்கள்.

மடோன்னா 1992ல் *Sex* என்ற காஃபி டேபிள் புத்தகத்தை வெளியிட்டார். கலவி பற்றிய பல்வேறு புகைப்படங்களும் கொண்ட ஆல்பமான அது பலத்த சர்ச்சைக்குள்ளானது.

இன்று உலகம் முழுக்க காமமும் கலவியும் சந்தைப்பொருள் ஆகிவிட்டது. உலகமயமாக்கலின் முக்கிய விளைவுகளில் ஒன்று இது. நாம் விரும்பாவிட்டாலும் அது நம்மை நேரடியாகவோ மறைமுகமாகவோ வந்தடையும்.

கலவி என்பது மனித இனத்தின் பேரின்பம். அதைத் திருமணம் எனும் பந்தத்துக்குள் விதவிதமாய் அனுபவித்துக் கொள்வதே ஒழுக்கமானது. பாதுகாப்பானதும் கூட.

★

Stats சவீதா

- 56% பேர் செக்ஸ் வாழ்க்கை திருப்திகரமாக இல்லை என்கின்றனர்.

- 5ல் 3 பேர் கலவியை மேம்படுத்த இணைய உதவியை நாடுகின்றனர்.

- 62% இந்தியர்கள் தம் கன்னித்தன்மையை காதலரிடம் இழந்துள்ளனர்.

- 26% இந்தியர்கள் செக்ஸ் ஒரே மாதிரியாக போர் அடிக்கிறது என்கிறனர்.

- 64% பெண்களே சமீபத்திய கலவியில் உச்சம் கண்டதாகச் சொல்கின்றனர்.

கலவி

ஆடவரும் நங்கையும்
ஆடும் பகடையாட்டம்
யாக்கை தேடித் தேடிக்
காக்கையாய்க் கொத்தி
கன உடல் சிலிர்த்துக்
கணம் மனம் குளிரும்.

- கவிஞர் கில்மா

சி. சரவணகார்த்திகேயன்

கிண்டி பொறியியல் கல்லூரியில் கணிப்பொறியியல் கற்று, தற்போது பெங்களூரில் மென்பொருள் துறையில் பணிபுரிகிறார். பிறப்பு 1984. ஊர் கோவை மற்றும் ஈரோடு. புனைவு, அபுனைவு, கட்டுரை, கவிதை வெளிகளில் 14 வயது முதல் இயங்கி வரும் இவர் இதுவரை 25க்கும் மேற்பட்ட நூல்களை (அச்சு மற்றும் மின் வடிவம்) எழுதியிருக்கிறார்.

2017ல் உயிர்மை வழங்கும் சுஜாதா விருது (இணையம்), 2019ல் திருப்பூர் இலக்கிய விருது (ஆப்பிளுக்கு முன் நாவலுக்காக), 2009ல் தமிழ் வளர்ச்சித் துறையின் சிறந்த நூல் விருது (முதல் நூலான சந்திரயானுக்காக) பெற்றவர். 2016ல் அகம் – பிரதிலிபி நடத்திய 'ஞயம் பட வரை' கட்டுரைப்போட்டியில் முதல் பரிசும், 2018ல் தினமணி– சிவசங்கரி சிறுகதைப் போட்டியில் ஆறுதல் பரிசும் (பெட்டை) பெற்றார். 2007ல் குங்குமம் இதழில் வைரமுத்து இவரது 'ஒருத்தி நினைக்கையிலே...'வை முத்திரைக் கவிதையாகத் தேர்ந்தெடுத்தார். 2014ல் சுகன்யா தேவி கோவை பாரதியார் பல்கலை.யில் செய்த முனைவர் ஆய்வுக்கு எடுத்த நூல்களில் இவரது 'பரத்தை கூற்று'ம் ஒன்று. 2015ல் அந்திமழை இதழ் 'நம்பிக்கை நட்சத்திரங்கள்' பட்டியலில் இடம் பெற்றார். 2019ல் சிங்கப்பூரில் சிறுகதைப் பட்டறை நடத்தி இருக்கிறார் (2019). இவரது 'மதுமிதா – சில குறிப்புகள்' கதை குறும்படமானது.

குங்குமம் இதழில் ச்சீய் பக்கங்கள் (2012), ஆகாயம் கனவு அப்துல் கலாம் (2015), விகடன் தளத்தில் ஹலோ... ப்ளூடிக் நண்பா! (2019), அம்ருதா இதழில் நொபேல் பரிசுகள் (2011) தொடர்களை எழுதினார். உயிர்மை, விகடன் தடம், ஆனந்த விகடன், குமுதம், தினமணி கதிர், காமதேனு, ஆழம், அகநாழிகை இதழ்களிலும் இவரது படைப்புகள் வெளியாகி இருக்கின்றன. 2015 முதல் 'தமிழ்' என்ற மின்னிதழை நடத்துகிறார். அதில் ஜெயமோகன், யுவன் சந்திரசேகர், பெருமாள்முருகன் மூவரையும் நீண்ட நேர்காணல் செய்துள்ளார். திருக்குறள் காமத்துப் பாலுக்கு ஏற்கெனவே குறுங்கவிதை வடிவில் உரையெழுதியுள்ள இவர் தற்போது கம்பராமாயணத்துக்கு தினமும் ஃபேஸ்புக்கில் உரை எழுதி வருகிறார்.

தொடர்புக்கு:
c.saravanakarthikeyan@gmail.com
http://www.writercsk.com/
https://www.facebook.com/saravanakarthikeyanc
https://twitter.com/writercsk
https://www.instagram.com/writercsk/

புத்தகங்கள்

புனைவு
- கறுப்பு சிவப்பு வெளுப்பு – 2021 [குறுநாவல்] – மின்னூல்
- 69 – 2021 [நுண்கதை]
- கிருமி – 2021 [சிறுகதை]
- கன்னித்தீவு – 2019 [நாவல்]
- மியாவ் – 2018 [சிறுகதை]
- ஆப்பிளுக்கு முன் – 2017 [நாவல்]
- இறுதி இரவு – 2016 [சிறுகதை]

அபுனைவு
- மும்மூர்த்திகள் – 2019 [நேர்காணல்]
- 96: தனிப்பெருங்காதல் – 2018 [திரைப்படம்]
- ஃபீனிக்ஸ் கனவுகள் [ஆகாயம் கனவு அப்துல் கலாம்] – 2016 [அறிவியல்]
- ச்சீய் பக்கங்கள் [வெட்கம் விட்டுப் பேசலாம்] – 2014 [வரலாறு]
- குஜராத் 2002 கலவரம் – 2014 [வரலாறு]
- சந்திரயான் – 2009 [அறிவியல்]

கட்டுரை
- மீயழகி – 2021 [பெண்கள்]
- ஜோல்னா பை – 2021 [இலக்கியம்]
- மக்களின் அபின் – 2021 [அரசியல்]
- கற்பதுவே கேட்பதுவே கருதுவதே – 2021 [ரசனை]
- அம்பேத்கர் பெரியார் அயோத்திதாசர் – 2021 [அரசியல்]
- ஒரு கோப்பை பிரபஞ்சம் – 2019 [ரசனை]
- அநீதிக் கதைகள் – 2019 [சமூகம்]
- இந்தி தேசிய மொழியா? – 2019 [அரசியல்]
- ஐ லவ் யூ மிஷ்கின் – 2019 [திரைப்படம்]
- கிட்டத்தட்ட கடவுள் – 2013 [அறிவியல்]

கவிதை
- ரதி ரகசியம் – 2019 [உரை]
- தேவதை புராணம் – 2012 [காதல்]
- பரத்தை கூற்று – 2010 [சமூகம்]

கட்டுரை – ஆங்கிலம்
- Girls, Goddesses & Gentlewomen – 2020 [Experience] – Kindle